பொற்குகை ரகசியம்

மற்றும் பிற கதைகள்

ஜெகதீஷ் குமார்

வம்சி

பொற்குகை ரகசியம்	:	சிறுகதைகள்
ஆசிரியர்	:	ஜெகதீஷ் குமார்
	:	© ஆசிரியருக்கு
முதற்பதிப்பு	:	ஜூன் 2024
அட்டை வடிவமைப்பு	:	பி.எஸ். வம்சி
வெளியீடு	:	வம்சி புக்ஸ்
		19, டி.எம்.சாரோன்,
		திருவண்ணாமலை - 606 601
		9445870995, 04175 - 235806
அச்சாக்கம்	:	மணி ஆப்செட், சென்னை - 600 077
விலை	:	₹ 350/-
ISBN	:	978-93-93725-90-5

Porkugai Ragasiyam	:	Stories
Author	:	Jegadeesh Kumar
	:	© Author
First Edition	:	June 2024
Cover Design	:	B.S. Vamsi
Published by	:	Vamsi books
		19.D.M.Saron,
		Tiruvannamalai - 606 601
		9445870995, 04175 - 235806
Printed by	:	Mani Offset, Chennai - 600 077
	:	₹ 350/-
ISBN	:	978-93-93725-90-5

www.vamsibooks.com - e-mail: vamsibooks@yahoo.com

சுவாமி குருபரானந்தருக்கு

அ.முத்துலிங்கம்

சில வருடங்களுக்கு முன்னர் நியூ யோர்க்கர் பத்திரிகையில் ஒரு சிறுகதை வெளியானது. அதன் பெயர் **Cat Person**. அது வெளியாகி சில நாட்களில் உலகப் பிரபலமாகிவிட்டது. இரண்டு வாரங்களில் பத்து லட்சம் வாசகர்கள் அந்தக் கதையை படித்தார்கள். அதிசிறந்த உலகப் பத்திரிகைகள் கதையை விவாதித்தன. சமூக ஊடகங்கள் மதிப்புரைகள் எழுதின. சிறுகதை வரலாற்றில், இத்தனை சிறிய காலத்தில் ஒரு சிறுகதை இத்தனை புகழ் அடைந்ததில்லை. சிறுகதை மன்னர்களான செக்கோவ், ஜேம்ஸ் ஜோய்ஸ் போன்றவர்களின் படைப்புகளைத் தாண்டி இந்தச் சிறுகதை உயர்ந்து நிற்குமா?

ஜெகதீஷ்குமாரின் 19 சிறுகதைகளையும் தொகுப்பில் படித்த இந்த நேரத்தில் என் மனதில் திரும்பத் திரும்ப எழுந்த கேள்வி ஒன்றுதான். இவை உடனே புகழ் தேடும் கதைகளா அல்லது நீண்ட காலம் நிற்கும் தகுதி கொண்டவைகளா? ரோல்ஸ்ரோய் சொல்லுவார், உலகத்திலே இரண்டு விதமான புனைவுகள்தான் உள்ளன என்று. ஒன்று ஒரு மனிதன் பயணம் போவான்; மற்றது ஒரு நகரத்துக்கு புது மனிதன் வருவான். இந்தத் தொகுப்பில் உள்ள அத்தனை விதமான கதைகளிலும் இது நடக்கும். அமெரிக்காவில், தமிழ்நாட்டில், மாலத்தீவில் நடப்பதாக கதைக் களங்கள் மாறும். ஆனால் ஒவ்வொரு கதையிலும் ஒரு புதுமை நடக்கும். மனித வாழ்வியலின் ஒரு கூறு வெளிப்படும். சுவாரஸ்யம் மட்டும் குறைவதேயில்லை.

எனக்கு ஜெகதீஷ்குமாரைத் தெரியாது. நேரில் கண்டதில்லை. இவர் ஈரோடு வாசவி கல்லூரியில் வேதியியலில் இளங்கலைப் பட்டம் பெற்றவர். தமிழ்நாடு ஆசிரியர் பயிற்சிப்பள்ளியில் பி.எட் பட்டம் பெற்ற பின்னர் அண்ணாமலைப் பல்கலைக்கழகத்தில் ஆங்கிலத்தில் முதுகலைப் பட்டம் பெற்றவர். தற்போது அமெரிக்காவில் தென் கரோலினா மாகாணத்திலுள்ள கோலிட்டன் கௌண்டி (Colleton County) உயர்நிலைப் பள்ளியில் கணிதவியல் துறைத்தலைவராகப் பணியாற்றுகிறார்.

இரண்டு வருடங்களுக்கு முன்னர்தான் இவருடன் முதல் பரிச்சயம் தொலைபேசி மூலம் ஏற்பட்டது. இவருடைய அருமையான ஆங்கில மொழிபெயர்ப்புகளைத்தான் முதலில் படித்தேன். பின்னர் ஆங்கிலத்திலும் தமிழிலும் இவர் எழுதிய புனைவுகள் படிக்கக் கிடைத்தன. இப்படி ஒருவர் எழுதுகிறாரே, என் கண்களுக்கு இது நாள்வரை படவில்லையே என்ற நினைப்பு வந்தது. பிரமிப்பாக இருந்தது.

இவருடைய கதைகளில் என்னை முதலில் கவர்ந்தது காட்சி வர்ணனைகள். சில சமயம் அவற்றை இன்னொருமுறை படிக்கத் தூண்டும். 'கனவுகளின் உபாசகன்' கதையில் வரும் வர்ணனை இப்படிப் போகிறது.

'ஆழ்ந்த உறக்கத்தில் சட்டென்று பிரசன்னமாகி மிதக்கும் சிறு கனவென கடல் நடுவில் அந்தக் கப்பல் பயணித்துக் கொண்டிருந்தது. இருட்டுதான் அடர்ந்து திரவமாகி கப்பலை சுமந்துகொண்டிருக்கிறதோ என்று தோன்றியது சிவராமனுக்கு. கடல் இரவில் ஒரு வினோதத் தோற்றம் கொண்டுவிடுகிறது. அதன் பிரம்மாண்டத்தையும், அடியாழங்களில் புதைந்து கிடக்கும்

ரகஸ்யங்களையும் ஒடுக்கிக் கொள்கிறது. ஏதோ கருவறைக்குள் மீண்டும் புகுந்து சுருண்டுகொண்ட மாதிரி ஆகிவிடுகிறது இரவில். மேல் தளத்தில் நின்றபடி வானம் பார்த்தால் யாரோ கழட்டி வீசின மோதிரங்கள்போல நட்சத்திரங்கள் தெரிகின்றன.'

இது தவிர, அவ்வப்போது இவர் கொடுக்கும் தகவல்களும் எனக்கு முக்கியமானவை. 'அப்படியா?' என்று சிந்திக்க வைப்பவை. அபூர்வமான உயிர்கள் கடலில் உண்டாக்கும் ஒளிபற்றி ஒரு கதையில் வருகிறது. ஸ்கார்லட் மக்கோவ் என்னும் ஒரு வகை கிளிபற்றி இன்னொரு கதையில் சொல்கிறார். உலகத்திலேயே மிக அழகான இந்தக் கிளி தென் அமெரிக்க காடுகளில் வசிக்கிறது. சிலர் அதிக விலை கொடுத்து வாங்கி வீடுகளில் வளர்க்கிறார்கள். இந்தக் கிளி பேசவும் செய்யும். ஆனால் மனிதர்களின் கண்கள் இதன் பக்கம் திரும்பினால் இந்த இனம் அழிந்துபோகும் வாய்ப்பு உண்டு.

வீடுகளில் வளர்க்கும் அலங்காரச் செடியான கிரேன்பெர்ரி பற்றியும் அறியலாம். அலங்காரம் மட்டுமல்ல, இது சுவையான பழங்களையும் தரும். இன்னொரு கதையில் இந்தியாவில் விற்பனையாகும் விதம்விதமான பரிசுச் சீட்டுகள் பற்றிய தகவல்கள் கிடைக்கின்றன. நாகலாந்து, பூட்டான், தமிழ்நாடு, கேரளா பம்பர் குலுக்கல் பரிசுகள் பற்றியும், அந்த முடிவுகளை பார்க்க முண்டியடிக்கும் மக்கள் கூட்டம் பற்றியுமான விவரங்கள் மலைக்க வைக்கின்றன.

'நீலத்தழல்' என்ற கதை மாலத்தீவுகள் ஒன்றில் நடப்பதாக புனையப்பட்டிருக்கிறது. அங்கே படிப்பிக்கும் ஆசிரியர் ஒருவரும், நண்பரும், மீன்பிடித் தோழரும், மகனுமாக நால்வர் கடலில் மீன் பிடிக்கப் புறப்படுகிறார்கள். வலைபோட்டு மீன்

பிடிப்பதல்ல, தூண்டில் வீசி ஒவ்வொரு மீனாகப் பிடிக்கிறார்கள். சிறிய மீன் கிடைத்தால் அதை கடலில் வீசிவிட்டு பெரிய மீன்களை மட்டும் படகில் சேகரிக்கிறார்கள். சில மணி நேரங்களில் படகு நிறைந்துவிடுகிறது. அப்போது ஓர் ஆச்சரியம் காத்திருக்கிறது.

உயிர் ஒளிர்வு (bioluminescence) என்னும் அற்புதமான வேதியியல் மாற்றம் கடலை ஒளிப்பிழம்பாகச் செய்கிறது. சில உயிரினங்களால் உற்பத்தியான அந்த ஒளி கடல் பரப்பை நீலத்தழலாக மாற்றிவிடுகிறது. அந்த மயக்கத்தில் இருக்கும்போதே ராட்சச மீன் ஒன்று படகை கவிழ்த்து தள்ளுகிறது. படகில் பயணித்த நால்வரும் மிதவை ஆடைகள் அணிந்திருந்ததால் தண்ணீரில் மிதக்கிறார்கள், ஆனால் நிமிடத்துக்கு நிமிடம் அவர்களுக்குள்ளே இடைவெளி அதிகமாகிறது. அப்போது அந்த இரவின் இரண்டாவது அற்புதம் நிகழ்கிறது.

'கர்மா' என்று ஒரு கதை. ஒரு வரியில் சொல்வதானால் நன்மை செய்தால் நன்மை கிடைக்கும். தீமை செய்தால் தீமை கிடைக்கும். கதை அமெரிக்காவில் நடைபெறுகிறது. ஆனால் இந்தக் கதையின் வடிவமைப்பு, சொல்முறை, ஆரம்பம், முடிவு என எல்லாமே தலை சிறந்த ஒரு சிறுகதையை வாசித்த நிறைவைத் தருகிறது.

Karl Iagnemma ஓர் இயந்திரப் பொறியாளர், பேராசிரியர். இவரை நான் இருபது வருடங்களுக்கு முன்னர் MIT-ல் சந்தித்திருக்கிறேன். இவருடைய அறிவியல் சிறுகதைகள் தொகுப்பாக வந்திருந்த சமயம் அது. முதன்முதலாக பல்கலைக்கழகம் பற்றியும் அங்கு கற்பிக்கும் பேராசிரியர்கள், அவர்களிடம் பயிலும் ஆராய்ச்சி மாணவர்கள் பற்றியெல்லாம் சிறுகதைகள் எழுதியவர். ஒரு கதையில் கணிதப் பேராசிரியர்

ஒருவர் காதல் உணர்வுக்கு தேற்றம் எழுத முயற்சிப்பார். இவருடைய கதைகள் பல விருதுகளையும் பாராட்டுகளையும் பெற்றவை.

இந்தத் தொகுப்பில் 'பேராசிரியரின் கிளி' என்ற சிறுகதையை படித்தபோது கார்ல் நினைவுக்கு வந்தார். ஒரு பேராசிரியருக்கும், அவரிடம் பயிலும் ஆராய்ச்சி மாணவருக்கும் இடையில் ஏற்படும் உறவையும், உணர்வையும் இத்தனை தத்ரூபமாக வர்ணித்த ஒரு சிறுகதை தமிழில் இல்லை என்றே சொல்லலாம். இந்தக் கதைதான் தொகுப்பில் ஆகச் சிறந்தது. உலகத்துக் கதைகளுடன் பக்கத்துப் பக்கத்தில் நிற்கும் தகுதி கொண்டது இந்தக் கதை.

ஆரம்பத்தில் சொன்ன 'திடீர் புகழ்' கதை நீண்டகாலம் வாழுமா என்பது தெரியாது. ஆனால் புதுமைப்பித்தன் எழுதிய 'பொய்க்குதிரை' சிறுகதை திடீர் புகழ் அடையவில்லை; லட்சம் பேர் படிக்கவில்லை. ஆயிரம் பேர்கூட படித்திருக்க வாய்ப்பில்லை. நூறு பேர் படித்திருப்பார்களோ என்னவோ தெரியாது. ஆனால் இன்று, ஏறக்குறைய 100 வருடங்கள் கழிந்துவிட்ட நிலையில், அது இன்னும் வாழ்கிறது. இனிமேலும் வாழும். காலம்தான் தரத்தை தீர்மானிக்கிறது, வாசகர்களின் எண்ணிக்கையல்ல.

அப்படிப் பார்க்கும்போது ஜெகதீஷ்குமார் எழுதியது; 'திடீர் புகழ்' கதைகள் அல்ல. அவை நீண்ட காலம் வாழும் தன்மை கொண்டவை. இந்தத் தொகுப்பை அவருடைய முதல் தொகுப்பு என்று சொல்லவே முடியாது. கதைகளின் முதிர்ச்சியும், நேர்த்தியும், கலையம்சமும் வாகர்களை வெகுவாகக் கவரும் என்பதில் சந்தேகம் கிடையாது. சிறுகதையை தொடங்கினால் முடிவு வரை சுவாரஸ்யம் குன்றாமல் படிக்க வைக்கிறது. முக்கியமாக சிந்திக்க வைக்கிறது. வேறு என்ன வேண்டும்?

சமீபத்தில் ஒரு டேனிஷ் எழுத்தாளருடைய, ஆங்கிலத்தில் மொழியாக்கம் பெற்ற சிறுகதையைப் படிக்க நேர்ந்தது. அந்த எழுத்தாளருடன் தொடர்பு கொண்டு அதைத் தமிழில் மொழிபெயர்க்க அனுமதி கோரினேன். அவர் எந்தப் பத்திரிகையில் வெளியாகும், எத்தனை பிரதிகள் விற்கும், சன்மானம் எவ்வளவு என்றெல்லாம் கேட்டார். அவருக்கு தமிழ் மொழி பற்றி அறிவு கிடையாது. 90 மில்லியன் மக்கள் பேசும் மொழி என்று சொன்னபோதும் தெரியவில்லை. நாம் நினைப்பது போல தமிழ் மொழி இன்றைக்கும் உலகத்தினரால் பரவலாக அறியப்படவில்லை.

இந்தச் சந்தர்ப்பத்தில், ஜெகதீஷ்குமார் போன்ற ஒருவர் எங்களுக்கு மிகவும் முக்கியமானவர் ஆகிறார். அவர் தமிழிலும் ஆங்கிலத்திலும் புனைவு எழுதுகிறார். அவருடைய ஆங்கிலச் சிறுகதை தொகுப்பு அநேகமாக அடுத்த வருடத்துக்குள் வெளிவரும். அவருடைய ஆங்கில மொழிபெயர்ப்புகள் வெளிநாட்டு பத்திரிகைகளில் ஏற்கனவே பிரசுரமாகியிருக்கின்றன. மொழிபெயர்ப்பு விருதுகள் பெற்றிருக்கிறார். சமீபத்தில் இவர் ஜெயமோகனுடைய சிறுகதைகளை ஆங்கிலத்தில் மொழிபெயர்த்து, அது A Fine Thread and other stories என்ற தலைப்பில் வெளிவந்து அமெரிக்காவில் கொண்டாடப் பட்டிருக்கிறது. நல்ல மதிப்புரைகளும் வெளியாகியுள்ளன.

ஆறு மில்லியன் மக்கள் பேசும் டேனிஷ் மொழியில் வெளியான ஒரு சிறுகதை மிகப் பிரபலமான ஆங்கில இதழ் ஒன்றில் மொழிபெயர்ப்பாக வெளிவருகிறது. ஒன்பது கோடி மக்கள் பேசும் தமிழில் எழுதிய சிறுகதை ஒன்று ஆங்கிலத்தில் மொழிபெயர்க்கப்பட்டு, மிகவும் மதிக்கப்படும் வெளிநாட்டு

பத்திரிகை ஒன்றில் இதுவரை வெளிவரவில்லை. சிறந்த சிறுகதை தமிழில் இல்லை என்று அர்த்தம் அல்ல. நல்ல தரமான மொழிபெயர்ப்பாளர்கள் இன்னும் தேவை என்றுதான் எடுத்துக்கொள்ள வேண்டியிருக்கிறது.

ஜெகதீஷ்குமாரிடம் நான் கேட்பது ஒன்றுதான். இவர் தமிழில் தொடர்ந்து எழுதட்டும்; ஆங்கிலத்திலும் எழுதட்டும். ஆனால் தமிழில் இருந்து ஆங்கிலத்துக்கு மொழிபெயர்ப்பதை நிறுத்தக்கூடாது. தமிழ் வெளியுலகிலே அறிமுகமாவதற்கு தேவை இவரைப்போல பல திறமைகள் கைவந்த எழுத்தாளர்கள்தான். அத்துடன் இவர் ராபர்ட் நாய்ஸ் 'Learn to Lead scholarship' மூலம் தென் கலி.ஃபோர்னியாவின் சிடாடெல் ராணுவக் கல்லூரியில் இலவசமாக முதுகலை பயில்வதற்காக வாய்ப்பும், ஐம்பதாயிரம் டாலர் பரிசுத்தொகையும் வென்றவர். அமெரிக்காவின் தென் கரோலினா மாநிலத்திலுள்ள 'Writer Who Write of Palmetto State Authors'-ன் உறுப்பினர். அமெரிக்காவின் 'The National Society of Leadership and Success'-ன் தலைமை உறுப்பினர். அத்துடன் முக்கியமாக, அமெரிக்காவின் 'American Literary Translators Association' (ALTA) இலக்கிய மொழிபெயர்ப்பாளர் அமைப்பின் அங்கத்தவர். தமிழ் இலக்கியத்தை ஆங்கிலத்தில் மொழி பெயர்ப்பதற்கு இவரிலும் தகுதியான ஒருவர் எங்கே கிடைப்பார்?

இவரைப் போன்றவர்களால் தமிழ் இலக்கியத்தை உலகத்துக்கு மேலும் எடுத்துச் செல்லமுடியும். அந்த வகையில் இவர் முக்கியம் வாய்ந்தவர். பாதுகாக்கப்பட வேண்டியவர்.

அ.முத்துலிங்கம்

கனடா, 26 மார்ச் 2024

ஆசிரியர் குறிப்பு

ஜெகதீஷ் குமார் தமிழிலும், ஆங்கிலத்திலும் சிறுகதைகள், கட்டுரைகள், கவிதைகள் எழுதி வருகிறார். தமிழிலிருந்து ஆங்கிலத்தில் இலக்கியப் புனைவுகள், அபுனைவுகள் ஆகியவற்றை மொழிபெயர்த்து வருகிறார். இவரது ஆங்கிலப்புனைவுகள் அமெரிக்க மற்றும் இங்கிலாந்து இலக்கிய இதழ்களில் வெளியாகியுள்ளன. ஜெயமோகனின் சிறுகதைகள் இவரது ஆங்கில மொழியாக்கத்தில் A Fine Thread and Other Stories என்ற தலைப்பில் வெளியாகியுள்ளது. பவா செல்லதுரையின் நூல் ஒன்று இவரது ஆங்கில மொழியாக்கத்தில் A Journey Through Words என்ற தலைப்பில் இவ்வாண்டு வெளியாகவுள்ளது. அமெரிக்காவின் National Society of Leadership and Success (NSLS) மற்றும் American Literary Translators Association (ALTA) அமைப்புகளின் உறுப்பினர். அமெரிக்காவின் தெற்கு கரோலைனாவில் மனைவி அனுவுடன் வசித்து வருகிறார். அங்குள்ள அரசு உயர்நிலைப் பள்ளி ஒன்றில் கணிதத்துறை தலைவராகப் பணி. பொற்குகை ரகசியம் தமிழில் வெளிவரும் இவரது முதல் நூல்.

புனைவெனும் அறாக்கனவு
ஜெகதீஷ் குமார்

ஒரு மொழியில் தீவிரமாக இயங்குகையில் அடையும் விடுதலை உணர்வு; மொழி என்னும் கருவியைக் கொண்டு வாழ்வு குறித்த அடிப்படையான ஐயங்களுக்கும், வியப்புகளுக்கும் ஆதாரமான ஒன்றைத் தொட்டு விட எத்தனிக்கும் முயற்சிகள் தரும் கிளர்ச்சியும், சிலிர்ப்பும்; மொழியில் சமைக்கச் சாத்தியமான உலகங்களும், மாந்தர்களும் நம் கண்முன் உருக்கொள்கையில் ஏற்படும் உவகை; இவைதாம் நான் எழுத்தில் இயங்குவதற்கான அடிப்படையான காரணங்கள். நீண்ட காலம் தீவிர இலக்கிய வாசிப்பிலும், பயிற்சியிலும் இருந்து வந்தாலும், தொடர்ந்து எழுத்தில் ஈடுபடுவதற்கான வலிமையான காரணங்கள் இல்லாமலேயே இருந்தது. சில ஆண்டுகள் வலைப்பூவில் தொடர்ந்து எழுதி வந்தேன். அமெரிக்காவுக்கு பணிமாறிய பின் வாசிப்பு, எழுத்து எல்லாம் சுத்தமாக நின்று விட்டன. கோவிட் காலம் கொடுத்த வெறுமையிலிருந்து மீண்டு வர வாசிப்பு உதவியது. டால்ஸ்டாய், தோஸ்தோயெவ்ஸ்கி இருவரையும் ஆங்கிலத்தில் வாசித்தேன். மீண்டும் எழுத வேண்டும் என்ற ஆவல் துளிர்விட்டது.

பல ஆண்டுகளாக என் மனைவி அனுவும், நானும் அத்வைத வேதாந்த மாணவர்களாக இருந்து வருகிறோம். ஒரு வேதாந்த மாணவன் வளர்த்துக் கொள்ள வேண்டிய அடிப்படைத்

தகுதிகளாக விவேகம், வைராக்யம், ஷமாதி ஷட்க சம்பத்தி புலன்கள், மனதைக் கட்டுப்படுத்துதல், மனதைக் குவித்தல் முமுக்ஷுத்வம் முதலிய ஆறு பண்புகள், பரிந்துரைக்கப்படுகின்றன. எல்லாப் பண்புகளும் முழுமையாக இல்லாவிடினும், அவற்றை மெல்ல மெல்ல வளர்த்துக் கொள்ள முடியும் என்ற நம்பிக்கை இருந்தது. ஆனால் புலன்களையும், மனதையும் கட்டுவதும், மனம் குவிப்பதும் மட்டும் - கீதையில் அர்ஜுனன் சொல்வதைப் போல - காற்றைக் கட்டுவது மாதிரி கை நழுவிக்கொண்டே இருந்தன. ஓர் ஆன்மிக சாதகனுக்கு கீதையில் கண்ணன் தன்னறத்தைப் பரிந்துரைக்கிறான். தன்னறம் பயில்தல் ஒரு சாதகனின் மனதைத் தூய்மைப்படுத்தி, வலிமைப்படுத்தி, தன்னறிவை அடையவும், அடைந்த அறிவில் நிலை நிற்கவும் உதவும். என்னுடைய தன்னறமாக எனக்குத் தோன்றியவை கற்றலும், கற்பித்தலும், எழுதுதலுமே. எதற்கு இந்த இலக்கியத்தோடு முட்டி மோதிக் கொண்டிருக்கிறோம் என்று தெரியாமலேயே பல ஆண்டுகள் அதில் உழன்றிருக்கிறேன். இலக்கியம் பயில்தலைத் தன்னறமாகக் கொள்ள முடியும் என்ற உறுதி வந்தபோது, மனம் ஒருவித சமாதானத்தை அடைந்தது. காற்றைக் கட்டுவது மாதிரியான இந்தப் பயணத்தில் நான் இன்னும் வெகுதூரம் சென்று விடவில்லைதான். ஆனால் சரியான திசையில்தான் பயணித்துக் கொண்டிருக்கிறேன் என்று நம்பிக்கையும், மகிழ்ச்சியும் என்னைச் செலுத்திக் கொண்டிருக்கின்றன.

விஷ்ணுபுரம் இலக்கிய வட்டம், அமெரிக்க நண்பர்களின் ஊக்கத்தால் தமிழிலிருந்து ஆங்கிலத்தில் கதைகளை மொழியாக்கம் செய்வதில் இறங்கினேன். இச்செயல் தொடர்ந்து

ஒரே விதமான பணியில் இருப்பதற்கான ஒழுக்கத்தையும், கட்டுப்பாட்டையும் கொடுத்தது. ஆங்கிலம் புழங்கும் நாட்டில் இருப்பதாலும், ஆங்கிலத்தைத் தாய்மொழியாகக் கொண்டுள்ள மாணவர்களிடையே தினமும் வாழ்வதாலும் ஆங்கிலத்தில் எழுதுவதும், மொழியாக்கம் செய்வதும் இயல்பாக கைவந்தன. இருப்பினும் தமிழிலும் எழுத வேண்டும் என்ற ஆர்வம் எழும்போதெல்லாம் சில சிறுகதைகளை எழுதினேன் - சில கட்டுரைகளும். இந்தத் தொகுப்பு நான் அண்மையில் எழுதிய சில கதைகளையும், சில ஆண்டுகளுக்கு முன்பு எழுதிய கதைகளையும் கொண்டிருக்கிறது.

வாசிப்பின் மீதான என் ஈடுபாடு எனக்கு மிக இளம் வயதிலேயே துவங்கிவிட்டது. அம்மா சாண்டில்யன், கல்கி போன்றோரின் வரலாற்று நாவல்களை நிறைய வாசிப்பார். சாண்டில்யன் நாவல்களின் வாசிக்கக் கூடாத பக்கங்களைக் குறிப்பிட்டு அந்தப் புத்தகங்களை வாசிக்கப் பணிப்பார். நான் அந்த பக்கங்களைத்தான் முதலில் வாசிப்பேன். அம்புலி மாமா, முத்து காமிக்ஸ், மந்திரவாதி கதைகள் என்று கதைகளின் உலகில் வாழ்வது எனக்குப் பிடித்தமானதாக இருந்தது. நாள் முழுதும் உணவுண்ணாமல் வாசித்தபடியே இருந்திருக்கிறேன். அப்போதெல்லாம் என் இரவுகள் நீண்டவை. நூல்களின் உலகங்களால் ஆனவை. இந்த நாட்களில்தான் ஒரு நாள் அசோகமித்திரனின் பதினெட்டாவது அட்சக்கோடு என் கையில் கிடைத்தது. இலக்கியம் என்றால் என்ன என்ற அறிமுகம் இல்லாத பதினான்கு வயதில் அந்த நூல் எழுத்து குறித்து நான் கொண்டிருந்த பிரமைகளைப் புரட்டிப் போட்டது. அன்றிலிருந்து அசோகமித்திரன் என் மனதுக்குகந்த எழுத்தாளரானார்.

ஈரோடு ஸ்ரீ வாசவி கல்லூரியில் நான் வேதியியல் இளங்கலை பயின்ற போது நவீனத் தமிழ் இலக்கியத்தில் என்னை ஆற்றுப்படுத்தியவர் அக்கல்லூரியின் ஆங்கில விரிவுரையாளர் அகிலன் எத்திராஜ். தற்போது காலச்சுவடுக்காக ஓர்ஹான் பாமுக் போன்றோரின் நூல்களை அற்புதமாக மொழிபெயர்த்து வருபவர். பாலகுமாரனையும், சுஜாதாவையும் வாசித்தபடி அவர்களின் கலவையான ஓர் எழுத்தாளனாக ஆகி விடவேண்டும் என்ற கனவிலிருந்த எனக்கு, எழுத்தின் பலவித சாத்தியங்களையும் அன்று இயங்கிக் கொண்டிருந்த நவீன எழுத்தாளர்கள் மூலம் அறிமுகப்படுத்தினார். கோமல் சுவாமிநாதனை ஆசிரியராகக் கொண்டு அன்று வந்து கொண்டிருந்த சுபமங்களாவின் இதழ்களைத் தொகுத்து பைண்ட் செய்து வைத்திருந்தார். அதைக் கொடுத்து என்னை வாசிக்கச் சொன்னார். ஒரு மாதம் எடுத்து அதை வாசித்த போதுதான் இலக்கியம் குறித்த என் பார்வை தெளிவுபட்டது. அசோகமித்திரன், வண்ணநிலவன், வண்ணதாசன், க.நா. சுப்ரமணியம் போன்றோரின் எழுத்துக்கள் பரிச்சயமாகின. வாரமலர் கவிதைகளுக்கும், கணையாழி கவிதைகளுக்குமுள்ள வேறுபாடு புலப்பட்டது. அப்போதிருந்து நான் வாசிக்கும் நூல்களை மிகுந்த கவனத்துடன் தேர்ந்தெடுக்கத் துவங்கினேன். சுஜாதாவின் "கணையாழியின் கடைசிப் பக்கங்கள்," அதன் பின் அவர் தன் கட்டுரைகளில் அறிமுகப்படுத்தும் எழுத்தாளர்கள், என அவர் என் மீது செலுத்திய தாக்கம் என் வாசிப்பு மற்றும் எழுத்துப் பயணத்தில் ஒரு முக்கியமான வழி காட்டும் விளக்காக இருந்தது.

கல்லூரி முடிந்தபின் சில ஆண்டுகள் இலக்கியத்தின் பக்கமிருந்து ஒதுங்கியிருந்தாலும் (சல்லிக்காசுக்கு பிரயோசனமில்லாத பொழப்பு இது என்ற எண்ணம்தான் காரணம்)

எழுத்தின் மீதிருந்த பிரேமை மட்டும் தொண்டைக்குழியில் சிக்கிக்கொண்டு வெளிவரத் துடிக்கும் ஞாபகங்களைப் போல உள்ளத்துள் உறுத்தியபடியே இருந்தது. மாலத்தீவுகளில் ஆசிரியர் பணி கிடைத்து அங்கு நிறைய நேரம் கிடைத்தபோது, வாசிக்க நேரமிருந்தது, ஆனால் தமிழ் நூல்களின் அண்மை கிடைக்கவில்லை. எனவே ஜே.கே. ரோலிங், ஜான் க்ருஷம், ஃப்ரடரிக் ஃபோர்சித் போன்றோரின் நாவல்களை வாசிக்கத் துவங்கினேன். வலைப்பூக்களின் காலம் அது. எஸ்.ராமகிருஷ்ணன், ஜெயமோகன், சாரு நிவேதிதா மூவரும் அவரவர் பாணியில் தங்கள் வலைத்தளங்களில் எழுதி, இலக்கிய மும்மூர்த்திகளாகக் கோலோச்சிக் கொண்டிருந்த காலம். எஸ்.ராவிடமிருந்து ரஷ்ய மற்றும் லத்தீன் அமெரிக்க இலக்கியம் குறித்தும், பின் நவீனத்துவம், மாயப்புனைவு போன்ற இலக்கிய வகைமைகள் குறித்தும், தீவிர சினிமா குறித்தும் அறிந்தேன். ஜெயமோகனிடமிருந்து இந்திய இலக்கியம் குறித்தும், இந்தியத் தத்துவம் குறித்தும் கற்றுக் கொண்டேன். இலக்கியத்தின் சில அடிப்படைகளை அவரிடமிருந்துதான் தெரிந்து கொண்டேன். அவ்வகையில் நூற்றுக்கணக்கான அவரது மாணவர்கள் சொல்வது போல, அவர் எனக்கும் ஆசிரியர்தான்.

ஆனாலும் என் புனைவில் அசோகமித்திரனின் தாக்கம் இருப்பதாகவே உணர்கிறேன். இத்தனைக்கும் அவரை நான் முழுதாக வாசித்தவனில்லை. அவருக்குப் பிரியமான அமெரிக்க இலக்கியம் எனக்கும் பிடித்தமாக இருக்கிறது. ஹெமிங்வே, ரேமண்ட் கார்வர், கார்மெக் மெக்கார்த்தி போன்ற ஆசிரியர்களின் எழுத்தைத் தொட்டு விட முடியுமா என்ற ஏக்கம் எப்போதும் உள்ளே ஓடிக்கொண்டிருக்கிறது. தற்போது அமெரிக்காவில்

வசித்து வருவதால் நிறைய அமெரிக்க இலக்கியமும், பிரிட்டனின் இலக்கியமும், உலக இலக்கியமும் வாசிக்கிறேன். இந்தத் தொகுப்பில் உள்ள நான் அண்மையில் எழுதியுள்ள சில கதைகளிலும், நான் தற்போது எழுதிக் கொண்டிருக்கும் புனைவுகளிலும் மேலை எழுத்தாளர்கள் பாதிப்புதான் அதிகம் இருப்பதாக நினைக்கிறேன். ஆங்கிலத்தில் நிறைய வாசிப்பதால், தமிழை விட ஆங்கிலத்தில் வேகமாக எழுத முடிகிறது. ஆங்கிலத்தில் எழுதும் போது ஓர்ஹான் பாமுக், கசுவோ இஷிகுரோ, இயன் மக்யூவன், ஜோனதன் ஃப்ரான்ஸன்(இவர் ஒரு அமெரிக்க டால்ஸ்டாய்), ஜார்ஜ் ஆர்வெல், அலிஸ் மன்ரோ, என்று பெரியதொரு வரிசை ஆதர்சங்களாக நின்று கொண்டிருக்கிறது. இவர்கள் போன்று நாமும் சொற்றொடர்களை இயற்றுவதன் மூலம் மொழியால் ஓர் உலகைச் சமைக்க முடியும் என்ற சாத்தியம்தான் மீண்டும், மீண்டும் எழுத்தின் பக்கம் என்னைத் தூண்டுகிறது. இது தமிழில் வெளிவரும் என் முதல் நூல். ஆனால் இன்னும் பல நூல்களை எழுதி விட வேண்டும் என்பது என் ஆவல். எழுத்தின் மூலம் வரும் புகழ் காரணம் அன்று. தொடர்ந்து எழுத்தில் இருத்தல் - அது வாசிப்பானாலும், புனைவெழுத்தானாலும் - என் இயல்புக்கு உகந்ததாக இருப்பதாகவே பார்க்கிறேன்.

சிறுகதைகளில் நான் எதைச் சாதிக்க விரும்புகிறேன்? ஒரு சிறுகதையை எழுதுவதற்கு முன்பு நான் தீர்மானித்துக் கொள்ளும் விஷயங்கள் சில உண்டு. ஒரு கதையின் மைய மாந்தர்கள் தங்களுக்கு அளிக்கப்பட்ட தேர்வுகளில் எதைத் தேர்ந்தெடுக்கிறார்கள்? அதற்கான ஆழமான காரணங்கள் யாவை? ஏன் தங்களை விதவிதமான சூழ் நிலைகளில் வலிந்து சிக்க வைத்துக் கொள்கிறார்கள்? ஒரு சிறு நிகழ்வை விவரிப்பதை

நிமித்தமாகக் கொண்டு மானுட இயல்பின் சிக்கல்களை நோக்கிய வினாக்களை எழுப்பி விடமுடியுமா? சிறுகதை என்று மட்டுமல்ல, பொதுவாகவே புனைவை இயற்றும்போது, வாசகர் சிரமமின்றி அந்தப் புனைவுலகுக்குள் நுழைய அனுமதித்து, அப்புனைவை ஓர் அறாக்கனவென பொருட்படுத்தும் வண்ணம் இயற்ற வேண்டும் என்பதே என் பிரதானமான ஆவலாக இருக்கிறது. எழுத்தின் தொழில் நுட்பங்கள் பயின்று வருதல் ஒரு புறம் இருந்தாலும், எழுத்தில் போதனை செய்தல், மனம் போனபடி எழுதிவிட்டுப் பிறகு எழுதியதை நியாயப்படுத்தும் முயற்சியில் இறங்குதல் போன்ற சல்லித்தனமான முயற்சிகளில் ஈடுபடக்கூடாது என்று எனக்கு நானே சொல்லிக் கொள்கிறேன். பல்வேறு வடிவங்களில் கதைகளை எழுதிப் பார்க்கும் விளையாட்டாகவும் நான் புனைவெழுத்தை - குறிப்பாகச் சிறுகதை என்ற வடிவத்தை - காண்கிறேன்.

இந்தத் தொகுப்பில் உள்ள சில சிறுகதைகளை எடுத்துக் கொண்டு, புனைவில் நான் விரும்பும் விஷயங்களை சாதித்து விட்டேனா என்று சிந்திக்க விரும்புகிறேன். ஊனுடல் கதையில் சங்கமேஸ்வரன் உடல் மீதான ஈர்ப்பையும், உயிரின் மீதான உண்மையான தவிப்பையும் குழப்பிக் கொள்கிறான். அவன் அவதானிக்கும் நிகழ்வுகளிலிருந்து ஒரு சிறிய தெளிவை அடைகிறான். இது போன்ற குழப்பங்கள் அவனுக்கும், இக்கதையை எழுதிய எனக்கும், நம் எல்லாருக்குமே வாழ்வின் எல்லாத் தருணங்களிலும் தோன்றித் தோன்றித் தெளிபவைதான். நாவல் போல சிறுகதையில் வாழ்வின் அனைத்து பரிமாணங்களையும் எடுத்துக் கொண்டு ஆராய முடியாதுதான். ஆனால், ஒரு தருணத்தில் மேலெழுந்து வரும் ஆதாரமான

கேள்வியொன்றின் முன் திறந்த மனதுடன் நிற்பதற்கான வாய்ப்புகளை அளிக்க முடியும். நீலத்தழல் கதையின் இறுதியில் பிரசாத் இப்பேரிருப்பின் இன்றியமையாத பகுதியாகவே தன்னை உணர்கிறான். அவனைத் துளைக்கும் அன்றாடத்திலிருந்து விடுபடுவதற்கான வழி அவன் அருகாமையிலேயே என்றும் இருந்து கொண்டிருப்பதை அறிகிறான். பேராசிரியரின் கிளி ஒரு மாணவி அவள் உள்ளத்தில் தன் ஆசிரியர் மேல் தனக்குள்ள பிரேமை குறித்து நிகழ்த்தும் உணர்வுப் போராட்டங்களைச் சித்தரிக்கிறது. நீண்ட பின்கதைகளுக்குள் செல்லாமல் நிகழ்காலத்திலேயே அமையும் தருணங்களாக இக்கதையையும், நீலத்தழலையையும் எழுத முயன்றிருக்கிறேன். இக்கதை அமெரிக்காவில் பேராசிரியர்களாக உள்ள இந்தியர்களைப் பற்றியது. இக்கதையை வாசித்த அமெரிக்காவில் பெரும்பதவியில் உள்ள ஒருவர், நான் பெரும் சாதனை புரிந்த இந்தியர்களை அவமதிப்பதாக எனக்கு எழுதியிருந்தார். அவர்களது சாதனைகளின் உயரத்தை நான் சரியாகப் புரிந்து கொள்ளவில்லை என்றும், எனக்குத் தெரியாத விஷயங்களைத் தவிர்த்து விட்டு, தெரிந்த விஷயங்களில் சஞ்சரிப்பது நலம் என்றும் அறிவுறுத்தியிருந்தார். நான் இக்கதையில் கையாள விரும்பியது ஒரு பெண்ணின் தவிப்புகளை. அவள் எவ்வளவு உயரம் தொட்டபின்னும், தான் மதிக்கும் ஆசிரியரின் அங்கீகாரம் தனக்குக் கிட்டவில்லையே என்ற ஆதங்கத்தை. அதை நான் சரியாகவே செய்திருப்பதாக வாசித்த நண்பர்கள் பலரும் தெரிவித்திருந்தார்கள். நான் ஒன்றை நினைத்து எழுதியிருந்தாலும், வாசிப்பவர்களுக்கு ஒரு கதை வெவ்வேறு விதங்களில் தோற்றமளிக்கும் என்பதை உணர்ந்தே புனைவை எழுதுகிறேன்.

கர்மாவும் அமெரிக்காவில் வசிக்கும் இந்தியர்களைப் பற்றியதே. எனக்குத் தெரிந்த இந்தியக் குடும்பம் ஒன்றில் நிகழ்ந்த நிகழ்வுதான் இக்கதை. கிட்டத்தட்ட தொண்ணூறு விழுக்காடு உண்மையில் நிகழ்ந்ததைத்தான் கதையாக்கியிருக்கிறேன். சகமனிதன் மேல் நாம் கொண்டுள்ள வன்மம் எவ்வளவு சக்தியுடன் நம் மீது ஆதிக்கம் செலுத்துகின்றது என்பது வியப்புக்குரிய விஷயம். நம்மில் பெரும்பாலோர் சகமனிதன் மேல் வன்மத்துடன் திகழ்வதிலேயே வாழ்வின் பெரும்பகுதியைச் செலவிடுகிறார்கள். அந்த வன்மத்தைக் கருணையாக மாற்றுவது ஒரு சிறிய ரசாயன மாற்றம்தான். அது இந்தக் கதையில் நிகழ்ந்திருப்பதாக நம்புகிறேன்.

தாய்மை என்பது உண்மையிலேயே எந்த மாதிரியான உணர்வு? தாய்மை என்னும் பெருங்கருணையை ஒரு மாறிலியாக எல்லா உயிர்களிலும் தரிசிக்க முடிகிற நம்மால், மனித இனத்திலும் அதே போன்று காண இயலுமா? மனிதர்களில் தாய்மை என்பது பெருங்கருணையா அல்லது பெரும் சுயநலமா? சுயநலத்திலும் அதன் தேர்வுகள் வினோதமாகவும், புரிந்து கொள்ள இயலாத வண்ணமும் இருப்பது ஏன்? என்பன போன்ற கேள்விகளைத்தான் பிறப்பொக்கும் கதை எழுப்புகிறது. நான் தமிழில் எழுதும் கதைகளை ஆங்கிலத்தில் மொழியாக்கம் செய்து மேற்குலகின் பத்திரிகைகளுக்கு அனுப்புவதுண்டு. ஒரு நல்ல சிறுகதையின் இலக்கணங்களை இக்கதையில் பின்பற்றியிருக்கிறேன் என்று டிப்பிஷ்லி பத்திரிகையின் ஆசிரியர் ஜான் குறிப்பிட்டு, இடப்பற்றாக்குறை காரணமாக வெளியிட முடியாமைக்கு வருத்தத்தையும் தெரிவித்திருந்தார். பின்னர் இது ஆங்கிலத்தில் ஸ்பில்வோர்ட்ஸ் இதழில் வெளியானது.

கல்லளை, அசைவும் பெருக்கும் ஆகிய இரு கதைகளுமே ஆன்மிகத் தவிப்பு கொண்ட பாத்திரங்களை உள்ளடக்கியது. கல்லளையை சரித்திரப் பின்னணியில் என் கற்பனையை எழுப்பி எழுதியிருக்கிறேன். ஹக்காவின் கண்களில் ஒரு சாம்ராஜ்யத்தைக் கட்டியெழுப்பும் கனவு மிதக்கிறது. பஸ்தாவாவை உண்மைப் பொருளின் தன்மையை அறியும் தவிப்பு செலுத்துகிறது. அவன் வேதாந்தக் கல்வியின் அடிப்படைகளைக் கற்று, ஆத்ம அறிவில் நிலைபெற்று நிற்க விரும்புகிறான். ஆனால் ஹக்கா அவனைத் தனக்குத் தளபதியாக்கித் தன் அரசுக்கு அரணாக இருக்க வேண்டும் என்று விரும்புகிறான். ஆன்மத் தவிப்புக்கும், உலகியல் வேட்கைக்கும் இடையே நிகழும் பொருதுதல்தான் இக்கதை. இதயக்குகைக்குள் ஒளிரும் தீபமென ஆன்மாவைக் குறிப்பிடுவர் பெரியோர். வேதாந்த ஞானி வித்யாரண்யகர் கற்குகைக்குள் வசிக்கிறார். குகைக்குள் நுழையும் புலிக்குத் தன்னைப் பலி கொடுத்து பஸ்தாவாவைக் காக்கிறார். பஸ்தாவா தன் வாழ்வின் முக்கியமானதொரு முடிவை எடுக்கிறான். அசைவும் பெருக்கும் கதை குறியீடுகள் நிறைந்ததாகவும், தலைப்புக்கேற்றவாறு எண்ணங்களின் பெருக்காகவும் அமைந்திருக்கிறது. சில இடங்களில் அமைந்திருந்த தஸ்தாயெவ்ஸ்கியுடையதைப் போன்று தன்னெழுச்சியாக வந்த தன்னுரையாடல்கள் (mono- logues) தேவையா என்று எழுதிய பிறகு நினைத்தேன். ஆனால் கௌதமின் மனத்தில் நிகழும் போராட்டங்களின் வெளிப்பாடாகவே அத்தன்னுரையாடல்கள் அமைந்துள்ளன. எனவே அதை அப்படியே விட்டு விட்டேன். அவற்றோடு வாசிக்கும்போதுதான் கதை ஒருமை கொண்டிருப்பதாக உணர்கிறேன்.

மனித உள்ளத்தின் தவிர்க்க முடியாத ஓர் உணர்வு குற்ற உணர்ச்சி. இதை ஏன் செய்தோம்? இதை ஏன் சொன்னோம்? இதை இப்படிச் செய்திருக்கலாமே? என்றெல்லாம் உள்ளே உறுத்தும் கேள்விகள் அற்றவர் எவரும் இலர். ஒருவேளை ஞானியர் மட்டுமே இதற்கு விதி விலக்கு. குற்ற உணர்ச்சி என்பது இலக்கியத்துக்கான கச்சாப்பொருளாகத் தொன்று தொட்டு இருந்து வருகிறது. நாணயம், நல்ல சிவம், வழியனுப்புதல் ஆகிய கதைகளின் ஆதாரப் புள்ளியும் குற்ற உணர்வுதான். இக்கதைகளின் நிகழ்வுகள் என் வாழ்வில் நிகழ்ந்தவை, அல்லது நான் அவதானித்தவை. கதைகளைப் பெரும்பாலும் கற்பனை கலந்துதான் அமைத்திருக்கிறேன். அவற்றினூடு மெல்லிய சரடாக நிஜ நிகழ்வுகள் ஊடுருவுகின்றன. இத்தொகுப்பின் மற்ற சில கதைகள் பின் நவீனத்துவ பாணியிலும், மாய யதார்த்தத்தைப் பின் பற்றியும் அமைந்துள்ளன. பவா செல்லதுரையின் ஓணான்கொடி சுற்றிய ராஜாம்பாள் நினைவுகள் என்ற கதையை வாசித்து, அதன் மாய உலகிலிருந்து வெளிவர முடியாது துடித்துக் கொண்டிருந்தபோது எழுதியதுதான் பொற்குகை ரகசியம். கனவுகளின் உபாசகன் என்ற கதை உண்மையில் நான் என் கனவில் அப்படியே கண்ட நிகழ்வு. அதைப் பெரும்பாலும் அப்படியே பதிவு செய்திருக்கிறேன். ஜி. எச். கதை ஒரு நாள் இரவு படுக்கையில் இருந்த போது மனதுக்குள் ஓடிக்கொண்டே இருந்தது. உறங்க விடாமல் தொந்தரவு செய்தது. நள்ளிரவுக்கு மேல் படுக்கையை விட்டு எழுந்து ஒரு மணி நேரத்தில் அதை எழுதி முடித்தேன். ஒரு ஜாலியான பேய்க்கதை.

இத்தொகுப்பின் பெரும்பாலான கதைகள் சொல்வனம் இதழிலும், பிற, பதாகை, வல்லினம், உயிரோசை, அரூ ஆகிய

இதழ்களிலும் வெளிவந்தன. அவ்விதழ்களுக்கு என் நன்றி. சொல்வனத்தின் ஆசிரியர்கள் பாஸ்டன் பாலா மற்றும் மைத்ரேயன் இருவரும் அந்த இதழில் எனக்குத் தந்த இடம் எனக்களித்த ஊக்கமும், நம்பிக்கையும் மிகப்பெரியது. பல கதைகளை எழுதி முடித்தவுடனேயே நண்பர் பாலாஜி ராஜூவுக்கு அனுப்புவேன். அவர் வாசித்துச் சொல்லும் கருத்துக்கள் என் கதைகளை மேம்படுத்துவதற்கு உதவின. நான் எழுதும் எல்லா எழுத்துக்களையும், மொழியாக்கங்களையும் முதலில் என் மனைவி அனுதான் வாசிப்பார். வாசிக்கையில் அவரது முக பாவனைகளில் ஏற்படும் மாற்றத்தை வைத்து, கதையில் திருத்தங்கள் தேவைப்படுகின்றது என்பதை உணர்ந்து கொள்வேன். கதையை ஒரு பெண்ணின் பார்வையில் வாசிக்கும்போது நாம் தவறவிட்ட இடங்களைக் கண்டுகொள்ள முடியும். அவரது திருத்தங்களை மிகுந்த உறுதியோடு முன் வைப்பார். என்னால் அவற்றை எப்போதும் மறுக்க முடிந்ததில்லை. என் இலக்கியத் தோழமைகள் ஜமீலா, ஸ்வர்ணா, ஆஸ்டின் சௌந்தர், முத்து காளிமுத்து, மதன், விஸ்வனாதன் மகாலிங்கம், ஷங்கர் பிரதாப், சு. வெங்கட், பாலசுப்ரமணியம் நாச்சிமுத்து, அருண்குமார் அருணாசலம், இசையமைப்பாளர் ராஜன் சோமசுந்தரம், வெங்கட பிரசாத், ஜி.எஸ்.எஸ்.வி. நவீன் போன்றோர் என் கதைகளை வாசித்து அவ்வப்போது தங்கள் கருத்துக்களை என்னிடம் தெரிவிப்பார்கள். எல்லாருக்கும் நன்றி என்ற ஒற்றைச் சொல்லில் என் அன்பையும், பேருவகையையும் ஏற்றி வணங்குகிறேன்.

நான் தீவிரமாக எழுத்தில் ஈடுபடுவதற்கு அ. முத்துலிங்கம் அவர்களின் பாராட்டும், ஊக்கமும் ஒரு காரணம். முதலில் என்

ஆங்கில மொழியாக்கங்களை வாசித்து விட்டுத்தான் அவர் என்னை அழைத்தார். அவருடன் அலைபேசியில் பேச அமைந்த ஒவ்வொரு தருணமும் நான் ஆசிர்வதிக்கப்பட்டதாகவே உணர்கிறேன். ஒவ்வொருமுறை உரையாடும்போதும் அவருடைய உற்சாகத்தையும், செயல் ஊக்கத்தையும் எனக்கும் மடை மாற்றிவிட்டுவிடுவார். தமிழிலிருந்து ஆங்கிலத்தில் மொழியாக்கம் செய்யப்படும் பெரும்பாலானவற்றை அவர் வாசித்து விடுவார். அவற்றில் என் மொழியாக்கம் தனித்துத் தெரிவதாகவும், அதற்குக் காரணம் ஆங்கிலத்தில் நான் மொழியாக்கம் செய்யும் புனைவுகள் செறிவான இலக்கிய மொழியில் அமைந்திருப்பதாகவும் அவர் குறிப்பிட்டது என்னை மகிழ்ச்சியிலும், மேலும் எழுத்தில் ஈடுபட வேண்டும் என்ற செயலூக்கத்திலும் ஆழ்த்தியது. என் மொழியாக்கங்களை மட்டுமல்ல, என் சொந்தப் புனைவுகளையும் அவர் உடனுக்குடன் வாசித்து தன் கருத்துக்களைச் சொல்வார். சில கதைகளின் முடிவுகள் பலவீனமாக இருப்பதாகத் தெரிவித்திருக்கிறார். பல கதைகளில் என் மொழியையும், கற்பனையையும் மனம் திறந்து பாராட்டியிருக்கிறார். இந்தத் தொகுப்புக்கு முன்னுரை எழுதித் தருமாறு அவரிடம் வேண்டிக் கொண்டபோது மிகுந்த கருணையோடு ஓர் அழகிய முன்னுரையை எழுதிக் கொடுத்தார். அவரோடு தொடர்பு கொள்ளும் தருணங்களை எனக்கு வழங்கிய பேரிறையை நன்றியுடனும், உவகையுடனும் நினைத்துக் கொள்கிறேன்.

இந்தத் தொகுப்பை வம்சியில் வெளியிட இயலுமா என்று மிகுந்த தயக்கத்துடன் ஷைலஜா அம்மாவிடம் கேட்டேன். பவாவும், அவரும் அமெரிக்கா வந்திருந்தபோது, நண்பர் ராஜன்

வீட்டில் இருவரையும் சந்தித்து, அவர்களோடு இரு நாட்கள் செலவழிக்கும் வாய்ப்பு கிடைத்தது. என் மொழியாக்கங்கள் குறித்து அவர்கள் ஏற்கனவே அறிந்திருந்தார்கள். அவர் என் கோரிக்கையை உடனே ஏற்றுக் கொண்டு வம்சியில் வெளியிடுவது எங்களுக்கு மகிழ்ச்சியே என்று தெரிவித்தார். வம்சி பதிப்பகம் தமிழகத்தின் மிக முக்கிய இலக்கியப் பதிப்பகங்களில் ஒன்று. அதிலிருந்து என் முதல் சிறுகதை தொகுப்பு வெளிவருவது எனக்குப் பெருமை. ஷைலஜா அம்மாவுக்கு என் எளிய நன்றி.

இறுதியாக, இந்த நூலைக் கையில் ஏந்தியிருக்கும் நீங்கள். முதலில் நான் ஓர் இலக்கிய வாசகன்; அப்புறம்தான் எழுத்தாளன். எனவே நீங்கள்தான் நான். ஓர் இலக்கிய வாசகன் ஆழ்ந்து பயணம் கொள்ளும் வகையில் இந்த நூல் அமைந்திருக்கிறது என்று உறுதியாக நம்புகிறேன். வாசிக்கையில் அவ்வெண்ணமே உங்களையும் ஆட்கொள்ளும் என்றும் எதிர்பார்க்கிறேன்.

ஜெகதீஷ் குமார்
வால்டர்பரோ, தெற்கு கரோலைனா
ஏப்ரல், 2024.

உள்ளே...

1. ஊனுடல் — 27
2. நீலத்தழல் — 54
3. பேராசிரியரின் கிளி — 77
4. கர்மா — 97
5. பிறப்பொக்கும் — 118
6. கல்லளை — 137
7. அசைவும், பெருக்கும் — 159
8. நாணயம் — 188
9. பொற்குகை ரகசியம் — 211
10. அப்பாவின் மேஜை — 223
11. நல்ல சிவம் — 240
12. ஒப்பனை — 254
13. வழியனுப்புதல் — 273
14. கனவுகளின் உபாசகன் — 283
15. ஜி.எச் — 298

மூன்று குறுங்கதைகள்

16. சொல்லப்படாத கதை — 312
17. தேங்காய்ச் சில்லு — 316
18. பேசும் மலர் — 321

ஊனுடல்

கடல் மீது எழுந்து நின்றிருந்த நிலவின் மென்னொளியும், அதன் கரையில் அமைந்த குடிலின் கால்களில் செருகப்பட்டிருந்த தீப்பந்தங்களின் ஒளியும் உணவுமேஜை மீது விழ, ஒரு கணம் கண்ணிமைக்காமல் அதையே பார்த்து நின்றான் சங்கமேஸ்வரன். கிரில் செய்யப்பட்ட லோப்ஸ்டர், சோறும் கருதியாவும், வறுத்த டூனா துண்டங்கள், ரொட்டியும் மசூனியும், டெவில் செய்யப்பட்ட கோழிக்கறி, தொட்டுக் கொள்ள ரிஹாக்குரு, அப்பளம். குடிப்பதற்கு வைக்கப்பட்டிருந்த மதுவகையின் பெயர் ப்ளாக்பெர்ரி சங்கிரியா என்று நினைவு வந்தபோது சங்கமேஸ்வரனுக்குத் தன்மேலேயே வியப்பாக இருந்தது. வந்து ஒரு வாரத்தில் நிறையத்தான் கற்றிருக்கிறோம். அது சரி, ஒரு மனிதனால் இத்தனையும் ஒருவேளையில் உண்டு முடித்து விட முடியுமா என்று அவன் சிந்திக்க முற்படுகையில் மேஜையின் முன் இருக்கையில் அமர்ந்திருந்த மனிதர் அவனை அழைத்து சுய நினைவுக்குக் கொண்டு வந்தார்.

''ஹே, பாய், பிரிங் மி எ ஹைனிக்கன்!''

''யெஸ் சார்,'' என்று சொல்லிவிட்டு, விறுவிறுவென்று பாரை நோக்கிச் சென்றான். காக்டெயில் ஏதேனும் கலப்பதென்றால்தான் மேலாளர் விஜயசிங்கேயின் உதவி தேவை. பியர் வகைகளைக் கொண்டுவர பெயர் வாசித்து, தேர்ந்தெடுக்கத் தெரிந்தால் போதும். பாருக்குள் நுழைந்து, குளிர்பதனப் பெட்டியைத் திறந்து பியர் வரிசையில் ஹைனிக்கனைத் தேடிக் கொண்டிருக்கையில், பக்கவாட்டிலிருந்து தன்னை யாரோ பார்ப்பது போலிருந்தது. தன்னிச்சையாக வலப்பக்கம் திரும்பினான். மூன்றாவது விருந்தினர் அறையின் கதவு திறந்திருந்தது. குனிந்து நின்றபடி ஐனி மெத்தைக்கு உறைமாற்றிக் கொண்டிருந்தாள். தன் வேலையை நிறுத்தாமல், இவனைப் பார்த்துப் புன்னகைத்துக் கையசைத்தாள். அவளது கருப்பு வண்ண புருகா ஒரு பக்கம் நகர்ந்து கழுத்துக்குக் கீழே வெண்ணிற முக்கோணத்தைக் காட்டியது. இவன் மலர்ந்து புன்னகைத்துக் கையசைத்தான். அவனை அவளிடம் வருமாறு சைகை காட்டினாள். இவனும் சைகையிலேயே, 'பொறு, வருகிறேன்', என்று சொல்லி விட்டு, விருந்தினருக்கு பியர் எடுத்துச் சென்றான்.

ரிசார்ட்டிலிருந்து வெளியேறி, கடற்கரை மணலில் நடந்து குடிலை அடைவதற்குள், கடற்காற்று அவன் ஆடைகளுக்குள் புகுந்து குளிரேற்றி விட்டது. தீவுக்குள் அவன் முதலாளி கொடுத்த அறையில் தங்கியிருந்த போது இரவில் புழுங்கிக் காய்ந்தது. பகலில் மண்டை பிளக்கும் வெயிலில் அவன் செங்கல் அடுக்கி சிமெண்ட் பூச வேண்டும். இரவில் பத்து பேருடன் ஒற்றை அறையில் படுக்கையைப் பகிர்ந்து கொள்ள வேண்டும். இந்த

ரிசார்ட்டிலேயே நிரந்தரமாக வேலை கிடைத்தால் எவ்வளவு நன்றாக இருக்கும்? ஐனியும் இங்கு இருக்கிறாள். அவள் பணிபுரியும் இடத்தில் வேலை என்றால், அது மேகங்களில் உறங்குவது போலத்தான். அதற்கு என்ன வழி என்று அவளிடமே கேட்க வேண்டும்.

அந்த மனிதர் இருந்த குடிலுக்கு நேர் எதிரில் அமைந்த இன்னொரு குடிலில், இரண்டாவது விருந்தினர் அறையில் தங்கியிருந்த வெள்ளைக்காரப்பெண் தனியாக அமர்ந்து கோக் அருந்திக் கொண்டிருந்தாள். இவன் குடிலைக் கடக்கையில் இவனைப்பார்த்துப் புன்னகைத்தாள். இந்த மனிதருக்குப் பரிமாறிவிட்டு, அவளுக்கு ஏதாவது வேண்டுமா என்று கேட்க வேண்டும்.

குடிலுக்குள் நுழைந்தபோது அந்த மனிதர் ஃபோர்க்கால் வறுத்த டூனாவைக் கொத்திக் கொண்டிருந்தார். ஒவ்வொரு குத்துக்கும் வலது புஜத்தில் பச்சை குத்தப்பட்டிருந்த வல்லூறு நெளிந்து, அசைந்தது. எழுந்து நின்றால் கூரையை இடித்துக் கொள்வார் போல உயரம். நிமிர்ந்து இவனைப் பார்த்தபோது அவரது சாம்பல் நிறக்கண்கள் மினுங்கின. இருள் அடர்ந்து கொண்டே வர, தீப்பந்தங்களின் ஒளியில் கண்ணாடிக்குடுவைகளின் நிழல்கள் பூதங்களைப் போல மேஜை மீது அலைந்து கொண்டிருந்தன. கோழிக்கறியின் மணம் சங்கமேஸ்வரனுக்குப் பசியைத் தூண்டியது. டூனாவை மட்டும் அவனால் பொறுத்துக் கொள்ள முடிந்ததில்லை. அதன் மணம் நினைத்தாலே குமட்டக்கூடியது. முதலாளி வீட்டில் இருந்தவரை தினம் டூனாதான். காலையில் ரொட்டி, மசூனி, மதியம் டூனாக் குழம்பும், சோறும், இரவு மீதமான குழம்பும், அதனுடன் ரொட்டியோ, சோறோ.

''ஹியர் யூ கோ, சார்,'' என்று அவர் முன்னாலேயே பியர் பாட்டிலைத் திறந்து, கோப்பையில் நுரை ததும்ப ஊற்றினான்.

''நன்றி. நேட் என்று என்னை அழை. என் பெயர் நேதன் க்ராஸ்பி. உன் பெயர் என்ன?''

''சங்கமேஸ்வரன். நீங்கள் என்னை சங்கு என்று அழைக்கலாம்.''

கொமாரபாளையத்தில் சங்கமேஸ்வரன் என்ற பெயரில் உள்ளவர்களைத் தேடுவது, மாலத்தீவு ஜெட்டியில் டூனா மீனைத் தேடுவது போலத்தான். வருகைப்பதிவேடு எடுக்கும் ஆசிரியர் இந்தப் பெயரை உச்சரித்தால் நாலைந்து பேர் தலைதூக்குவார்கள். இனிஷியல் போட்டு அழைத்தால்தான் யார் எவரென்று தெரியும். கொமாரபாளையத்திலிருந்து பழைய பாலம் வழியாக காவேரி நதியைக் கடந்தால், பவானி பழைய பேருந்து நிலையத்தின் அருகில் ஆற்றங்கரையில் அமைந்திருக்கும் சங்கமேஸ்வரர் திருக்கோயில்தான் அந்தப்பகுதியிலுள்ள பல பையன்களுக்குப் பெயர்க்காரணம். காவேரி, பவானி, சரஸ்வதி (இது மட்டும் அந்தர்வாகினியாக ஓடுவதாக ஐதீகம்) என மூன்று நதிகள் சங்கமிக்கும் இடத்தில் கோயில் கொண்டதால் மூலவருக்கு அந்தப் பெயர். ஆனால் பையன்கள் எல்லாருமே பெயர் சுருங்கி சங்கு என்றுதான் அழைக்கப்படுவார்கள்.

''சங்கா- மேய்ஸ் - வா- ரான்'' என்று சொல்லிப் பார்த்துக் கொண்டார். ''எனக்குக் கடினம்தான். நான் உன்ன சங்குன்னே கூப்பிடுறேன்,'' என்று சொல்லி நட்பாகப் புன்னகைத்தார்.

சங்குவும் பதிலுக்குப் புன்னகைத்தான்.

''சங்கு, எனக்கு ஒரு காரியம் செய்வியா? எதிர்குடிலில் இருக்கும் அந்தப் பெண்ணிடம் சென்று சொல்லு. அவளது இரவு

உணவு என் கணக்கில் என்று. அவளுக்கு என்ன வேண்டுமோ அதைக்கேட்டு, அவளுக்குக் கொண்டு வா. செய்வியா?'' என்றார். முடித்தபின், தலைதிருப்பி எதிர்க்குடிலைப் பார்த்துப் புன்னகைத்தார்.

''கண்டிப்பாக, நேட்,'' என்றான், புன்னகை மாறாமல்.

எதிர் குடிலில் இருந்த பெண்ணின் பெயர் க்ளோரியா என்று அவனுக்குத் தெரியும். ஜியார்ஜ்யா நாட்டிலிருந்து வந்திருந்தாள். வந்து பத்து நாட்களாயிற்று. பகலில் பெரும்பாலும் அறைக்குள்ளேயோ, ஏதேனும் மேஜையில் அமர்ந்து கணிப்பொறியைத் தட்டியபடியோ இருப்பாள். வெயில் இறங்கியதும் கடலுக்கு நீந்தச் சென்று விடுவாள். சங்கு அவளிடம் அதிகம் பேசியதில்லை. ஐனிதான் அவள் அறையைத் தூய்மை செய்வதிலிருந்து, உணவு வழங்குவது, அவளுக்குத் துணையாக மக்கள் வசிக்கும் தீவுக்குள் சென்று வருவது என்று கூடவே இருப்பாள். க்ளோரியா சங்குவை விட உயரம். இளமையின் உச்சத்தில் திமிறும் வாளிப்பான உடல் வாகு. பொன்னிற முடி. பார்த்துக்கொண்டே இருக்கத் தூண்டும் மாசு மருவற்ற அழகிய நீள் வட்ட முகம். பளிங்கு குண்டுகள் போன்று கனவு மிதக்கும் கண்கள். சங்கு பலமுறை நீச்சல் உடையில் அவளைக் கண்டிருக்கிறான். திடமான, வழவழப்பான கெண்டைக் கால்களையும், தொடைகளையும் அவனையறியாது உற்றுப்பார்த்துக் கொண்டிருந்து விடுவான். அவள் அவன் பார்வையை சட்டை செய்யாமல், ஒரு புன்னகையை வீசி விட்டுக் கடந்து செல்வாள். இவனுக்கு ஒரே வெட்கமாகவும், தன் மீதே கோபமாகவும் இருக்கும். தலையிலடித்துக் கொள்வான். இன்னொரு முறை அவள்

கண்ணில் படும்போது அவளைப் பார்ப்பதைத் தவிர்க்க வேண்டும் என்று நினைத்துக் கொள்வான். ஆனாலும் அவள் தென்படும்போதெல்லாம் பார்வை மீண்டும், மீண்டும் அவள் மீதே மேய்ந்து கொண்டிருந்தது.

குடிலுக்குள் நுழைந்து நேட்டின் விருப்பத்தை அவளிடம் தெரிவித்தான். இதுதான் அவளுடன் பேசும் முதல் முறையாதலால் சற்றுத் தயங்கிப் பேசினான். ஆனால் அவள் இவனைப் பார்த்ததும் முகம் மலர்ந்து, இவன் சொன்னதைக் கூர்ந்து கவனித்துக் கேட்டாள். அவளும் அவனது பேரென்ன என்று கேட்டுக்கொண்டாள். தனது உணவு விருப்பத்தைத் தெரிவித்தாள். பீஃப் ஃபிரைடு நூடுல்ஸ், தந்தூரி சிக்கன், குடிப்பதற்கு லாங் ஐலண்ட் ஐஸ்டு டீ எடுத்து வரச் சொன்னாள். இங்கிருந்து நேட்டைப் பார்த்துக் கையைசைத்தாள்.

சமையலறைக்கு வந்து செஃப் ஷஹீதிடம் ஆர்டர்களைக் கொடுத்தான். விஜயசிங்கே வரவேற்பறை மேஜையில் அமர்ந்து கிரிக்கெட் பார்த்துக் கொண்டிருந்தார். சங்கு அவரிடம் காக்டெயில் ஆர்டர் குறித்துச் சொன்னான். ''ஓ! கேப்டன் ஆள் புடிச்சிட்டாரா! நீ பாரு தம்பி இன்னும் கொஞ்சம் நேரத்துல ரெண்டு பேரும் ஒரே குடில்ல உக்காந்து சாப்புடுவாங்க. நமக்கெல்லாம் இப்படி அமையுமா?''

உணவு தயாராக இருபது நிமிடங்களாவது ஆகும். சங்கு ஐனியைத் தேடிக்கொண்டு போனான். அவள் மூன்றாவது அறையின் குளியலறையில் புதிய துவாலைகளை வைத்துவிட்டு, பழையனவற்றைச் சேகரித்துக் கொண்டிருந்தாள்.

''எப்பவுமே வேலையிலேயேதான் இருப்பியா?'' என்றான்.

‘‘செய்யாம உட்கார்ந்துருந்தா மேனேஜர் ஏதாவது வேல சொல்லிக்கிட்டே இருப்பாரு. அதுக்கு நாமளே எதாவது செஞ்சிகிட்டு நேரத்த ஓட்டலாம்.’’ துணி மூட்டையைக் கீழே வைத்துவிட்டு, படுக்கையின் மீது அமர்ந்தாள். ‘‘உட்கார்,’’ என்றாள். சங்கு படுக்கைக்கு அருகில் இருந்த இருக்கையில் அமர்ந்தான்.

‘‘யார் அவரு? எந்த ரூம்ல தங்கப் போறாரு?’’ என்றான். ஐனி சகலமும் அறிவாள்.

‘‘அவர் அமெரிக்காக்காரர். இங்க தங்கறதுக்கு வரல. ஸ்னார்கெல்லிங் பண்ண வந்துருக்காரு. அவரோட சொந்த யாட்ல. இங்கருந்து ரீஃப் தாண்டி கடலுக்குள்ள நங்கூரம் போட்டு யாட் நின்னுகிட்டிருக்கு. இவரு நம்ம ரெசொர்ட் போட்ல இங்க வந்துருக்காரு. சாப்புட்டுட்டு கௌம்பிருவாரு. அந்தமான், ஸ்ரீலங்கா போய்ட்டு அப்படியே இங்க வந்துருக்காருன்னு மேனேஜர் சொன்னார்.’’

‘‘ஐனி, நீ எப்படி இந்த வேலக்கு வந்தே? எனக்கு இங்க வேல கெடைக்கணும்னா நான் என்ன பண்ணணும்?’’

‘‘நானா? நான் பத்தாவது முடிச்சவுடனே ஆன்லைன்ல அப்ளை பண்ணேன். உடனே இண்டர்வ்யூ பண்ணி, வேலைக்கு வரச்சொல்லிட்டாங்க. எங்க அம்மாதான் ஒத்துக்கவேயில்லை. எங்க தீவிலருந்து இந்த ரெசொர்ட்டுக்கு வர்றது பதிமூணு மணி நேரம் போட்ல வரணும். அம்மாட்ட சண்ட போட்டுதான் வந்தேன். நீ இந்தியன் இல்ல? உனக்கு ப்ரொசீஜர் எப்படின்னு தெரியலயே? மேனேஜர்கிட்ட கேட்டுப் பாரேன்.’’

''அய்யோ, அந்த ஆள் எங்க ஓனர்கிட்ட போட்டுக் குடுத்துருவாருன்னு பயமாயிருக்கு,'' என்றான். ஐனி அவனுக்கு மிக அருகில் அமர்ந்திருந்தாள். ரிசொர்ட்டு பெயர் பொறித்த இறுக்கமான சிவப்பு வண்ண டிஷர்ட் அணிந்து, அதன் மேல் புருகாவைத் தவழ விட்டிருந்தாள். புருகாவின் வட்ட விளிம்பிற்குள் அவள் முகம் மைவிழிக் கண்களுடனும், ரத்தச் சிவப்பில் பளபளக்கும் உதடுகளுடனும், இருகைகளாலும் அள்ளிக் கொள்ள வேண்டும் போலிருந்தது. மென்மையான, சற்றே மேல் நோக்கிய அந்தச் சிறுமூக்கை விரல் கணுக்களில் பிடித்து நிமிண்ட வேண்டும் போல. அவள் அணிந்திருந்த ஜீன்ஸும் இறுக்கமாக இருந்தது. அவள் கால்களின், தொடைகளின் வடிவத்தைக் காட்டி நின்றது. ஐனி விரல்களை மடக்கி நகங்களை ஆராய்ந்து கொண்டிருந்தாள். அப்படியே எழுந்து, அவளை இறுகக் கட்டியணைத்து உதடுகளில் முத்தமிட்டு விட்டால் என்ன?

ஐனி தலை நிமிர்ந்து சைகையில் என்ன என்று கேட்டாள். அவளையே பார்த்துக் கொண்டிருந்ததை அறிந்திருப்பாள் போலும். இவன் புன்னகையுடன் ஒன்றுமில்லை என்று தலையாட்டினான்.

''எங்கம்மாவும் நான் பிளைட் ஏறும் நாள் பயங்கரமா அழுதாங்க. நான் ஒரே பையன் அவங்களுக்கு. என்னவிட்டு அவங்க பிரிஞ்சதேயில்ல,'' என்றான்.

சங்கமேஸ்வரன் பத்தாவது முடித்ததே அவனது அம்மாவின் போராட்டத்தில்தான். அவன் அப்பா பெருங்குடிகாரர். தறிபோடச் செல்வது, வாரக்கூலி வாங்கியவுடன் அதைக் குடித்து அழிப்பது என்பதையே வாடிக்கையாகக் கொண்டிருந்தார். வீட்டுச்செலவுக்கு

அவர் தரும் காசில் நாய்க்குக் கூட சோறு வைக்க முடியாது. சங்குவின் அம்மா பகலில் எம்.என்.எம் தொழிற்சாலையில் எம்ப்ராய்டரி பிரிவில் வேலை பார்த்தும், மாலை வேளைகளில் வீட்டில் டஜன் கூலிக்குக் கர்சீஃப் தைத்தும் கணவனையும், மகனையும் போஷித்து வந்தாள். சங்குவின் படிப்பை நிறுத்தி விட்டு, தறி ஓட்ட அனுப்பச் சொல்லி அவன் அப்பா தகராறு செய்யாத நாட்கள் அரிது. மாலை வேளைகளில் குடித்து விட்டு வந்து ஏதோ ஒரு காரணத்தைப் பிடித்துக் கொண்டு அம்மாவை அடிக்க ஆரம்பித்து விடுவார். சங்கு சுவற்றோடு ஒட்டி, நெஞ்சு நடுங்க அந்தக் காட்சியைப் பார்த்தபடி அமர்ந்திருப்பான். வசைச் சொற்கள் பொழிந்தபடி, அம்மாவின் தலைமுடியைக் கொத்தாகப் பிடித்தபடி முகத்தில் மாறி, மாறி அறைவார். அல்லையில் எட்டி உதைப்பார். அம்மாவிடம் இருந்து ஒரு எதிர்ச்சொல் எழாது. ஏங்க, விட்டிருங்க, முடியலங்க, பையன் பாக்கறாங்க, என்றுதான் திரும்பத் திரும்ப அரற்றிக் கொண்டிருப்பாள். அவ்வப்போது அவனுக்கும் ரெண்டு எத்து விழும். கோரைப்பாய் விரித்து, சுருண்டு படுத்து, அயர்ந்து உறங்கும் அம்மாவின் முகத்தை நள்ளிரவில் புரண்டு படுக்கையில் காண வாய்க்கும். உதடுகள் வீங்கி, கன்னங்கள் கன்னிச் சிவந்து, வற்றாது அழுத கண்ணீர் கண்களின் கீழே வழிந்து, காய்ந்த புகையிலை போலச் சுருங்கிக் கிடப்பாள். ஏன் அம்மா உனக்கு இந்த வாழ்க்கை? இந்த ஆளை விட்டுப்போய் வேறெங்காவது நாம் வாழ்ந்து கொள்ளலாமே என்று மானசீகமாக ஆயிரம் முறையும், நேரடியாகவே அவளிடம் பலமுறையும் கேட்டிருப்பான். ஆம்பள இல்லாத வீடு என்றால் ஊர் பழி சொல்லும். உனக்கு அது புரியாது. நீ உன் படிப்பை மட்டும்

கவனி. உனக்கொரு வாழ்க்கை அமைந்தால் அது போதும் எனக்கு என்று அவன் வாயை அடைத்து விடுவாள்.

ஒரு நாள் அவனது அப்பா அந்தியூர் குதிரைச் சந்தைக்கும், குருநாதசாமி கோயிலுக்கும் சென்றவர் திரும்பவேயில்லை. ஆள் விட்டு சகல திசைகளிலும் தேடிப் பார்த்தாயிற்று. காவல்துறையில் புகார் கொடுத்து, இரண்டு ஆண்டுகளாகியும் இன்னும் தேடிக் கொண்டுதான் இருக்கிறார்கள். சங்குவுக்கு பெருத்த நிம்மதியாக இருந்தது. இனி அம்மாவுக்கு அப்பாவின் சித்திரவதைக் கொடுமை இல்லை. வாழ்வில் முதல் முறையாக நம்பிக்கை ஒளிக்கீற்றைத் தரிசித்த மாதிரி இருந்தது. ஆனால் அம்மா முன்னிருந்ததை விடப் பெரிதும் தளர்ந்து விட்டாள். அவளது ஆத்மாவிலிருந்து ஆதாரமான ஏதோ ஒன்றை உருவி எடுத்ததைப் போல. ஒரே வாரத்தில் பத்து கிலோ எடை குறைந்தாள்.

சங்குவுக்கு ஐந்து வயது ஆகும் வரையிலுமே அவன் அம்மாவின் முந்தானையைப் பிடித்துக் கொண்டு அவள் பின்னாலேயே சுற்றிக் கொண்டிருப்பான். அவள் நின்று கொண்டிருக்கையில் அவள் இடுப்பில் கை சுற்றி, மெத்து மெத்தென்று தலையணை போன்ற அவளது தொடையில் தலை சாய்த்துக் கொள்வான். அவள் தன் கையை அவன் மேல் போட்டு அவனை அணைத்துக் கொள்வாள். அந்த நிலை இவ்வுலகின் குரூரங்களினின்றும் விலகி அமையும் அடைக்கலம் என்றும், நான் என் அன்னையின் அணைப்புக்குள் பாதுகாப்பாக இருக்கின்றேன் என்றும் அவன் நினைத்துக் கொள்வான். தாயின் கையறு நிலையை எண்ணி பலமுறை தேம்பி அழுது அவளது புடவையை நனைத்திருக்கிறான். தாய்க்கோழியின் அடிவயிறு போல சூடு தந்த

அவளது தொடைகள் இப்போது சதை வற்றிப்போய் கால்கள் குச்சிக் கால்களாகிவிட்டன. எந்த நேரமும் உடைந்து நொறுங்கி விழக்கூடிய கண்ணாடிப் பாத்திரத்தைப் போல நடமாடிக் கொண்டிருந்தாள் அம்மா.

மில்லில் வேலை செய்த சண்முகம் அண்ணன் மூலம் மாலத்தீவுகளில் அவனுக்கு இந்த வேலைக்கான வாய்ப்பு வந்த போது, அவனை வெளிநாடு அனுப்புவதில் அம்மா மிகவும் குறியாக இருந்தாள். நீ போ கண்ணு, இரண்டு வருஷம் சம்பாதிச்சா அப்புறம் அந்தக் காச வச்சு நீ எதாவது தொழில் செஞ்சு பொழச்சுக்கலாம். இல்ல மேல படிக்கலாம். அம்மாவால உன்ன படிக்கவைக்கிற அளவுக்கு சம்பாதிக்க முடியிலேயேடா என்று புலம்பினாள். சங்குவுக்கு அம்மாவை விட்டுப் போக மனதே இல்லை. அத்தை வீட்டில் அம்மா தங்கிக் கொள்வதாக ஏற்பாடான பிறகு ஒரு மாதிரி நிம்மதி ஏற்பட்டது. பிறகுதான் விமானம் ஏறினான்.

''எங்கம்மா என்ன அனுப்ப மறுத்ததுக்குக் காரணம் வேற. முஸ்லிம் பொண்ணுங்கள இப்படி ரிசொர்டுக்கு வேலக்கு அனுப்பினா கெட்டுப் போயிடுவாங்கன்னு பயம். கடல் நடுவுல தனித்தீவு, விடுமுறைக்கு வர்றவங்கள விட்டா கொஞ்ச பேருதான் உள்ள. என்ன வேணா நடக்கலாம், இல்லியா?'' சங்கமேஸ்வரனைப் பார்த்துக் கண்சிமிட்டிச் சிரித்தாள் ஜனி.

உணவு தயாராகி விட்டதைக் குறிக்கும் வகையில் ஷஹீது மணி அடித்தார். உணவைப் பெற்றுக்கொண்டு குடில்கள் நோக்கிச் சென்றபோது மேனேஜர் சொன்னதை போலவே நேட்டின் குடிலுக்கு க்ளோரியா இடம் பெயர்ந்திருந்தாள். இருவரும்

நாட்பட்ட நண்பர்களைப் போல குலுங்கிச் சிரித்து உரையாடிக் கொண்டிருந்தார்கள். வெள்ளைக்காரர்கள் மட்டும் எப்படி நொடிப்பொழுதில் நண்பர்களாகி விடுகிறார்கள்? அதுவும் அழகான பெண்களிடத்தில் கூட! கொமாரபாளையத்தில் ஓர் அழகான பெண் எதிர்ப்பட்டால் அவளைக் கண்கொண்டு பார்ப்பது கூடக் குற்றச்செயல் போல பாவிக்கப்படும். பதிலுக்கு அந்தப் பெண்ணின் சீற்றப்பார்வையில் குறுக நேரிடும்.

தன் உணர்வுகள் வெளித்தெரியக்கூடாதென்ற எச்சரிக்கையுடன், புன்னகையால் முகத்தின் உணர்வுகளை மறைத்தபடி, உணவுத் தட்டங்களை மேஜை மீது வைத்தான் சங்கமேஸ்வரன். நேட் மிகுந்த உற்சாகமாக இருந்தார். ஏற்கனவே அவர் ஆர்டர் செய்திருந்த உணவு வகைகளில் ஒவ்வொன்றிலும் கால் வாசி மட்டுமே உண்டிருந்தார். மேஜை மீதிருந்த எல்லா உணவு வகைகளும் குதறப்பட்டு அலங்கோலமாகக் காட்சியளித்தன. நேட் இவன் தோளில் கைவைத்தார்.

''சங்கு, உன் மேனேஜரிடம் சொல்லி விட்டேன். நீ இன்றிரவு என் யாட்டுக்கு வருகிறாய். எங்களுக்கு உதவி செய்வதற்காக. அவரிடம் கேட்டு என்னென்ன தேவையோ எடுத்துக் கொள். எனக்கு அரை டஜன் ஹைனிக்கனும், நாலைந்து மார்ல்பாரோ சிகெரட் பாக்கெட்டுகளும் எடுத்துக் கொள். உனக்கு, க்ளோரியா?''

''உன் பியரையும், சிகரெட்டுகளையும் நான் பகிர்ந்து கொள்கிறேன். போக எனக்கு ஒரு ஓல்ட்ஃபாரஸ்டர் பார்பன் ஃபுல் பாட்டில் எடுத்து வா. அதை நான் உன்னுடன் பகிர்ந்து கொள்கிறேன், நேட்,'' என்று சிரித்தாள் க்ளோரியா. ''அப்புறம்

நடுராத்திரியில் பசித்தால் என்ன செய்வது? உன் விருப்பத்துக்கு உணவும் ஆர்டர் பண்ணிவிடு.''

''பையனுக்கு விபரம் தெரியுமா என்று தெரியவில்லை. எழுதிக் கொடுத்து விடலாம்,''

க்ளோரியாவின் கன்னங்கள் தீயொளியில் மினுங்கின. மிக அருகில் அவள் நெஞ்சு ஏறித்தாழ்ந்து கொண்டிருந்தது.

நேட் அவர்களது இரவுத் தங்கலுக்குத் தேவையானவற்றை ஒரு காகித நாப்கினில் எழுதிக் கொண்டிருந்தார்.

''சங்கு, சங்கு, என்னைப் பார்! இதோ இந்தப் பட்டியலை விஜயசிங்கேயிடம் கொண்டு கொடு. எல்லாம் தயாரானதும் வந்து சொல். நாங்கள் இங்கேயே நேரத்தைக் கழித்துக் கொண்டிருப்போம். அந்தப்பெண் வருவதையும் சொல்லியாகி விட்டதா, க்ளோரியா?''

''மேனேஜர் மதுபானத்தைக் கொண்டு வந்து கொடுத்தபோதே சொல்லிவிட்டேன்.''

''சங்கு, நீயும் அந்தப் பெண்ணிடம் சொல்லி கொஞ்சம் இரண்டு அறைகளுக்குத் தேவையான மாற்று பெட்ஷீட்களையும், தலையணை, துண்டுகளையும் எடுத்து வரச்சொல்லிவிடு. நீயும் என் யாட்டில்தான் இரவு தங்குகிறாய்.''

அவர் கொடுத்த பட்டியலை வாங்கிக்கொண்டு சென்றவன், வரவேற்பறையை அடையுமுன்னே, பாருக்கு முன்னால் இருந்த ஸ்டூலில் அமர்ந்து கொண்டான். அவனால் நம்பமுடியவேயில்லை. இப்போதுதான் பார்த்துக் கொண்டார்கள். அதற்குள் நண்பர்களாகி

விட்டார்கள். ஒரே படகில் இரவு தங்கவிருக்கிறார்கள். ஒரே அறையில்! அப்புறம் என்ன? அந்த ஆள் அவளைத் தன்னோடு அழைத்துச் சென்று விடுவானா? திருமணம் என்று எதாவது உண்டா அல்லது விரும்பும் வரை இணைந்திருப்பார்களா? அவன் மனதில் கேள்விகள் அலைமோதிக் குழப்பக் குப்பைகளை வெளிக்கொணர்ந்து கொண்டிருந்தது. அவனது பதின்வயது மனத்துக்குள் இந்தக் குழப்பங்கள் மூச்சுத் திணறுமளவுக்கு நிரம்பிவிட்டன.

ஐந்து வருடங்களுக்கு முன் பெண் எனும் வடிவம் இப்படி வினோதமான துன்பத்தை அளித்ததில்லை. அம்மா, அத்தை, பாட்டி, பக்கத்து வீட்டு அக்கா, சந்து வீடுகளுக்குள் விளையாடும் குட்டிப்பாப்பாக்கள் என்று எல்லாருக்கும் தனித்த அடையாளமிருந்தது. தன் வயதொத்த சிறுமியரிடம் போட்டியும், சண்டையும் போட்டிருக்கிறான். வன்மத்துடன் விலகி இருந்திருக்கிறான். ஆனால் ஐந்து வருடங்களாகப் பெண்ணின் இளம் உடல் மனதுள் விஸ்வரூபம் எடுத்து நிற்கிறது. எந்நேரமும் அதே நினைப்பு. பெண்ணில் என்ன உண்டு என்றறியும் ஆவல். ஆணினின்றும் பெண் எங்ஙனம் வேறுபட்டவள், எது என்னை அவளிடம் ஈர்க்கிறது என்று புரியாத திகைப்பு. வெள்ளைச் சட்டையும், நீலப்பாவாடையும், ரிப்பன் வைத்த ரெட்டைச் சடையுமாக, பொருட்படுத்தத்தகாத மெலிந்த தேகத்துடன் பள்ளியில் ஆறாவது வரை கூடப்படித்த பெண்கள் இரண்டு வருடங்களில் பொலிவும், மெருகும், வனப்பும் கூடி, தேவதைகளாக தாவணிகளில் வலம் வர ஆரம்பித்து விட்டனர். எதற்கெடுத்தாலும் குழைந்தனர்; வெட்கிச் சிவந்தனர். ஒவ்வொரு

எட்டும் கணித்து, ஒயிலோடு இடையை இழைத்து நடந்தனர். குறிப்பாக பையன்கள் மத்தியில் தங்களை தேவதைகளெனவே நிறுத்திக் கொண்டனர். கூடப் படித்த பையன்களுக்கும் அப்பெண்களைக் கண்டால் இவனைப் போலவே உடலெங்கும் ஒரு குறுகுறுப்பு.

''என்னடா, இப்படி இருக்காளுக? பாத்தா எதோ பண்ணணும் போலவே இருக்கு. ஆனா நம்ப பக்கம் திரும்பிக்கூடப் பாக்க மாட்டிங்கறாளுக,'' என்றான் மணி.

சங்கு எதுவும் பதில் சொல்லவில்லை. அவனுக்குள் ஓடுவதையெல்லாம் வெளியில் சொல்லிவிடவே முடியாது. தனியாக எழுதி அவன் மட்டுமே வாசிக்கலாம் என்றால் கூட மறுத்து விடுவான்.

''அதெல்லாம் அவங்க காட்ற சிக்னல புரிஞ்சுக்கத் தெரிஞ்சுக்கறவனுக்குத்தான் ஈசி. பாடத்துல எதோ சந்தேகம் கேட்கற மாதிரி வருவாளுங்க. ரெகார்டு வாங்கிக் குடுக்கச் சொல்லி கேப்பாளுங்க. நாமதான் புரிஞ்சுக்கணும். ஒரு வாட்டி கிருஷ்ண வேணியை பஜ்ஜிக்கடை சந்தில வச்சு கிஸ்ஸடிச்சுட்டேன். அவ எதுவும் நடந்த மாதிரி காட்டிக்கவே இல்லியே! அவங்களும் அதுக்குத்தான் ஏங்குறாங்க மாப்ள,'' என்றான் முனிராஜ்.

''உந்தைரியம் எல்லாருக்கும் வருமா மாப்ளே, மச்சண்டா உனக்கு,'' என்று அவன் தோளில் தட்டினான் மணி.

''தைரியம் கரெக்டு. மச்சமெல்லாமில்ல, இந்த ஊர்ல புள்ளிங்க கூட தனியா இருக்கற மாதிரி அமையறதே வரம். அதையெல்லாம் உபயோகப்படுத்திக்கணும் மாப்ள,''

அந்த தைரியம் சங்குவுக்கு எப்போதும் இருந்ததில்லை. ஆசை மட்டும் எல்லாரையும் விடப் பெருகி நிறைத்துக் கொண்டிருந்தது. வாய்ப்பும் பெரிதாக அமையவில்லை. அமைந்த வாய்ப்புகளையும் அச்சம் தின்று துப்பியிருந்தது.

ஜனியும் வருகிறாள். ஜனி! இந்த இரவு அந்த வாய்ப்பைத் தரும் இரவா? தனிமையில் இன்று நேட்டின் யாட்டில் இருக்கப் போகிறோம். அவளும் இன்றிரவு படகிலேயே தங்கி விடுவாளா? எத்தனைப் படுக்கையறைகள் அப்படகிலிருக்கின்றன? இல்லை, தன்னை வெளியில் படுக்கச் சொல்லி விடுவார்களா? கேள்விகள் அவனை இறுக்கிக் கொண்டிருந்தன.

ஜனி உற்சாகமாக இருந்தாள். ''நடு இரவில் யாட்ல இருந்து நடுக்கடலப் பார்க்கறது எவ்வளவு உன்னதமான அனுபவம் தெரியுமா? என் அண்ணன் எப்போதுமே அது பற்றியே பேசிக் கொண்டிருப்பான். தோழர்களுடன் கடலுக்கு அதிகாலை இரண்டு, மூன்று மணிக்குச் செல்வான். அந்த நேரத்தில் கடலோடு இருப்பதென்பது சிலிர்ப்பூட்டும் அனுபவம் என்பான். இன்று அதைக் காண எனக்கு வாய்த்திருக்கிறது,'' என்றாள். பரபரப்பாக பெரிய துணிப்பைகளுக்குள் துவாலைகளையும், பெட்ஷீட் களையும் திணித்துக் கொண்டிருந்தாள். ''க்ளோரியா அவள் அறையிலிருந்து குளியலுக்கும், ஒப்பனைக்குமான சாதனங்களையும் கொண்டு வரச் சொல்லியிருக்கிறாள்.'' குளித்து, நீல வண்ண நீள் அங்கிக்கு மாறி ஒரு தூரிகையைப் போலிருந்தாள்.

சங்கு பொதுக் குளியலறைக்குச் சென்று அவசரமாகத் தலைக்குக் குளித்தான். சமையலறைக்குப் பின்புறம் அவனுக்கு ஒதுக்கப்பட்டிருந்த சிறிய அறையில் வெளிர் நீல டிஷர்ட்டும்,

ஜீன்ஸும் அணிந்து கொண்டான். ஈரம் காயாத தலைமுடியை பின்னோக்கி அழுந்த வாரிக்கொண்டான். கண்ணாடியில் முகத்தைப் பார்த்து, கண்களை விரித்து, அகலப் புன்னகை செய்து தன்னை மலர்த்திக் கொண்டான்.

ஷஹீதிடம் சென்று உணவு வகைகளைச் சூடு குறையாத வண்ணம் பெட்டிகளுக்குள்ளும், மதுவகைகளையும் சேகரித்துக் கொண்டான். எல்லாப் பொருட்களையும் எடுத்துக் கொண்டு பார் பக்கம் வந்தபோது அங்கு ஐனி இல்லை. இவனுக்காகக் காத்திருப்பாள் என்று எதிர்பார்த்திருந்தான். சுற்றிலும் கண்களை ஓட்டிய போது யாருமே இல்லை என்று புரிந்தது. குடில் காலியாகி விட்டது. எல்லாரும் யாட்டுக்குக் கொண்டு செல்லும் படகுக்குப் போய்விட்டார்கள். ஓட்டமும் நடையுமாக ரிசொர்ட் ஜெட்டியை சென்று அடைந்தான். எதிர்பார்த்ததைப் போலவே நேட், க்ளோரியா, ஐனி மூவரும் படகுக்குள் இருந்தார்கள். நேட் க்ளோரியாவின் இடுப்பில் கைபோட்ட வண்ணம் கடலுக்குள் இருளில் எதையோ காட்டி, என்னமோ பேசிக் கொண்டிருந்தான். ஐனி படகின் விளிம்புக் கம்பியின் மீது கைகளை வைத்து, தலை சாய்த்து ஏதோ சிந்தனையில் இருந்தாள். படகோட்டி என்ஜினை துவக்கி ஓடவிட்டிருந்தான். இவனிடமிருந்த பெட்டிகளையும், பைகளையும் வாங்கி உள்ளே வைத்து விட்டு, இவனுக்குக் கைகொடுத்து உள்ளே ஏற்றிவிட்டான். படகு நகரத் துவங்கியது.

சங்கு ஐனிக்குப் பக்கத்தில் சென்று நின்றான். அவள் இவன் பக்கம் தலை திருப்பவில்லை. நிலவு நன்றாக மேலெழுந்து விட்டது. முக்கால் வாசி நிலவுதான். ஆனால் படகு சற்றே உள் நோக்கிச் சென்றதும் அதன் ஒளி பிரவாகமாய் எழுந்து பொழிந்து, படகு ஒரு தந்தத்தைப் போலக் காட்சியளியத்தது. விளக்குகள்

அணைக்கப்பட்டுவிட படகெங்கும் அதன் ஒளி வழிந்து கொண்டிருந்தது. கடல் மவுனமாக நிலவை ஏந்திக் கொண்டிருந்தது. எல்லையற்ற அதன் பரப்பெங்கும் நிலவின் வெள்ளை நிழல். என்ஜினின் விர்ர்ர் ஒலியைத் தவிர வேறெதும் ஒலிக்காத அமைதி. ஐனி அவ்வமைதியைப் பருகியபடி நின்றிருந்ததைப் போல் இருந்தது. சங்கு படகின் விளிம்புக் கம்பியைப் பிடித்தபடி, அவளையே பார்த்துக் கொண்டு நின்றான். படகு அலைகளில் மெதுவாக ஏறி இறங்குகையிலெல்லாம் அவள் பக்கம் வலியச் சாய்ந்து அவள் மீது பட்டுக்கொண்டான். மென்மை; மிருது; சுகம். அவள் எதையும் பொருட்படுத்திய மாதிரித் தெரியவில்லை.

பத்து நிமிடங்களில் அந்தப் பயணம் முடிவுக்கு வந்துவிடும் என்று சங்குவின் ஆசை மனம் எதிர்பார்த்திருக்கவில்லை. சங்கு படகிலிருந்து பார்த்தபோது நேட்டின் யாட், தீவில் பார்த்த ஷரஃபுதீன் பள்ளிக் கட்டிடத்தை விட உயரமாயிருந்தது. அந்த இரவிலும் நிலவொளியில் அதன் தூய வெண்ணிறம் அதைச் சுற்றிலும் கடலுக்கு ஒளியூட்டிக் கொண்டிருந்தது. த ரெட் ஈகிள் என்று அதன் வயிற்றில் பூதாகரமான எழுத்துக்களில் எழுதப்பட்டிருந்தது. அந்த எழுத்துக்களைத் தன் அலகில் கவ்விக் கொண்டு ஒரு சிவப்புக் கழுகு இறக்கைகளை விரித்து மேலெழுந்து கொண்டிருந்தது. யாட்டின் படிகளைக் கண்டு பிடிப்பதற்காக படகு அதை ஒரு முறை வலம் வந்தபோது அதன் நீளம் ஐந்து படகுகளுக்குச் சமமாக இருந்தது. இவ்வளவு பெரிய படகு இருக்கும்போது இந்த மனிதர் ஏன் ரிசொர்ட்டுக்கு வருகிறார் என்று ஆச்சரியப்பட்டான் சங்கு. அப்புறம் அவர் சாப்பிட்ட உணவு வகைகளையும், க்ளோரியாவையும் நினைத்துக் கொண்டான்.

சிவப்புக் கழுகில் எல்லா அறைகளும் வெள்ளை நிறம். அந்தப் பெரும் படகே நறுக்கி வைத்த முட்டையின் முழுவெண்கரு போலத்தான் இருந்தது. மொத்தம் மூன்று படுக்கையறைகள். அதில் ஒன்றில் கழிப்பறையும், குளியலறையும் இணைக்கப்பட்டிருந்தது. அதில்தான் நேட்டும், க்ளோரியாவும் அன்றிரவைக் கழிப்பார்கள் என்று யூகித்துக் கொண்டான். கேளிக்கை மற்றும் உணவுக்கூடம் ஒன்று. பின்புறம் டெக்கில் வெள்ளையாய் விரிந்த பரப்பு வானை நோக்கியிருந்தது. மாலுமியின் காக்பிட் கூட சோஃபாக்கள், மஹோகனியில் செய்யப்பட்ட மேஜை, மூன்றடுக்கு சாண்டலியர், சுவற்றில் தொங்கவிடப்பட்ட தைல ஓவியங்கள் என்று ஆடம்பரமாக இருந்தது. படகெங்கும் கடல் மணம். பெரிய குளிர் பதனப் பெட்டி ஒன்று நடைபாதையில் இருந்தது, அதைத் திறந்து பார்த்தபோது, நீள, நீளமாய் பெருத்த பாரகுடா மீன்கள். அவற்றில் ஒன்றிரண்டு இன்னும் உயிரோடு இருந்தன.

விரைவிலேயே நேட்டும் க்ளோரியாவும் பெரிய படுக்கை அறைக்குள் சென்று விட்டார்கள். இவர்களை அடுத்தடுத்த அறைகளுக்குள் இருக்கச் சொல்லிவிட்டார்கள். பெரிய படுக்கை அறைக்கு அடுத்த அறையில் இருந்த ஒற்றைக் கட்டிலில் சங்கு அமர்ந்திருந்தான். சிறிய அறை. படுக்கையை ஒட்டி இருந்த சுவற்றுக்கு அப்பால் இருந்த அறையில் ஜனி இருந்தாள். எதிரில் இருந்த மேஜை மீது இருந்த மின் விளக்கையும், அருகில் இருந்த உணவுப் பெட்டிகளையும், மதுபாட்டில்களையும் பார்த்தபடி அமர்ந்திருந்தான். இந்த இரவு இப்படியேதான் நீளுமா? பக்கத்து அறையில் அரசல் புரசலாக ஒலிகள் கேட்டன. ஜனி அறையிலிருந்து எந்த ஒலியும் இல்லை. உறங்கி விடுவாளா?

அவளுக்கு இரவில் எந்த வேலையும் இல்லை. குறைந்தது கொஞ்ச நேரம் பேசிக் கொண்டாவது இருந்திருக்கலாம்.

கதவு தட்டப்பட்டது. வேகமாக எழுந்து சென்று திறந்தான். ஜனி! புன்னகையுடன் நின்று கொண்டிருந்தாள். ''எப்படி இருக்கு உன்னுடைய அறை?'' என்றாள்.

''ம், வசதியாத்தான் இருக்கு, தூங்க ஒரு பெட் இருக்கு, அது போதாதா?''

கழுத்தை நீட்டி, அறைக்குள் எட்டிப் பார்த்தவாறே உள்ளே நுழைந்தாள். இவன் விலகி வழி விட வேண்டியிருந்தது. டிரெஸ்ஸருக்கு மேலே வைக்கப்பட்டிருந்த கப்பல் பொம்மையைக் கையில் எடுத்து ஆராய்ந்தாள்.

''உட்காரு,'' என்றான். படுக்கைக்கு எதிரிலிருந்த நாற்காலியில் அமர்ந்தாள். அவன் படுக்கையில் அமர்ந்தான். அறைக்கதவு பாதி மூடியும், மூடாமலும், டெக்கின் வழியாக உள்ளே வந்த கடற்காற்றுக்கு முன்னும், பின்னும் ஆடிக் கொண்டிருந்தது.

''டெக்கில போய் கடல் பாப்பமா?'' என்றாள்.

''திடீர்னு கூப்பிட்டாங்கன்னா.. நீ வேணா போயேன்!''

''நீயும் வந்தா நல்லா இருக்கும்.''

காற்று பலமாக வீசியது. அறைக்கதவு பட்டென்ற ஒலியோடு மூடிக் கொண்டது. மார்புக்கூட்டில் எதுவோ மோதுவதை உணர்ந்தான். அவனது இதயம்!

''அதுக்குள்ள உள்ள போய்ட்டாங்க,'' என்றான்.

''ரிசொர்ட்ல இதெல்லாம் சகஜம்.''

''எல்லாருமே இப்படித்தானா?''

''இப்படித்தானான்னா, எப்படி?''

''இல்ல, எதனால இவ்வளவு சுதந்திரம் இவங்களுக்கு?''

''அவங்க கலாச்சாரமே அப்படி. அப்புறம் தனிமை தரும் சுதந்திரம்ன்னு ஒண்ணு இருக்கு இல்லையா?''

''ஜனி...'' என்றான். அவள் பார்வை அவன் முகத்தில் நிலைத்த போது, ''ஒன்றுமில்லை,'' என்றான்.

அவள் அவனைப் பார்த்துப் புன்னகைத்தாள். இருக்கையில் மெல்ல அசைந்து அமர்ந்தாள். அவள் அந்த இருக்கையில் மலர்க்கூடைக்குள் பூக்களைக் கொட்டியது மாதிரி நிறைந்து கிடந்தாள்.

சங்கு படுக்கையில் இருந்து எழுந்து அவளை ஒரு எட்டில் எட்டி விட்டான். இருக்கையின் கைகளில் தன் கைகளை ஊன்றி, குனிந்து அவள் உதடுகளில் முத்தமிட்டான்.

''ஜனி அஹமது, ஐ லவ் யூ!''

மெல்லப் பின்வாங்கி, நிமிர்ந்து நின்று அவள் எதிர்வினைக்காகக் காத்திருந்தான்.

அவள் விழிகள் ஏறிட்டு அவனையே நிலைகுத்திப் பார்த்துக் கொண்டிருந்தன. நெஞ்சு ஏறித்தாழ்ந்து கொண்டிருந்தது. விரல்கள் பதற்றத்துடன் பிசைந்து கொண்டிருந்தன. அவள் ஏதோ சொல்ல வாயெடுக்குமுன் அறைக்குள் இருந்த இண்டர்காம் ஒலித்தது. அது ஜனியின் தலைக்குப் பின்னால் தொங்கிக் கொண்டிருந்தது.

ஜனியின் முகத்தைத் தயக்கத்தோடு பார்த்த வண்ணம், அவளை நோக்கி நகர்ந்தான். அவள் விலகி வழி விட, முன்னேறி, தொலைபேசியை எடுத்தான்.

''சங்கு, எனக்குக் கொஞ்சம் விஸ்கியும், சிகரெட்டுகளும் எடுத்து வர முடியுமா?'' க்ளோரியாவின் குரல். ரொம்ப அயர்ந்திருந்தாள் என்று பட்டது.

திரும்பி ஜனியைத் திருட்டுப் பார்வை பார்த்தான். அவள் அவனது படுக்கையில் அமர்ந்து விட்டிருந்தாள். இவனையே பார்த்துக் கொண்டிருந்தாள்.

''இங்கயே இரு, வந்தர்றேன்,'' என்றபடி, விஸ்கி, ஐஸ் துண்டங்கள், கோப்பை மற்றும் சிகெரெட்டுகளை ஒரு டிரேயில் அடுக்கினான். கனவு மிதக்கும் விழிகளின் வீச்சு என்பதைத் தவிர தன் மீதே ஊர்ந்து கொண்டிருந்த அவளது பார்வைக்கு என்ன பொருள் என்று விளங்கிக் கொள்ள முடியவில்லை சங்குவுக்கு. கண்டிப்பாக அவளுக்கும் இது பிடித்திருக்கிறது. அவளும் என்னறையில்தான் இருக்கிறாள். இதோ வந்து விடுகிறேன் என்று பார்வையாலே அவளிடம் சொல்லி விட்டு, டிரேயை ஏந்திக் கொண்டு வெளியில் சென்று கதவை மூடினான். கதவு மூடுமுன் அவள் பார்வையைத் தன் மீது உணர்ந்தான்.

நேட்டும், க்ளோரியாவும் இருந்த அறையை நெருங்கி, கதவைத் தட்ட எத்தனித்தபோது, உள்ளிருந்து இருவரது குரல்களும் கேட்டன. கதவு தாழிடப்பட்டிருந்ததால் என்ன பேசிக் கொண்டார்கள் என்று சரியாகக் கேட்கவில்லை. ஆனால் பேசிக்கொண்டார்களா அல்லது ஒருவரை ஒருவர் கத்திக்

கொண்டார்களா என்று ஐயமாக இருந்தது சங்குவுக்கு. க்ளோரியாவின் குரல் ஓங்கிக் கேட்டது. ஏதோ சண்டை போல இருந்தது. இப்போது தட்டலாமா என்று தயங்கியபடி நின்றான். சில கெட்ட வார்த்தைகள் காதில் விழுந்தன. க்ளோரியாவின் குரல் அழுகையினூடே ஒலித்த மாதிரித் தெரிந்தது. இவன் குழப்பமடைந்து இது ஓயட்டும் என்று நின்று கொண்டான். திரும்பித் தன் அறையை நோக்கினான். கதவு சாத்தியபடியேதான் இருந்தது. அவள் தனக்காகவேதான் காத்திருக்கிறாள். அறைக்கு முன் போடப்பட்ட ஸ்டூலில் உட்காரலாம் என்று நினைத்து நகர்ந்தபோது, அறைக்கதவு தடாரென்று திறந்தது.

கதவைத் திறந்தது க்ளோரியா. முழு நிர்வாணமாக இருந்தாள். உள்ளே நேட்டை நோக்கிக் கத்திக் கொண்டிருந்தாள். அத்தனையும் ஆங்கிலக் கெட்ட வார்த்தைகள். கெட் லாஸ்ட் என்று உரக்கக் கூச்சலிட்டபடி பின்பக்கம் நகர்ந்து கதவை அறைந்து சாத்தினாள். சங்கு கால்கள் நடுங்க எழுந்து நின்றபோது, இவனது இருப்பை உணர்ந்து, பரபரவென்று நகர்ந்து வெளியில் அமைந்திருந்த கழிப்பறை ஒன்றைத் திறந்து, அதன் கதவுக்குப் பின்னால் தன்னை மறைத்துக் கொண்டாள். அவள் கழிப்பறை நோக்கிச் சென்று தன்னை மறைத்துக் கொள்வதற்கு முன்னிருந்த சில கணங்களில் சங்கமேஸ்வரனுக்கு அவளது நிர்வாணமான பின் பாகத்தைப் பார்க்க முடிந்தது. பிருஷ்ட பாகங்களெங்கும் வரி வரியாய் சிவப்புக் கோடுகள், தொடைகளிலும் கீறி விட்டாற்போல் ரத்த வரிகள்.

க்ளோரியா தலையை வெளியே நீட்டி இவனைப் பார்த்தாள். ''விஸ்கி ஊற்றிக் கொடு,'' என்று கை நீட்டினாள்..

சங்கு அமைதியாக ஒரு கோப்பையில் விஸ்கி ஊற்றி, ஒரு ஐஸ் துண்டம் போட்டு அவளது நீட்டிய கையிடம் கொடுத்தான். வாங்கி ஒரு மிடறு விழுங்கினாள். தலை குனிந்து இவனைப் பார்த்தாள்.

''சங்கு எனக்கு ஒரு துவாலை எடுத்து வர முடியுமா?''

சங்கு டிரேவை ஸ்டூலில் வைத்து விட்டு ஐனியின் அறைக்கு ஓடினான். அங்கிருந்து ஒரு துவாலையை எடுத்து வந்து க்ளோரியாவிடம் கொடுத்தான். அவள் அதற்குள் விஸ்கியை முடித்து விட்டிருந்தாள். நேட் இப்போது என்ன செய்து கொண்டிருப்பான் என்று சங்குவுக்கு யோசனையாக இருந்தது. அவன் ஏன் வெளியே வரவில்லை?

க்ளோரியா துவாலையை உடலில் சுற்றிக் கொண்டு நடைபாதைக்கு இடையில் உணவுக்கூடத்துக்கு வெளியே போடப்பட்டிருந்த மேஜைக்கு முன்னால் அமர்ந்தாள். பொன்னிறக் கூந்தல் கசங்கிக் கலைந்து, உடலில் துண்டு மறைக்காத பாகங்களெங்கும் கன்னிச் சிவந்து, உரித்த கிழங்கு போலிருந்தாள். இன்னொரு விஸ்கி பரிமாறச் சொன்னாள். அவனிடமிருந்து ஒரு சிகரெட்டை வாங்கிப் பற்ற வைத்துக் கொண்டாள்.

''அந்த மனிதன் ஒரு மிருகம்,'' என்றாள். அவள் கண்கள் கலங்கியிருந்தன. விஸ்கியை மடக்கு, மடக்கென்று குடித்தாள்.

''ரிசொர்ட்டிலிருந்து போட்டை வரச் சொல்லியிருக்கிறேன். நான் இப்போதே புறப்படுகிறேன். ஐனியிடம் சொல். அவளும் என்னுடன் வந்தால் என் இந்த நிலைமையில் எனக்கு மிகுந்த ஆறுதலாக இருக்குமென்று. இல்லையென்றாலும் பரவாயில்லை. அந்த ஆளுக்குக் காலையில் படுக்கைகளைச் சரி செய்ய ஆள் இல்லையென்றால் கத்தப் போகிறான். அவள் வேலைக்கு ஏதாவது

பிரச்னை வந்துவிடப் போகிறது. இங்கேயே இருப்பதானாலும் இருக்கட்டும்.''

அவள் ஏதோ தொடர்பின்றிப் பேசியது போல் இருந்தது.

''சங்கு, டு யூ ஹேஃவ் எ கர்ள்ஃப்ரண்ட்?''

இல்லையென்று தலையாட்டினான்.

''இன்னும் கொஞ்ச நாளில் ஒருத்தி உன் வாழ்க்கையில் வரக்கூடும். ட்ரீட் ஹர் வெல், வில் யு?''

சரியென்று தலையாட்டினான்.

''எந்த நாடு நீ? இங்கு எதற்கு வந்தாய்?''

சொன்னான்.

''லவ்லி!'' அவள் கண்கள் விரிந்தன. ''அம்மாவின் சொல்லுக்காக கடல் கடந்து பொருள் தேட வந்திருக்கும் மகன்!''

முழு விஸ்கி பாட்டிலையும், சிகரெட்டுகளையும் வைத்துவிட்டு அவனைப் போகச் சொல்லிவிட்டாள். போட் வரும் வரை அங்கேயே அமர்ந்திருக்க முடிவு செய்து விட்டாள் போலிருக்கிறது. கட்டிய துண்டோடே கிளம்பிச் செல்லப் போகிறாளா? நேட் அறைக்குள் இன்னொரு முறை நுழைந்து தன் துணிகளை எடுத்துக்கொள்ள விரும்பவில்லை என்று தெரிந்தது. இவனையும் அனுப்ப விரும்பவில்லை என்றும்.

தன் அறைக்குச் சென்று கதவைத் திறந்தான். ஐனி அங்கு இல்லை. அவள் அறையிலும் இல்லை. டெக்கில் சென்று பார்த்தான். படகின் முனையில் ஏறி, விளிம்புக்கம்பியில் சாய்ந்து கொண்டு, கடலைப் பார்த்துக்கொண்டு இருந்தாள். அவளது

அங்கியும், புருகாவும் காற்றில் மெல்ல அசைந்து கொண்டிருந்தன. இவனது இருப்பை உணர்ந்ததைப் போல தலை திருப்பி இவனைப் பார்த்தாள்.

''ஏன் இவ்வளவு நேரம்?''

''நேட்டுக்கும், க்ளோரியாவுக்கும் சண்டைன்னு நெனைக்கறேன். க்ளோரியா ரிசொர்ட்டுக்குத் திரும்பிப் போறேன்னுட்டு, வெளியில உட்கார்ந்திட்டிருக்கு. முடிஞ்சா உன்னையும் வரச்சொன்னுது.''

சில கணங்கள் அவனையே பார்த்துக்கொண்டிருந்தாள்.

''பயந்துட்டியா? அவங்கல்லாம் அப்படித்தான். எல்லாத்தையும் இப்படி திடீர் திடீர்னுதான் செய்வாங்க,'' என்றாள். ''இங்க வாயேன், இங்கருந்து கடலைப் பார். எப்படி இருக்குன்னு,'' என்று அவன் ஏறி வருவதற்காகக் கை நீட்டினாள். அவள் கையைப் பிடித்து சங்கு மேலேறினான்.

அங்கிருந்து பார்த்தபோது கடல் மட்டுமே இருந்தது. கடற்காற்று முகத்தை வருடியது. நிலா தலைக்கு மேலே விடாது பொழிந்து கொண்டிருந்தது. ஒரு கணம் கண்மூடித் திறக்கையில் கடலுடன் தான் மட்டும் தனித்திருப்பதாகத் தோன்றியது. நங்கூரமிடப் பட்டிருந்த படகு மெல்ல தளும்பிக் கொண்டிருந்தது. அருகில் ஐனியுடன் இணைந்து தானும் ஒன்றாகி விட்டதைப் போலிருந்தது. இந்தக் கடலின் முன் நாம்தான் எவ்வளவு சிறியவர்களாக உணர்கிறோம்?

ஐனி அவனைத் தன் கையால் சுற்றி, அவன் தோளில் தலை சாய்த்தாள். ''உன் கூடவே இருக்கணும் போல இருக்கு, சங்கு,''

என்றாள். ''நான் போகல, ராத்திரி இங்கயே தங்கிக்கறேன்,'' என்றாள்.

சங்கமேஸ்வரன் என்கிற சங்கு அவளது மோவாயைக் கையால் தாங்கி, அவள் கண்களுக்குள் சில கணங்கள் பார்த்தான். பின் கண்களை மூடிக்கொண்டான். ஆழமாக சுவாசித்து தீர்க்கமாக மூச்சை வெளியே விட்டான். ஐனி எதுவும் பேசாமல் அவன் தோளில் சாய்ந்தபடியே இருந்தாள். சங்கு அவளது தோளில் கைவைத்து, அவளை ஒரு மலரைப்போலத் தன் வசம் இழுத்துக் கொண்டான். கண்கள் திறந்தபோது வானில் இதுவரை புலப்படாத நட்சத்திரங்கள் தெரிந்தன. கடல் அமைதியாக சிவப்புக் கழுகை அசைத்த வண்ணம் இருந்தது. வலதுபுறத்தில் என்ஜினின் உறுமல் சத்தம் கேட்டுத் திரும்பிப் பார்த்தான். மெல்லிய ஒளி உமிழும் ஒற்றை விளக்கொன்றைத் தொங்கவிட்டபடி, சிவப்புக் கழுகை நோக்கி அலைகளில் ஏறி இறங்கி வந்து கொண்டிருந்தது ஒரு சிறுபடகு.

நீலத்தழல்

The discriminant of a quadratic formula determines the nature of solutions of a quadratic equation என்று கரும்பலகையில் எழுதிவிட்டுச் சட்டென்று வகுப்பை நோக்கித் திரும்பினான் பிரசாத். கடைசி வரிசையில் இருந்த ஒரு பையன் தெரு நாயைப் போல ஒலி எழுப்பி இவனது கவனத்தைக் கவர்ந்திருந்தான். இந்தக் கருமம் பிடித்த தீவில் இவன் எங்கே நாயைக் கண்டான். ஒருவேளை தொலைக்காட்சியில் ஏதாவது பாலிவுட் திரைப்படத்தில் பார்த்திருக்கக் கூடும். வகுப்பைச் சுற்றிக் கண்களை மெல்ல ஓட்டினான். முன் வரிசையில் இருந்த மூன்று பெண்களும் தங்கள் நோட்டுப்புத்தகங்களில் அவன் கரும்பலகையில் கொடுத்திருந்த விளக்கத்தை எழுதி முடித்துவிட்டு அதன் கீழே மனித மண்டையோடு படங்களை மிகுந்த பொறுப்புணர்வோடு வரையத் துவங்கியிருந்தனர். அவன் எழுத வேண்டியது டிஸ்கிரிமினண்டா அல்லது டிடர்மினண்டா என்ற

ஐயம் திடீரென்று அவனுக்குத் தோன்றியது. இரண்டாவது வரிசையில் ஒரு பையன், இருபடிச் சமன்பாட்டின் தீர்வுகளின் தன்மை குறித்து வகுப்பு மேற்கொள்ள வேண்டிய ஆய்வு பற்றிய துளிக்கவலையுமின்றி மேசை மேல் தலை வைத்து சுகமாக உறங்கிப் போயிருந்தான். மூன்றாவது வரிசையில் ஷஹீது இல்லாதிருந்ததைக் கண்டபோது அவனுக்கு நிம்மதியாக இருந்தது. ஒருமுறை ஓர் ஊதா நிற ஷார்ப்பி எனக்குத்தான் சொந்தம் என்று இரு மாணவியருக்கிடையில் நடந்த வாய்ச்சண்டையை இவன் மத்தியஸ்தம் செய்ய முனைந்து கொண்டிருந்த போது, அந்தப் பயல் ஷஹீது ஜன்னல் வழியே குதித்து வெளியே ஓடி விட்டான். அப்புறம் அவன் வீட்டுக்குத் தகவல் அனுப்பி தீவு முழுக்கத் தேடி அவனைக் கண்டுபிடித்தபோது அவன் படகுஜெட்டியில் ஒரு மீன்பிடி படகுக்குள் பதுங்கிப் புகை பிடித்துக் கொண்டிருந்தான். அவன் ஒருவனைச் சமாளிக்க அவன் வீடு, அந்தப் பள்ளி, ஏன் மொத்தத் தீவுமே திணறிக் கொண்டிருந்தது. அவனுக்குத்தான் பிரசாத் எட்டாவது, ஒன்பதாவது, அப்புறம் இந்த ஆண்டு பத்தாவதுக்கும் கணிதம் பயிற்றுவிக்க வேண்டியிருந்தது. தன் மேசை மீதிருந்த பாடப் புத்தகத்தைப் புரட்டி, தான் அளித்த சொல் சரிதானென்பதைச் சரி பார்த்துக் கொண்டான். பின் கைக்கடிகாரத்தில் நேரம் பார்த்தான். வகுப்பு முடிய இன்னும் இருபது நிமிடங்களிருந்தன. வகுப்பில் அன்றிருந்த பதினேழு மாணவர்களையும் (மூன்று பேர் அன்று வகுப்புக்கு வரவில்லை?) தான் கொடுத்துள்ள கணக்குகளைப் புரிந்து கொண்டு போடவைக்கப் பிரயத்தனம் மேற்கொள்ளும் வலி மிகுந்த இருபது நிமிடங்கள். காலையில் குடித்த காபிக்கும், அவனது

காலையுணவுக்கும் இடையில் அவன் வெறும் வயிற்றில் நிரம்பிக் கிடக்கும் நிமிடங்கள்.

வகுப்பை முடித்து விட்டு வெளியே வந்தபோது பள்ளி முதல்வர் இப்ராஹிம் எதிரில் வந்தார். முதல் வகுப்பு முடியும் தருவாயில் வகுப்புகளைச் சுற்றி வந்து கண்காணிப்பது அவர் வழக்கம். இவனைப் பார்த்து சந்து கொண்ட முன்பற்கள் தெரியப் புன்னகைத்தார். ''பிரசாத், உங்ககிட்ட கொஞ்சம் பேசணும். என் அலுவலகத்துல வந்து என்னைச் சந்திக்க முடியுமா?''

போச்சு, என் காலைச் சாப்பாடு இதோடு போச்சு, என்று நினைத்துக் கொண்டான் பிரசாத். ''கண்டிப்பா, சார். இப்பவேவா?''

''ஆமாம், வாங்களேன் எங்கூடவே; நடந்து போயிடலாம்,'' என்று நடந்தார். பிரசாத் பாடப்புத்தகத்தையும், சாக்குக் கட்டிகள் மற்றும் அழிப்பானையும் ஒருகையால் இறுகப்பிடித்தபடி அவரைப் பின்தொடர்ந்தான். பள்ளிவாயிலுக்கு வெளியே வெயில் பட்டு மின்னிக்கொண்டிருந்த இளம்நீலக்கடல் அலைத்துச் சுருண்டு கரையைத் தழுவித் தழுவி விலகியபடியிருக்க, ஆரஞ்சு நிறத் தென்னங்குலைகளை ஏந்திப்பிடித்தபடி தென்னை மரங்கள் கரையோரம் மென்காற்றுக்குத் தலையசைத்துக் கொண்டிருந்தன.

தன் அலுவலகத்தில் இப்ராஹிம் பெரிய, பளபளப்பான மேல்தளம் கொண்ட மஹோகனி மேசைக்குப் பின்னால் அமர்ந்து, அதன் மேலிருந்த சிறிய பிளாஸ்டிக் பூந்தொட்டிக்கு ரூம் ஃபிரஷனரைச் சொறிந்தார். ரோஜாக்களின் அடர்ந்த வாசனையை நுகர்ந்தான் பிரசாத். ஒருவேளை தன் வியர்வை நாற்றத்தைச் சகிக்க முடியாமல்தான் அவர் அப்படிச் செய்கிறாரோ என்ற ஐயம்

பிரசாத்துக்கு உண்டாயிற்று. மேசைக்கு முன்னிருந்த இருக்கையின் நுனியில், முதுகுத்தண்டை நேராக வைத்து உட்கார்ந்து கொண்டான்.

இப்ராஹிம் மேசை மேல் அவர் பக்கம் கிடந்த ஒரு தாளை முன்னால் நகர்த்தினார். பிரசாத் தலை குனிந்து அதை உற்றுப் பார்த்தான். அது ஏதோ மாணவருடைய நோட்டுப்புத்தகத்தின் ஒரு பக்கத்தை ஒளி நகலெடுத்திருந்தது. டிக் குறியீடுகள் அந்த நோட்டுப்புத்தகம் ஆசிரியரால் ஏற்கனவே திருத்தப்பட்டிருந்தது என்பதைக் காட்டின.

"இன்னிக்கு ஒரு பேரன்ட் இந்த நோட்டைத் தூக்கிட்டு என்கிட்ட வந்திருந்தாங்க பிரசாத். பாருங்க, உங்களுக்கு இதில ஏதாவது தப்பு தெரியுதா?"

பிரசாத் தாளைக் கையிலெடுத்து வாசித்தான். எண்களின் ஏறுவரிசை, இறங்கு வரிசை அடிப்படையிலான கணக்குகள் அதில் இருந்தன. எட்டாம் வகுப்புக் கணக்கு. ஆசிரியர் எல்லாக் கணக்குகளும் சரி என்று டிக் போட்டிருந்தார். இவனுக்கும் எந்தக் கணக்கையும் மாணவர் தவறாகப் போட்டிருந்தது போலத் தெரியவில்லை. தலை நிமிர்ந்து முதல்வரைப் பார்த்தான். ஒன்றும் சொல்லவில்லை.

"ஏறுவரிசைக்கு டிஸ்ஸெண்டிங்னும், இறங்கு வரிசைக்கு அசெண்டிங்னும் தலைப்பு கொடுத்திருக்கு," என்றார்.

பிரசாத் மீண்டும் சரிபார்த்தான். அப்படித்தான் கொடுத்திருந்தது. "ஒருவேளை இந்த மாணவர் தவறா எழுதியிருப்பாரோ?"

''நான் அந்த வகுப்பிலிருக்கிற எல்லா நோட்டுப் புத்தகங்களையும் வாங்கிப் பார்த்து விட்டேன். எல்லாவற்றிலும் அப்படித்தான் போட்டிருக்கு.''

''சார், நான் எங்க டிபார்ட்மெண்டில இன்னிக்கு இது பத்திக் கேட்டுடறேன், சார்,'' என்றான். பிரசாத் கணிதத் துறையின் தலைவன். அவன் இந்த வேலையில் சேர்ந்து மூன்றாவது ஆண்டு. முன்னிருந்த தலைவர் பணி விலகியதால், அடுத்து அதிக அனுபவம் வாய்ந்த (மாலத்தீவுகளில் மூன்று ஆண்டுகள் ஆசிரியப் பணி என்பதே பெரிய அனுபவம் தான்) பிரசாத் தலைவராக்கப்பட்டான்.

''தேவையில்லை, பிரசாத். இந்த நோட்டு உங்க வகுப்பில இருந்து எடுத்ததுதான். நீங்கதான் இப்படிச் சொல்லிக் கொடுத்திருக்கீங்க.''

பிரசாத் அமைதியாக இருந்தான்.

''இங்க பாருங்க, பிரசாத், மாலத்தீவுகள் உங்க ஊர் மாதிரி கிடையாது. பெற்றோர்கள் ஆசிரியர் மீது புகார் கொடுத்தால் அதன் மீது நான் நடவடிக்கை எடுத்தே ஆகணும். இந்த இடத்தில நடந்துருக்கற தவறு உங்க கணித அறிவில இருக்கற குறையினால இல்ல, மொழியைக் கையாளுவதில் உங்களுக்குள்ள சிரமத்தினாலன்னு என்னால புரிஞ்சுக்க முடியுது. ஒருவேளை நீங்க உங்க மொழியிலயே கணிதத்தைக் கற்றிருக்கலாம். ஆனால் இதையெல்லாம் நான் பெற்றோர்களிடம் விளக்கிக் கொண்டிருக்க முடியாது.''

''இனிமேல் இப்படி நடக்காமல் பார்த்துக்கறேன், சார்,'' என்றான்.

முதல்வர் மீண்டும் பல்தெரியப் புன்னகைத்தார். நான்தான் உன்னைக் காப்பாற்றும் ஆபத்பாந்தவன் என்று குறிப்பதைப் போலிருந்தது அந்தப் புன்னகை.

ஆசிரியர்களுடைய ஊழியர் அறையில் இவன் வழக்கமாக அமரும் மேசைக்கு எதிரில் வருண் அமர்ந்து தாள்களைத் திருத்திக் கொண்டிருந்தான். ''வாப்பா, ஏன் இவ்வளவு நேரம்? உனக்காகத்தான் காத்திட்டிருக்கேன். பசி வயித்தைக் கொடையுது,'' என்றான்.

பிரசாத் கையிலிருந்த பொருட்களை மேசை மீது எறிந்தான். ''எனக்கு வயிறு எரியுது. பசியினால இல்ல. ஒரே டார்ச்சர்ப்பா இந்த வேல. கிளாஸ்குள்ள போனா பசங்க உயிர எடுக்கறானுங்க. வெளிய வந்தா பிரின்ஸ்பாலும், சூபர்வைசரும் சிண்ட புடிச்சிட்டு ஆட்டறானுங்க.'' வருணிடம் பிரச்னையைச் சுருக்கமாகச் சொன்னான்.

''இதுக்கே மனசைத் தளர விட்டுட்டா எப்படி? நாலு காசு சேர்த்தத்தான இங்கே வந்துருக்கோம். அப்புறம் அதில இருக்கற சவால்களையும் சந்திக்கத்தான் வேணும்.''

''முடியிலப்பா. விட்டுத் தொலைச்சுட்டுப் போயிரலாம்னு தோணுது.''

''இங்கே பாரு. இந்தப் பயலை பயோலூமினிசன்ஸ விளக்கமா எழுதுடான்னா கடல் தண்ணிக்குள்ள திமிங்கலம் போட்ட

விட்டைதான் மேல வந்து மினுங்குதுன்னு எழுதறான். நான் எங்க போயி அழுவ?''

''நீ வேற சும்மாயிருப்பா!''

''அப்படியில்லை, பிரசாத். ஏதோ வந்துட்டோம். அப்படியே சமாளிச்சிட்டுப் போயிட்டே இருக்கணும். இருக்கறத விட்டுட்டா அப்புறம் போனது வருமா?''

''சாப்பிடப் போகலாமா? எனக்கும் பசிக்குது இப்ப.''

ஊழியர் அறைக்கு வெளியே வந்து பள்ளி வளாகத்தில் நடந்தார்கள். ''நீ ஏன் வர்ற பிரச்சனையை மட்டும் பார்க்கிறே? வந்து மூணுவருஷம் ஆன ஆளு மாதிரியா பேசறே?'' என்றான் வருண்.

''ஒருவேளை மூணுவருஷம் ஆனதினாலகூட அப்படி யோசிக்கலாமில்லையா?''

''சரி, காசு சம்பாதிச்சதில்லாம வேற என்ன செஞ்சிருக்கோம் இங்கே? திருட்டுத்தனமா டவுன்லோட் பண்ணி தமிழ் சினிமா பாக்கறோம். வாரம் ரெண்டு நாள் கிரிக்கெட் விளையாடறோம். டாடா ஸ்கை ஆண்டெனாவைத் திருப்பி திருப்பி க்ராக் விழுற இமேஜஸோட அழுவாச்சி சீரியலும், கிரிக்கெட்டும் பார்க்கிறோம். ஆனா, ஒரு தீவுக்குண்டான வாழ்க்கையை என்னிக்காவது வாழ்ந்து பார்க்க முயற்சி பண்ணியிருக்கோமா?''

''என்ன தோணில ஏறி மீன் பிடிக்கப் போலாங்கிறயா?''

''ஏன் பண்ணக்கூடாதா? வாதூன்னு ஒரு ஐலண்ட்ல பயோலூமினிசன்ஸ் அடிக்கடி வருமாம். உலகம் பூரா இருந்து அதைப் பார்க்க வர்றாங்க. வருஷா வருஷம் மாலே போயிதான்

இந்தியாவுக்கு ஃப்ளைட் எடுக்கறோம். அங்கிருந்து போட்ல வாதூவுக்கு ஒரு மணி நேரத்துல போயிடலாம். என்னிக்காவது போய்ப் பார்க்கணும்னு நெனச்சிருக்கோமா? நாம் வாழ்ற இடத்தில நாம சேகரிக்கற அனுபவங்கள் முக்கியமில்லையா?''

பள்ளி வாயிலைக் கடப்பதற்கு முன்னால் ஒன்பது சி பிரிவில் கூச்சலிட்டுக் கொண்டிருந்த மாணவர்களை வாசுகி கடும் சிரமப்பட்டு அடக்க முயற்சிப்பதைப் பார்த்தார்கள். அவள் இவர்களைப் பார்த்த பார்வையில் துயரமும், அயர்ச்சியும் இருந்தன. பிரசாத்துக்கு தாரிணியின் நினைவு வந்தது. அவள் இந்நேரம் அவளது பள்ளி கேண்டீனில் உண்டு கொண்டிருக்கக் கூடும்.

''நான் ஒரு நாள் வாதூவுக்குப் போவேன்,'' என்றான் வருண்.

பிரசாத் சிரித்தான். ''திமிங்கிலம் போடற விட்டையைப் பார்க்கறதுக்கா?''

பள்ளிக்கு எதிர்ப்புறத்தில் சாலையைக் கடந்து, இடதுபுறத்திலிருந்த சந்துக்குள் திரும்பி ஜல்லிக்கற்கள் நிரம்பிய மணற்பாதையில் நடந்து, பவழப்பாறைகளால் சுற்றுச் சுவர் எழுப்பப்பட்டிருந்த முதல் வீட்டுக்குள் நுழைந்தார்கள்.

''அஸ்ஸலாமு அலைக்கும்!''

''வ அலைக்குமஸ்ஸலாம்! வாங்க, உங்களுக்கு எடுத்து வச்சதல்லாம் ஆறிப்போயிடுச்சு. சூடு பண்ணி எடுத்துட்டு வாரேன்.'' புன்னகையுடன் அவர்களை வரவேற்றாள் ஷஹீதின் அம்மா. எட்டு குழந்தைகளுக்குத் தாய். கணவனுக்கு ரிசார்ட்டில் பணி. ஆசிரியர்களுக்குக் காலையுணவு தயாரித்துக் கொடுப்பதில்

அவளுக்கு ஒரு சிறு பக்க வருமானம் வந்து கொண்டிருந்தது.

''பாஜ்ஜவெரி ஹெந்துனெ! ஹாலு கிஹினே!'' என்றான் வருண் அவளைப் பார்த்து.

ஷஹீதின் அம்மா சிரித்தாள். ''வர ரங்கலு வெ! திவேஹி நல்லாப் பேசுறீங்களே! கோச்ச கான் பேணுமி?''

''என்ன சாப்பிடுறீங்கன்னு கேக்குறாங்க,'' என்றான் வருண். பிரசாத்திடம். முகத்தில் பெருமிதம்.

ஆஸ்பெட்டாஸ் கூரையமைந்த தாழ்வாரத்தில் மைக்கா ஷீட் போட்டிருந்த பெரிய மேசைக்கெதிரில் அமர்ந்து, மைதா ரொட்டிக்குள் மசூனியை வைத்து சுருட்டி வாய்க்குள் திணித்து அவசர அவசரமாக மென்றார்கள். வேகவைத்த முட்டையின் ஓட்டை மேசை மேல் தட்டி உரித்துக் கொண்டே பிரசாத் கேட்டான். ''ஷஹீது இன்னிக்கு பள்ளிக்கு வரலையே?''

''உள்ளேதான் இருக்கான். பள்ளிக்குப் போகமாட்டேன் என்கிறான். ஒவ்வொரு மாசமும் அவனைக் கண்டிச்சி பள்ளிக்கு அனுப்பறதுக்குள்ள எனக்குப் போதும் போதும்னு ஆயிடுது. அவன் தம்பி, தங்கைகளெல்லாம் அப்படியா இருக்காங்க? மீன்பிடிக்கற தொழிலுக்கு எதுக்குப் படிப்புன்னு கேட்கறான்.''

ஷஹீது அடுக்களைக்குள்ளிருந்து சட்டையில்லாமல் வெளியே வந்தான். இவர்களைப் பார்த்து ஒரு இளிப்பு இளித்தான். அவனது விலா எலும்புகள் துருத்திக் கொண்டு தெரிந்தன. புறங்கையில் பூனைரோமங்கள் தங்க நிறத்தில் மினுங்கின.

''பிரசாத் சார், நீங்களாவது அவனுக்கு புத்தி சொல்லுங்க.''

அவனது தாயின் முன்னிலையில் அவனுக்கு புத்தி சொன்னால், வகுப்புக்குள் யார் அவனிடம் மல்லுக்கட்டுவது என்று நினைத்துக் கொண்டான் பிரசாத்.

"மீன் பிடிக்கத் தெரியுமா உனக்கு?" என்று கேட்டான் வருண்.

"ஓ! எங்க மாமாவோட வெள்ளி, சனி வாரத்துல ரெண்டு நாள் போயிட்டிருக்கேனே!"

"அப்படியா! ஷஹீது, நாங்களும் மீன் பிடிக்க உங்க கூட வர முடியுமா?" என்றான் வருண். இதில் என்னை ஏன் சேர்க்கிறாய் என்று பிரசாத் பார்த்தான். இது என்ன மாதிரியான அறிவுரை என்பதுபோல ஷஹீதின் அம்மா பார்த்தாள்.

"சார், அவனை ஒழுங்காப் படின்னு புத்தி சொல்லுவீங்கன்னு பார்த்தா, அவன் எந்தத் தொழிலுக்குப் போயிடக்கூடாதுன்னு நான் பயப்படுறேனோ அது பத்தியே கேள்வி கேக்குறீங்களே!"

"சரி, பாடத்துலருந்து ஒரு கேள்வி கேக்குறேன். ஷஹீது, உனக்கு கடல்ன்னா ரொம்பப் பிடிக்குமா?"

ஷஹீது புருவங்களை உயர்த்தி, தலையை சற்றே மேலே தூக்கிக் காட்டினான். ஆமாம் என்று அர்த்தம். பணியில் சேர்ந்த புதிதில் மாணவர்களின் இந்தச் சைகை புரியாது பிரசாத் அல்லற்பட்டிருக்கிறான். ஒரு குறிப்பிட்ட கருத்தை விளக்கி விட்டு, புரிகிறதா என்று கேட்டால், பலர் புருவங்களை உயர்த்தி, கழுத்தைத் தூக்குவார்கள். தன் கேள்விதான் அவர்களுக்குப் புரியவில்லையோ என்று நினைத்துக் கொண்டு, திரும்பத் திரும்பப் புரிகிறதா என்று கேட்டிருக்கிறான், அவர்கள் புருவமுயர்த்துவதை நிறுத்தி விட்டு வாய் விட்டுச் சிரிக்கும் வரை.

''சரி, என்னோட மரைன் பயாலஜி சப்ஜெக்ட்ல இருந்து ஒரு கேள்வி. பயோலூமினிசன்ஸ் என்றால் என்ன? உனக்குத்தான் கடல் பத்தி நிறையத் தெரியுமே. எங்கே சொல்லு பார்ப்போம்.''

''பயோலூஸ்மினிசன்ஸ்?''

''பயோலூஸ்மோஷன் இல்லை,'' என்றபடி பிரசாத் பக்கம் திரும்பிச் சிரித்தான் வருண். மீண்டும் ஷஹீது பக்கம் திரும்பி, ''சொல்லு, அப்படின்னா என்ன?''

ஷஹீது உதட்டைப் பிதுக்கித் தோள்களைக் குலுக்கினான்.

வருண் அவனையே சில நொடிகள் பார்த்தான். பிரசாத் சிரிப்பைப் புன்னகையாக மாற்றி, தலைகுனிந்து வேகவைத்த முட்டையில் கவனம் செலுத்தினான்.

''சரி நான் சொல்றேன். பயோலூமினிசன்ஸ் என்பது கடலுக்குள் நிகழும் ஒருவித வேதிவினை. இதனால கடற்பரப்பில் நீல ஒளி வீசும். பார்க்கப் பரவசமாக இருக்கும். இதற்கு, 'குளிர் ஒளி' என்று பெயர். லூசிஃபெரின், லூசிஃபெரஸ் என்கிற என்சைம்கள் சில வகையான மீன்கள், ஜெல்லிகள், பாக்டீரியாக்கள் இவற்றிலிருந்து வெளிவருவதால் இந்த நிகழ்வு ஏற்படுகிறது. தன்னுடைய இணையைத் தேட, உணவு தேட, எதிராளியிடமிருந்து தப்பிக்க என்பது போன்ற காரணங்களுக்காக அவ்வுயிரினங்கள் இந்த வேதிப்பொருட்களை வெளிவிடுகின்றன. இதை எழுதினா கேம்பிரிட்ஜ் ஐஜிசிஎஸி தேர்வில் உனக்கு முழு மதிப்பெண் கிடைக்கும். வாதுத் தீவு இதற்குப் புகழ்பெற்றது. உலகெங்கும் இருந்து அதைக்காண மக்கள் வர்றாங்க.''

"நீ ஒரு தடவை அதைப் போய்ப் பார்க்கணும்," என்றான் பிரசாத்.

"ஆமாம். ஆனா இப்போ நாம ஷஹீதோட மீன் பிடிக்கக் கடலுக்குள்ள போகலாம்."

"சார், அதெல்லாம் ரொம்பக் கஷ்டம். அதிகாலையில ரெண்டு மணிக்கெல்லாம் தயாராயிடணும். ரீஃப் தாண்டி நடுக்கடலுக்குள்ள போனாதான் டூனாவைப் பிடிக்க முடியும். குளிர் கடுமையா இருக்கும். செல்ஃபோன் வேலை செய்யாது."

"இந்த வாரம் வெள்ளிக்கிழமை காலையில நாங்க ரெண்டுபேரும் உங்ககூட தோணில வர்றோம்," என்றான் வருண். பிரசாத் முடியாது என்னும் வகையில் கையசைத்து மறுத்தான்.

"நீ சும்மாருப்பா! போவோம். எதுவும் செஞ்சு பார்த்தாத்தானே தெரியும்?"

"எனக்கிருக்கிற பிரச்சினையில நான் செய்யக்கூடிய ஒரே விஷயம் ராஜினாமாதான்," என்றான் பிரசாத். இந்த ஆண்டு முழுவதும் அவனை அழுத்திக் கொண்டிருக்கிற பிரச்னைகள் மீண்டும் அவன் தலைக்குள் புழுக்களைப் போல நெளிய ஆரம்பித்து விட்டன. வகுப்பில் மாணவர்களின் அடாவடி. அவன் போன்று இந்தியாவிலிருந்தும், இலங்கையிலிருந்தும், பாகிஸ்தானிலிருந்தும் வரும் ஆசிரியர்களை அவர்கள் படுத்தும் பாடு. பள்ளி முடிந்ததும் பள்ளி முதல்வர் தலைமையில் தினமும் நடைபெறும் கூட்டங்களின் சித்திரவதை. அவர் கருத்துப்படி வெளியிலிருந்து வருகிற எந்த ஆசிரியருமே மாணவர்களை மையப்படுத்திய கல்வி முறை பற்றிய முழு அறியாமையில்தான்

இருக்கிறார்கள். இது உங்கள் நாடு அல்ல. அங்கு போல் இங்கு நீங்கள் மாணவர்களை அடக்கி ஆள முடியாது. அவர்கள் நிலைக்கு இறங்கி அவர்களுக்குப் பாடங்களைப் புரியவைக்க வேண்டும் என்பார். இவர்கள் தீவின் மக்கள். நூறு சதம் இஸ்லாம் மதத்தைப் பின்பற்றி வாழும் மக்கள். அவர்கள் உணர்வுகளைப் புரிந்து அவர்களுடன் பழக வேண்டும். அவர்களை அதிர்ந்து பேசக்கூடாது. மதம் குறித்து அவர்களுடன் உரையாடக் கூடாது. (புதிதாக வரும் எந்த ஆசிரியரிடமும் மாணவர்கள் கேட்கும் முதல் கேள்வியே மதம் குறித்ததாகத்தான் இருக்கும்). எத்தனை கட்டுப்பாடுகள்? மேலும், என்ன இருக்கிறது இந்த ஊரில்? வெறும் மண்ணும், வெறுங்காலில் நடந்தால் பாதம் கிழித்துவிடும் பவழப்பாறைகள் பீடித்த கடற்கரைகளும், பகல் முழுக்கத் தலையைப் பிளக்கும், உடலை எரிக்கும் வெயிலும், உடலை அவிக்கும் புழுக்கமும்தான். நாம் வாங்குகிற சம்பளத்திற்கு இங்குள்ள ரிசார்ட்டுகளுக்குப் போய் அனுபவிக்க முடியுமா? போனாலும்தான் வெள்ளைத்தோல் தவிர வேறு யாரையும் உள்ளே விடுவானா?

எத்தனை விஷயங்களை விட்டு விட்டு இங்கு வரவேண்டி இருந்திருக்கிறது? நண்பர்கள், உறவுகள், உணவு, சினிமா, கிரிக்கெட், அரசியல், தீபாவளி, பொங்கல், காளியம்மன் கோயில் மாசித் திருவிழா. எல்லாம் காசு சேர்க்கவும், கடனடைக்கவும் தானே. இங்கு வரும் முன் அங்கு சொற்ப ஊதியத்தில்தானே வேலை பார்த்தோம்? செத்தா போய்விட்டோம்?

"நாலுமாசம் முன்னாடி மீன்பிடிக்க மூணுபேர், ஒரு பொக்குராவுல கடலுக்குள்ள போனவங்க திரும்பவே இல்ல. பாடி கூட இன்னும் கிடைக்கல," என்றான் ஷஹீது.

×××

வீட்டில் தாரிணி பிரசாத் நெற்றியில் கைவைத்துப் பார்த்தாள். தலைவலிக்குதா என்று கேட்டாள். பிரசாத் முகம் சுண்டியபடியே அமர்ந்திருந்தான். மவுஸை உருட்டியபடி மடிக்கணினியின் திரையையே பார்த்துக் கொண்டிருந்தான். சட்டென்று அவளை நோக்கித் திரும்பி ''இந்த வேலையை விட்டுட்டுப் போயிடலாமா, தாரிணி?'' என்றான்.

''இன்னும் பதினேழு லட்சம் பாக்கியிருக்கு வீடு கட்டின கடன்ல, ஞாபகமிருக்கில்ல?''

''ஸ்கூல்ல ஒரே டார்ச்சர்ம்மா. பசங்க படுத்துறானுங்க. இங்க நான் என்ன பண்ணிட்டிருக்கேன்னு அடிக்கடி கேள்வி வருது.''

''இந்த மாதிரி தத்துவக்கேள்விகளெல்லாம் கடன் வாங்கறதுக்கு முன்னாடி வந்திருந்தா சட்டுன்னு ஒரு முடிவெடுக்க எளிதா இருந்திருக்கும்.''

''என்னதான் பண்ணச் சொல்ற? மண்டையே வெடிச்சிரும்போல இருக்கு.''

''பிரசாத், கொஞ்சம் பல்லைக்கடிச்சிகிட்டு மூணு மாசம் பொறுத்துக்கோ. அப்புறம் நவம்பர்ல லீவுக்கு இந்தியா போய்ட்டு வந்தோம்னா பேட்டரி சார்ஜ் ஆயிடும்.''

''திரும்பி வந்தும் இதே குப்பையைத்தானே கொட்டணும். போயிடலாம், தாரிணி. போயி ஏதாவது சிபிஎஸ்இ ஸ்கூல்ல சேர்ந்து நிதானமா கடனைக் கட்டுவோம்.''

''இதுக்கு மேல நான் சொல்ல என்ன இருக்கு?''

பிரசாத்தின் செல்பேசியில் வருண் அழைத்தான். ''நான் அந்தப் பையனோட மாமாகிட்ட பேசிட்டேன். நாளன்னைக்கு ரெண்டுமணிக்கு ஜெட்டிக்கு வந்துரு. ரெண்டேகாலுக்கு தோணி கௌம்பிரும்,'' என்றான்.

''நீ மட்டும் போயிட்டு வா,'' என்றான் பிரசாத்.

''நீயும்தான் போயிட்டு வாயேன். ஒரு அட்வென்சர் டிரிப்,'' என்றாள் தாரிணி.

''ஸ்கூல்ல நடக்கற அட்வென்சர் போதாதாக்கும்.''

அவனிடமிருந்து செல்பேசியை வாங்கி, ''அண்ணா, அவர் வருவார். நாளைக்கு ராத்திரியே உங்க ரூமுக்கு அனுப்பி வைக்கறேன்,'' என்றாள். பிரசாத் அவளை முறைத்தான்.

×××

வருணின் அறையில் இருவரும் வியாழன் நள்ளிரவு பனிரெண்டு மணிக்கெல்லாம் எழுந்து, குளித்துத் தயாரானார்கள். ஜெட்டிக்கு ஒன்றரை மணிக்கே போய்விட்டார்கள். எங்கும் இருட்டு அப்பியிருந்தது. வானில் மங்கலாகத் தொங்கிக் கொண்டிருந்த வளரும் குமிழ்மதியின் ஒளியில் நாலைந்து தோணிகள் தளும்பும் கடல்நீர் மேல் அசைந்து கொண்டிருந்தன. கடல் காற்று விசுவிசுவென்று ஆடைக்குள் புகுந்து சிலிர்ப்பேற்றியது. தோள்பைகளில் வருண் தயாரித்திருந்த டூனா சாண்ட்விச்சுகளும், ஃப்ளாஸ்கில் தேநீரும், தண்ணீர் பாட்டில்களும் வைத்திருந்தனர். நடுக்கடலில் வயிறு கலக்கினால் என்ன செய்வது என்று பிரசாத்துக்குக் கவலையாக இருந்தது. மீன் வெட்டும்

சிமெண்ட் பாளம் ஒன்றின் மீது இருவரும் அமர்ந்து தேநீர் உறிஞ்சிக் கொண்டிருந்த போது ஷஹீதும், அவரது மாமாவும் வந்து சேர்ந்தார்கள். இருவரும் பல மீட்டர் நீளம் கொண்ட தூண்டில் கயிற்றைத் தோளில் சுற்றியிருந்தனர். நிற்க வைத்தால் இரண்டாள் உயரம் வரும் தூண்டில் கம்புகள் இருவர் கையிலும். இவர்களருகில் வந்ததும் ஷஹீதின் மாமா உள்ளங்கை நிறைய சீவல் கொட்டி அதன் மேல் சுபாரியைத் தூவினார். உங்களுக்கும் வேணுமா என்பது போலக் கை நீட்டிக் கேட்டார். இருவரும் தலையசைத்து வேண்டாமென்றதும் வாய்க்குள் திணித்துக் கொண்டார்.

''வலை எதுவும் இல்லையா?'' என்றான் பிரசாத்.

''வலை தேவையில்லை. நமக்கு வேணுங்கறததானே பிடிக்கப்போறோம்? டூனாவை மட்டும்தான் பிடிப்போம். சின்ன அளவு மீனெல்லாம் விட்டிருவோம். வலை போட்டா எல்லாமே வருமே,'' என்றான் ஷஹீது.

''இந்த ஒத்தைத் தூண்டில வச்சுகிட்டு இவங்க எத்தனை மீன்களைப் பிடிக்கப்போறாங்க?'' என்று வருணிடம் தமிழில் கேட்டான் பிரசாத்.

அவர்கள் ஏறிய தோணி நாலுபேருக்குக் கொஞ்சம் இடுக்காகத்தான் இருந்தது. அதன் சிறிய மோட்டார் எழுப்பிய மெல்லிய விர்ர் ஒலியுடன் முப்பது நிமிடங்களில் கடலுக்குள் சென்று விட்டார்கள். ஷஹீதின் மாமா தோணியைத் திருப்பும் கைப்பிடியைப் பிடித்துக் கொண்டு கடலுக்கும், வானத்துக்கும் மத்தியில் வெறித்துப் பார்த்தபடி சீவல் மென்று கொண்டிருந்தார். ஷஹீது ஒரு பாலிதீன் பையைத் திறந்து அதனுள்ளிருந்த சிறிய

மீன்களை இரண்டிரண்டாக அறுத்துக் கொண்டிருந்தான். அவன் சுட்டிக்காட்டிய மிதவை ஜாக்கெட்டுகளை அணிந்து கொண்டு பிரசாத்தும், வருணும் எதுவும் பேசாமல், குளிருக்கு இறுக்கி அமர்ந்து கொண்டு சுற்றுமுற்றும் பார்த்தபடி இருந்தார்கள். பிரசாத் பாண்ட் பாக்கெட்டுக்குள் கைவிட்டு பாலிதீன் பைக்குள் சுற்றி வைத்திருந்த தன் செல்பேசியை எடுத்து அலைவரிசை கிடைக்கிறதா என்று சோதித்தான். சுத்தமாக இல்லை. குற்றலைகளில் தோணி தளும்பித் தளும்பி ஏறி இறங்கி முன்னோக்கி விரைந்து கொண்டிருந்தது.

ஷஹீதின் மாமா சட்டென்று தோணியின் வேகத்தைக் குறைத்தார். ஷஹீது மீன் துண்டுகள் நிறைந்த பையை அவர்களை நோக்கி நீட்டினான். அவர்கள் புரியாமல் பார்த்தார்கள். "இதை எடுத்து கடலுக்குள்ள பரவலா வீசுங்க," என்றான். இருவரும் இருகையாலும் மீன்களை அள்ளிக் கடலுக்குள் வீசி எறிந்தார்கள். தோணி மேலும் வேகம் குறைந்தது, ஏறக்குறைய நின்று விட்டதென்றே சொல்லுமளவுக்கு. மாமாவும், மருமகனும் தூண்டில்களை எடுத்துக் கொண்டு தோணியின் ஒரு முனைக்குப் போனார்கள். ஷஹீது சைகை செய்து அவர்களோடு இணைந்து கொள்ளும்படிக் கோரினான். பிரசாத்தும், வருணும் அவர்களோடு இணைந்ததும் அவர்கள் தூண்டில்களை கடலுக்குள் வீசினார்கள்.

பிரசாத்துக்கு இந்த மீன்பிடித்தலை எப்படிப் புரிந்து கொள்வதென்றே ஒரு கணம் புரியவில்லை. தூண்டிலைக் கடலுக்குள் வீசிய மறுகணமே வெளியே இழுத்து விட்டார்கள். அவர்களது தூண்டில் முனையில் ஒரு பெரிய அளவு டூனா மீன் சிக்கியிருந்தது. தூண்டிலைத் தோளுக்குப் பின்னால் வீசி

உதறியதும் மீன் கழன்று தோணியின் பரப்பில் விழுந்து துடித்தது. பிறகு உடனடியாகத் தூண்டில் கடலுக்குள் வீசப்பட்டது. உடனே வெளியே இழுத்தால் அடுத்த மீன். வெற்றுத் தூண்டிலுக்கே மீன் சிக்கிக் கொண்டிருந்தது. மீண்டும் மீண்டும் தூண்டில் கடலுக்குள் போய் வந்து கொண்டிருந்தது. பத்தே நிமிடங்களில் தோணியின் பரப்பில் அறுபதுக்கும் மேற்பட்ட டூனாக்கள் துள்ளித்துடித்துக் கொண்டிருந்தன. வருண் விரிந்த விழிகளுடன் அவற்றின் அறாத இயக்கத்தையே பார்த்துக் கொண்டிருந்தான். பிரசாத்தின் தோளில் கைவைத்து, உற்சாகமாகக் குலுக்கினான். ஷஹீதும், அவன் மாமாவும் ஓய்வு எடுப்பதற்காக மீன்பிடிப்பதை நிறுத்திய மாதிரித் தெரிந்தது. மாமா உடனே சீவல் போட்டுக் கொண்டார். ஷஹீது குத்தவைத்து அமர்ந்து, துடிக்கும் மீன்களைக் கையில் எடுத்து பரிசோதித்துக் கொண்டிருந்தான். வருண் அவனருகில் குனிந்து அமர்ந்து, ''நெறைய யெல்லோஃபின் மாட்டிருக்கில்ல,'' என்றான். ஷஹீது வாயில் விரல் வைத்து அவனை அமைதியாயிருக்கும்படிச் சைகை செய்து விட்டு கடலுக்குள் பார்க்கும்படிக் கைகாட்டினான்.

பிரசாத்தும் வருணுக்குப் பக்கத்தில் அமர்ந்து கடலுக்குள் உற்று நோக்கினான். முதலில் இருட்டில் ஒன்றும் புலப்படவில்லை. பின் மெல்லிய நிலவொளியின் துணையுடன் உற்றுப்பார்த்தபோது, ஒரு முப்பதடி தொலைவில் சில பெரும் மீன்களின் மேற்பகுதி மட்டும் மங்கலாகத் தெரிந்தது. ஒரு பத்துப் பதினைந்து மீன்கள் இருக்கும். எல்லாம் மிதந்து கொண்டிருந்தன. செத்துப் போய்விட்டனவா?

''ஃபியாலா,'' என்றார் ஷஹீதின் மாமா.

''டால்ஃபின்கள். தூங்குதுங்க,'' என்றான் ஷஹீது.

அடுத்த சுற்று இரையை வீசி விட்டு மீன்பிடிப்பதற்காக ஆயத்தமானபோது தோணி தள்ளாடியது. ஷஹீதும், அவன் மாமாவும் பரபரப்பாகச் சுற்றும் முற்றும் பார்த்தார்கள். திடீரென்று, ''கீழே உட்காருங்க,'' என்று கத்திக் கொண்டே ஷஹீது தோணியின் மீது படுத்தான். மற்ற மூவரும் அவசரமாக உட்கார்ந்து கொண்டார்கள். தோணி பலமாகக் குலுங்கியது. ''என்ன ஆயிட்டிருக்குது?'' என்று பிரசாத் வருணைப் பார்த்துக் கலவர முகத்தோடு கேட்டான். கேட்ட மறுகணமே அவர்களுக்கு அடியிலிருந்து ஏதோ ஒரு பெரும் இரும்பு தோணியை வலுவாக உரசிச் செல்வதைப் போல் உணர்ந்தார்கள். கீழிருந்து ஒரு பேரலை பொங்கி எழுந்தது. தோணி காற்றில் மேலெழும்பியது. நால்வரும் கடலுக்குள் வீசப்பட்டார்கள். பிடிபட்ட மீன்களோடும், இன்னபிற பொருட்களோடும் தோணி அப்படியே பக்கவாட்டில் கவிழ்ந்தது. அதனுள்ளிருந்த நாலைந்து பெட்டிகள் மட்டும் நீர்மட்டத்தின் மீது மிதந்தன. நாலு பேரும் நாலு திசைகளில் மிதந்து கொண்டிருந்தார்கள். ஷஹீதின் மாமா, ''ஃபெமுனு! ஃபெமுனு!'' என்று கத்தினார். ஏதோ ஒரு ராட்சத அளவு மீன் அவர்களைக் கடந்து சென்றிருக்கிறது என்று பிரசாத் புரிந்து கொண்டான். நெஞ்சளவு நீரில் மிதந்தது மார்பை அடைத்தது. பரபரப்பாக பாக்கெட்டுக்குள் கைவிட்டு செல்பேசியைத் தேடினான். அது அங்கேயே பத்திரமாக இருந்தது. வெளியே எடுத்து, மேலும் அது நீரில் நனைந்து பழுதாகி விடாதபடி உயர்த்திப் பிடித்து, அலைவரிசை இருக்கிறதா என்று பார்த்தான். சுத்தமாக இல்லை. இருந்தாலும் தாரிணியை அழைத்தான். பலனில்லை. செல்பேசியை உயர்த்திப் பிடித்தபடியே வைத்துக் கொண்டான்.

''இந்தப் படகைக் கவிழ்த்தது எது?'' என்று கத்திக் கேட்டான்.

''தெரியலை. சுறாவா இருக்கும்னு மாமா சொல்லறார்,'' ஐந்தடி தொலைவில் இருந்து ஷஹீது கத்தினான். பிரசாத் வருண் இருக்கும் திசையில் நோக்கினான். அவன் கண்கள் மூடியபடி மிதந்து கொண்டிருந்தான். ஒருவேளை மயங்கிருப்பானோ?

''அப்படியே மிதந்திட்டிருப்போம். விடிஞ்சும் நாம திரும்பலேன்னா நம்மளைத் தேடிப் படகு வரும்,'' என்றான் ஷஹீத். அதுவரையில் இங்கேயே மிதந்து கொண்டிருப்போமா, அல்லது இந்தப் படகைக் கவிழ்த்து விட்டுப் போன சுறா இதே இடத்துக்குத் திரும்பாது என்று என்ன நிச்சயம் என்றெல்லாம் பிரசாத் உள்ளத்தில் ஐயங்கள் எழுந்தன. அவர்கள் பிடித்த மீன்களில் பல அவர்களைச் சுற்றிதான் செத்து மிதந்து கொண்டிருந்தன. அவனது ஐயங்களை அவன் வெளியே சொல்ல விரும்பவில்லை. கைகளை உயர்த்தி செல்பேசியை உயர்வாக, உறுதியோடு பிடித்துக் கொண்டான். வேறு யாரும் அப்படிச் செய்த மாதிரி தெரியவில்லை. அலைவரிசை கிடைத்த மறுகணம் அவன் தாரிணியை அழைப்பான். அவள் மூலமாக அவர்களுக்கு உதவி வரும்.

படகு இப்போது முழுமையாக மூழ்கி விட்டது. அவர்கள் அந்த இடத்திலேயே சில நிமிடங்கள்தான் மிதந்து கொண்டிருந்தனர். காற்று ஒரே திசையிலடித்து அவர்களைத் தள்ளிக் கொண்டே சென்றது. நால்வருக்கிடையிலுமுள்ள இடைவெளியும் அதிகரித்தபடியே வந்தது. இருட்டு இன்னமும் விலக ஆரம்பிக்கவில்லை. செல்பேசியை உயர்த்திப் பிடித்தபடி இருந்ததில் பிரசாத்துக்குக் கைவலி கடுகடுவென்றிருந்தது.

ஒருமுறை அதில் நேரம் பார்த்தான். மூன்று இருபது ஆகியிருந்தது. தூரத்தில், குறைந்தது நூறடி தொலைவில் படகில் இருந்து சிதறிய பெட்டிகள் மிதந்து கொண்டிருந்தன. எல்லாரும் ஒருவருக்கொருவர் அதீத இடைவெளியில் பலவீனமாக மிதந்து கொண்டிருந்தனர். பிரசாத் அவனையும் மீறிக் கண்கள் சொக்கிக் கொண்டு வந்து, தலை ஒரு பக்கம் தொங்கி, சட்டென்று துயிலுக்குள் நழுவி விட்டான்.

பளிச்சென்ற ஒளி மூடிய கண்களுக்குள் ஊடுருவ, திடுக்கிட்டு விழித்தான். தொங்கிய தலையை நிமிர்த்த மனமில்லாமல் கண்களுக்கு நேர் எதிரே திரையிட்டு நின்ற கடல் நீரைக் கண்டான். அவனைச் சுற்றிலும் மிதந்து கொண்டிருந்தன திப்பி திப்பியாய் நீலநிற வட்டங்கள். படகுக்குள்ளிருந்த ஏதோ எண்ணெய் கசிந்து நிலவொளியில் மின்னிக் கொண்டிருக்கிறதா? மெல்ல நகர்ந்தபடியிருந்த அவற்றை உற்றுப்பார்த்தபோது நீருக்கு அடிப்பரப்பில் அவை உற்பத்தி ஆகிக் கொண்டிருக்க வேண்டும் என்று தோன்றியது. காற்று சுத்தமாக நின்றிருந்தது. மெல்லத் தலையை உயர்த்திப் பார்த்தபோது அவனது மூச்சு நின்று விடும் போலிருந்தது. அவர்களைச் சுற்றிலும் நீல ஒளி வெள்ளம். கடல் பரப்புக்கு மேல் நீல நெருப்பை வாரி இறைத்தது போல. குற்றலைகள் எல்லாம் நீலப் பரப்பு கொண்டு மினுங்கிக் கொண்டிருந்தன. அவர்களைச் சுற்றிலும் இருநூறு அடி சுற்றளவிற்காவது அந்த ஒளிரும் நீல வண்ண ஜமக்காளம் போர்த்தப்பட்டிருக்க வேண்டும். அந்தப் பெரும் பரப்பு சில வினாடிகளுக்கு ஒரு முறை அணைந்து ஒளிர்ந்தது, ஒளிரும் நுரையீரல் ஒன்று விரிந்து சுருங்கி சுவாசிப்பதைப் போல.

கடலுக்குள் தலை விட்டுப் பார்த்தால் என்ன என்று பிரசாத்துக்குத் தோன்றியது. மூச்சை நன்கு இழுத்துக் கொண்டு நீருக்குள் தலையை அமிழ்த்தினான். கண்ணெட்டும் தூரம் வரை ஒளிரும் ஜெல்லி மீன்கள் சுருங்கிச் சுருங்கி விரிந்தபடி, மெல்ல அங்குமிங்கும் நகர்ந்தவண்ணம் இருந்தன. அவற்றிலிருந்துதான் அந்த நீல ஒளி உமிழப்பட்டுக் கொண்டிருந்தது. அவற்றைப் பார்க்க இயல்வதே அவற்றின் ஒளியில்தான் என்பதைப் புரிந்து கொண்டான். மேலும் சில மீன்கள் பெரிய மீசையுடன் நீந்திக் கொண்டிருந்தன. அவற்றிலிருந்தும் நீல ஒளி வந்து கொண்டிருந்தது. சிலவற்றிலிருந்து பச்சை நிறத்திலும். தலையை இங்குமங்கும் திருப்பி எல்லாவற்றையும் கண்களுக்குள் நிறைத்துக் கொள்பவன் போலப் பார்த்தான். திடீரென்று தங்கத் துகள்கள் போல ஒளிப்பைகள் வெடித்துச் சிதறுவதைப் பார்த்தான். ஏதோ அவனுக்கென்றே பிரத்யேகமாக உருவாக்கிக் கொண்ட கனவுலகில் நுழைந்ததைப் போலிருந்தது. இன்னும் பிரயத்தனப்பட்டு உற்றுப் பார்த்தபோது திமிங்கிலம் ஒன்று கடலுக்குள் நீந்திக் கொண்டிருப்பதைப் போல் தோன்றியது. இல்லை, அது இரண்டு கால்கள் கொண்ட மனித உருவம். ஷஹீதுதான் தன் மிதவை ஜாக்கெட்டைக் கழற்றிவிட்டுக் கடலுக்குள் நீந்திக் கொண்டிருந்தான். மிதந்து கொண்டிருந்த மற்ற இருவரின் கால்களும் தென்படுகின்றனவா என்று முயற்சிக்க முற்படும் முன் அவனது நுரையீரல்கள் மூச்செடுக்க வேண்டித் திணறின. திமிறிக் கொண்டு வெளியே வந்தான். அவனுக்கு எதிரில் ஒரு நாலைந்து டால்ஃபின்கள் மின்னும் நீலஒளியை உடலெங்கும் பூசிக்கொண்டு நீந்திப்போயின. நீலத்திரையைக் கிழித்து நீருக்குள் பாய்ந்து, பின்

வெளிவந்து கடற்பரப்பின் மேலாகப் பாய்ந்தன. கனவு இன்னும் அற்றுவிடவில்லை. இவன் எழுப்பிய நீரொலி கேட்டுத் தொலைவிலிருந்து இவன் பக்கம் திரும்பிய வருண், ''ஊஹூய்!'' என்று கத்தினான். ''திமிங்கிலம் போட்ட விட்டை!'' என்றான்.

பிரசாத் சிரித்தான். இடது கையால் முகத்தில் ஒழுகும் நீரை வழித்துக் கொண்டு, உதடுகளைச் சுற்றி நாக்கைச் சுழற்றிக் கடல் நீரின் கரிப்பைச் சுவைத்தான். கடற்காற்றை சுவாசித்து நுரையீரலை நிரப்பிக் கொண்டான். அப்போது அவனது வலக்கரத்தில் உயர்த்திப் பிடித்திருந்த செல்பேசி அதிர்ந்து, ஒலித்தது.

பேராசிரியரின் கிளி

ஆர்தர் ரேவனல் ஜூனியர் பாலத்தைத் தாண்டியபிறகு, 21ம் எக்ஸிட் எடுத்து டிராஃபிக் சிக்னலில் நின்றபோது இடது பக்கம் திரும்ப வேண்டுமா அல்லது வலது பக்கமா என்று ஸ்ருதிக்கு உறுதியாகத் தெரியவில்லை. ஸ்ருதி தன் காரை கோல்மன் புலவார்டுக்குள் திருப்பிய மறுகணமே திசைகாட்டும் கருவியின் பெண்குரல் அமைதியடைந்து, அவளது அலைபேசியின் தொடுதிரை கடைசியாகக் காட்டிய வரைபடத்துடன் உறைந்து விட்டது. கூகுள் வரைபடத்தில் கூட அவளது பேராசிரியரின் வீடு பட்டியலிட்டிருக்கப்படவில்லை! அனிச்சைச் செயலாக, விஷியஸ் பிஸ்கட் தாண்டி இருந்த லான்சிங்க் டிரைவில் திரும்பினாள். அந்தச் சாலையில் இருந்த பாம் வீதியின் வடக்கு முனையில்தான் டாக்டர் ராமச்சந்திரனின் வீடு இருப்பதாக லெய்ச்சி சொல்லியிருந்தான். அவனுக்கு கூகுள் வரைபடம் போன்ற புதிய தொழில் நுட்பங்களில் பெரிய நம்பிக்கையில்லை. என்னதான் அறிவியல் வளர்ச்சி

பெற்றிருந்தாலும் நமது மூளைத்திறன்தான் கடைசியில் கைகொடுக்கும் என்பான். தனது உயிரித்தொழில்நுட்ப ஆராய்ச்சியில் கூட அவன் இதே போன்று மிக மெதுவாக நகரும், மரபார்ந்த வழிமுறைகளைத்தான் பின்பற்றுகிறான். ஸ்ருதிக்கு எதிலும் பலன் எவ்வளவு விரைவில் கிடைக்கிறதென்பது முக்கியம். அதற்குத் தொழில்நுட்பம் உதவுமெனில், அதை ஏன் சார்ந்திருக்கக் கூடாது?

நானூறு அடி தொலைவிலேயே தன் பேராசிரியரின் வீட்டைப் பார்த்து விட்டாள். அந்தப் பகுதியிலேயே மொத்தம் நான்கு வீடுகள்தாம் இருந்தன. அவருடையது சிவப்புக்கூரையிட்ட பழைய மரவீடு. இரண்டு அடுக்குக் கட்டிடமாக மேலெழுந்து நின்றது. மேல் தளத்தின் இடதுபுறம் உள்ள அறையின் ஜன்னல் திறந்திருந்தது. பதினைந்து ஆண்டுகளுக்கு முன் ராமச்சந்திரனும், கல்லூரி இறுதியாண்டு மாணவியான ஸ்ருதியும் அந்த அறையில் அமர்ந்து அவரது உயிரித்தொழில்நுட்ப ஆராய்ச்சிக்கான குறிப்புகளை வெறித்தனமான ஈடுபாட்டுடன் எடுத்துத் தொகுத்ததன் சித்திரம் ஸ்ருதியின் மனதில் தோன்றியது. இப்போதும் அங்குதான் அமர்ந்திருக்கிறாரா என்ன? ஜிபிஎஸ் உதவாது போனபோதிலும், குறிப்பிட்ட நேரத்துக்குப் பதினைந்து நிமிடங்கள் முன்பே வந்து விட்டதை நினைத்து நொந்து கொண்டாள். ஒருவேளை வேறு சக மாணவர்கள் யாரும் வந்திருக்காவிடில் அவரைத் தனியாக எதிர்கொள்ள வேண்டிய சூழ்நிலை ஏற்பட்டு விட்டதை நினைத்து அஞ்சினாள். காரை இங்கேயே ஓர் ஓரமாக நிறுத்தி விட்டு, எல்லாரும் வரும் வரை காத்திருக்கலாமா என்று நினைத்தாள். ஆனால் இந்தப் பகுதியில் அப்படித் தனியாக நிறுத்தினால் குடியிருப்பவர்களின்

சந்தேகப்பார்வைக்கு ஆளாக நேரிடும் என்று கருதி, தைரியத்தை வரவழைத்துக் கொண்டு காரை வீட்டை நோக்கிச் செலுத்தினாள்.

வீட்டின் முன்பக்கப் புல்வெளியில் நின்றிருந்த ஹோண்டா அக்கார்டுக்கு அருகில் தனது லெக்ஸஸை நிறுத்தினாள். சார்ல்ஸ்டன் கல்லூரியில் அவள் இளங்கலை உயிரித்தொழில் நுட்பம் பயின்று கொண்டிருந்த போது ராமச்சந்திரன் வைத்திருந்த அதே வாகனம். இத்தனை ஆண்டுகளில் அதை மாற்றவே இல்லை போலும். கடந்த நான்கு ஆண்டுகளில் மட்டும் ஸ்ருதி மூன்று வண்டிகளை மாற்றி விட்டாள். இரண்டு வாரங்களுக்கு முன்பு டேங்கர் அவுட்லெட்டுக்குச் சென்றிருந்தபோது காட்சிக்கு வைக்கப்பட்டிருந்த டெஸ்லாவைக் காட்டி அதன் விற்பனையாளன் ஆசையைத் தூண்டி விட்டான். கிட்டத்தட்ட அந்த வண்டியை வாங்குகிற முடிவுக்கே போய் விட்டாள். அப்படி மாற்றியிருந்தால் ஆண்டுக்கு ஒரு கார் மாற்றிய கணக்காக இருந்திருக்கும். காரை விட்டிறங்கி வெளியே வந்தாள். புற்களின் உயரம் கூடக்குறைய இருந்ததிலிருந்து புல்வெளி அவசரமாக வெட்டப்பட்டிருந்தது தெரிந்தது. தாழ்வாரத்தில் பார்த்த காட்சிதான் ஸ்ருதி மனத்தில் சின்ன அதிர்வை உண்டாக்கியது. கதவுக்கு இருபுறமும் இருந்த மலர்ச்செடித் தொட்டிகளையும் மீறி, ஓர் ஓரமாக வைக்கப்பட்டிருந்த அவளது பேராசிரியரின் பழைய நாற்காலி அவள் கண்களில் பட்டு உறுத்தியது. கல்லூரியில் அவர் அந்த நாற்காலியில்தான் அமர்ந்திருப்பார். அவளுக்கு முன் பயின்ற அவளது சீனியர்களும், அண்மையில் அவரிடம் பயின்ற மாணவர்களும் கூட பேராசிரியர் ராமச்சந்திரன் அந்த நாற்காலியில் அமர்ந்து உயிரித்தொழில் நுட்பத்தின் ரகசியங்களை விளக்கும் சித்திரத்தை கண்கள் விரிய விதந்தோதுவதைக் கேட்டிருக்கிறாள். ஸ்ருதிக்கும் ராமச்சந்திரனை

நினைத்தால் அந்த நாற்காலியில் அவர் அமர்ந்திருக்கும் சித்திரம் நினைவுக்கு வருவதைத் தவிர்க்க முடியாது. அந்தச் சுழல் நாற்காலியில் அமர்ந்தபடியே வெள்ளைப்பலகையில் மனித டிஎன்ஏவின் படத்தையும், மரபணுவின் வரிசை முறையையும் வரைந்து காட்டி அவற்றின் இயங்கு முறைகள் பற்றி விவரிப்பார். அப்பேற்பட்ட புகழ் பெற்ற நாற்காலி இப்போது வீட்டுக்கு வெளியில் கிடந்தது. அதன் தோல் நிறம் மங்கித் தேய்ந்து, தலை சாய்க்குமிடம் உடைந்து, முதுகு சாயுமிடம் தொங்கிப் போய்...

அழைப்பு மணிக்கு பதிலளித்தது அவளது பேராசிரியரேதான். வாயிற்கதவைத் திறந்து, புயல் பாதுகாப்புக்கென இருந்த கண்ணாடிக்கதவு தானாகவே மூடி அவள் மேல் இடித்துவிடாமலிருக்க ஒருகையால் பிடித்துக்கொண்டு, அவளை ஏறிட்டுப் பார்த்தபடி நின்றார். ஸ்ருதி உள்ளே நுழையக்கூடத் தோன்றாமல் அதிர்ந்து நின்றிருந்தாள். எதிரில் நின்றது அவளது பேராசிரியரைப் போலவே இல்லை. ஏதோ நைந்த கிழவரைப் பார்க்கிற மாதிரி இருந்தது. பதினைந்தே ஆண்டுகள் ஒரு மனிதனை எப்படி முதுமை கொள்ள வைத்து விடுகின்றன? அதுவும் உடலில் குடியேறும் முதுமையை விரட்டும் உயிரித்தொழில் நுட்ப ஆராய்ச்சியில் வாழ்நாள் முழுக்க ஈடுபட்டவரைக்கூட அது விட்டு வைப்பதில்லை! தலை முழுக்க முடி நரைத்து, அடர்த்தி குறைந்து உள்மண்டை வழுக்கைத் தெரியுமளவுக்கு ஆகியிருந்தது. எப்போதும் போல முகத்தை நன்றாக மழித்திருந்தார். ஆனாலும் அவர் முகத்தில் ஸ்ருதி பார்த்த மிருதுவும், மென்மையும் காணாமல் போயிருந்தன. முகத்தில் ஆங்காங்கே பழுப்பு நிறத்தில் தேமல்கள். கண்களுக்குக் கீழே இரைப்பைகள் ஊதியிருந்தன. ஆனால் உடல் பெரிதாக எடைகூடாமல் அப்படியே இருந்தார். கசங்கல்களுடன்

கூடிய, கோடுகள் போட்ட நீல வண்ணச் சட்டை அணிந்து, அதன் மேல் அவருக்குப் பிடித்தமான வெண்ணிற நேரு கோட்டை அணிந்திருந்தார். அவர் போட்டிருந்த கறுப்பு பேண்டும் கசங்கியிருந்தது. அன்றைய நிகழ்வுக்குப் பொருத்தமான உடை இல்லைதான். ஸ்ருதி தான் அணிந்திருந்த ஆடையை நினைத்துக் கொண்டாள். இவ்வார இறுதியில் சான் ஃப்ரான்ஸிஸ்கோவில் நடக்கவிருக்கும் ஜெரொண்டொஜீன்கள் குறித்த கருத்தரங்கில் தலைமையுரையாற்றுவதற்காக அவளுக்கு அழைப்பு வந்திருந்தது. அதற்கெனவே பிரத்யேகமாக புதிதாக வாங்கியிருந்த தொள்ளாயிரம் டாலர் மதிப்புடைய வெளிர்மஞ்சள் நிற ஆடையை அன்று அணிந்திருந்தாள். அன்றைய நிகழ்வு அவள் பொருட்டா அல்லது அவளது பேராசிரியரின் பொருட்டா என்று வியந்து கொண்டாள்.

ராமச்சந்திரன் சங்கடமாகப் புன்னகைத்து, ''உள்ளே வா,'' என்றார். ஸ்ருதி சுதாரித்துக் கொண்டு உள்ளே நுழைந்தாள். நுழைகையில் கண்ணாடிக்கதவைப் பிடித்து நின்றிருந்தவரின் மீது மென்மையாக உரசியபடிச் செல்ல வேண்டியிருந்தது. அதே கணம் ராமச்சந்திரன் தனக்குள் சுருங்கி அவசரமாகப் பின்வாங்கியதையும் அவளால் உணர முடிந்தது.

ஸ்ருதி உள்ளே நுழைந்ததும் தன் ஷூக்களை கழற்றி விட்டுவிட்டு ஒதுங்கி, தயங்கியபடி நின்றாள். ராமச்சந்திரன் கதவை மூடிவிட்டு அவளெதிரில் வந்து நின்று புன்னகைத்தார். அவர் கண்களில் ஏதேனும் குற்ற உணர்ச்சி தென்படுகிறதா என்று தேடிப்பார்த்தாள் ஸ்ருதி. அவர் அவள் பார்வையைத் தவிர்த்து, ''காயத்ரி!'' என்றழைத்தார். உள்ளிருந்து அவர் மனைவி வந்தாள். பின்னாலேயே அவளது இரு மகள்களும் வந்தனர். அவரது

மனைவியின் அதீத கவனிப்பு கொண்ட ஒப்பனைகூட அவள் வயதை மறைக்கமுடியவில்லை. அந்த அம்மாளின் முன் தன் இளமைத் திமிறலைப் பெருமையாக உணர்ந்தாள். அவளது இரு பெண்களும் தன்னையும், தங்கள் தாயையையும் ஒப்பிட்டுப்பார்த்துக் கொள்வார்களா என்று நினைத்துக் கொண்டாள். இந்தக் காலத்துப் பெண்களுக்கு அழகு என்பதன் அளவுகோலே வேறுதான். தொப்புளில் வளையம் மாட்டிக் கொண்டு, பஞ்சு மிட்டாய் நிறத்தில் தலைக்குச் சாயம் பூசியிருந்தால் ஒருவேளை அவர்களைக் கவரமுடியுமோ என்னவோ. முதல் பெண் சமந்தாவை ஸ்ருதிக்குத் தெரியும். ஸ்ருதி பேராசிரியரிடம் பயின்றபோது அவள் மூன்று வயது குழந்தை. இரண்டாவது பெண்ணுக்குப் பனிரெண்டு வயதிருக்கும் போல் தெரிந்தது. அவள் வலது கையில் ஒரு பெரிய சைஸ் கிளி அமர்ந்திருந்தது.

ஐவரும் ஒரு கணம் ஒருவரையொருவர் பார்த்துக் கொண்டார்கள். ஸ்ருதி ஒவ்வொருவரையும் மையமாகப் பார்த்துப் புன்னகைத்தாள். அந்தக் கிளி, ''இடியட்!'' என்று கத்தியது.

பேராசிரியரின் இரண்டாவது பெண் குலுங்கிச் சிரித்தாள். ''அப்பாவைத்தான் கூப்பிடுது,'' என்றாள்.

''ஹென்னா! சும்மா இரு. ஸ்ருதி, ப்ளீஸ், கம் இன்சைட்,'' என்றபடி அவளை உள்ளே அழைத்துச் சென்றாள் பேராசிரியரின் மனைவி. அனைவரும் பின்தொடர்ந்தனர். வரவேற்பறையில் இருந்த சோஃபாக்களில் சுற்றியும் அமர்ந்தனர். ஸ்ருதிக்கு சட்டென்று காலயந்திரத்தில் பின்னே சென்ற மாதிரி இருந்தது. அந்த வீட்டில் எதுவுமே மாறவில்லை. அதே பழைய மைம்ஸ் சோஃபாக்கள். பிங்க் நிறத்தில் சுவர்கள். சுவற்றில்,

மலிவுப்பதிப்பில் வாங்கிய சால்வடார் டலியின் ஞாபகத்தின் நச்சரிப்பு. தலைக்கு மேல் மங்கலான மின்விளக்குடன், மெல்லிய ஒலியுடன் சுழலும் மின்விசிறி. உணவுக்கூடத்தின் ஓரத்தில் வைக்கப்பட்டிருந்த கடவுளர் சிலைகளைத் தாங்கி நின்ற சிறிய அலமாரி. வீடெங்கும் பரவியிருந்த மெல்லிய மசாலா வாசனை. அப்புறம் புத்தகங்கள், புத்தகங்கள். அவளுக்கு அந்த வீட்டை விட்டுச் சென்றது போலவே இல்லை. ஸ்ருதிக்குப் பக்கத்தில் இரண்டாவது பெண் ஹென்னா அமர்ந்தாள். அவள் கையிலிருந்த கிளி, தலை குனிந்து சிறிய யானைத்தந்தம் போலிருந்த தன் அலகால் இறகுகளைக் கோதிவிட்டுக் கொண்டிருந்தது. உடல் முழுக்க சிவப்பு நிறம். இறகுப்பகுதியில் மட்டும் அடர் நீலமும், மஞ்சளும் இரண்டு பட்டைகளாய்ப் பரவியிருந்தன. நீண்டு வளைந்த நகங்கள் கொண்ட பாதங்கள் ஹென்னாவின் முழங்கையைக் கவ்விப் பிடித்துக் கொண்டிருந்தன. கிளி சட்டென்று கோதுவதை நிறுத்தி விட்டு இவளைப் பார்த்தமாதிரி இருந்தது. ஸ்ருதிக்கு அந்தக்கிளியைக் குறித்து ஏதோ அசூயையான உணர்வு தோன்றியது. எந்நேரமும் அது அவள் மேல் தாவிவிடும் போலிருந்தது.

''எப்படி இருக்கே ஸ்ருதி? பதினைஞ்சு வருஷமாச்சு பாத்து. ஆனா அப்ப பார்த்த மாதிரியே இருக்க,'' என்றாள் காயத்ரி.

வெளிர்மஞ்சள் ஆடை இறுக்கிப் பிடித்திருந்த தன் உடலை ஒரு கணம் உணர்ந்தாள் ஸ்ருதி. வாரத்துக்கு நான்கு நாட்கள், ஒன்றரை மணி நேரம் உடற்பயிற்சிக் கூடத்தில் உழைப்பதும், அதீதமான உணவுக்கட்டுப்பாடும் கொடுத்த பலன். ''ஐ'ம் ஆல்ரைட்!'' என்றாள்.

அதற்குமேல் என்ன கேட்பதென்று காயத்ரிக்கும் தெரியவில்லை. ''எல்லாரும் பேசிக் கொண்டிருங்கள். அவனில் பிரியாணி வைத்திருக்கிறேன். பார்த்து விட்டு வந்து விடுகிறேன்,'' என்றபடி எழுந்தாள். அவளோடு முதல் மகளும் எழுந்து சென்று விட்டாள்.

ஹென்னா அவள் கிளியோடு இன்னும் பக்கத்திலேயேதான் அமர்ந்திருந்தாள். ராமச்சந்திரன் எதிரில் அமர்ந்திருந்தார். இருவருமே பார்வையைத் தவிர்த்துக் கொண்டிருந்தனர்.

''இது ஸ்கார்லட் மக்காவ்தானே?'' என்று கேட்டாள் ஸ்ருதி.

''ஆமாம். அப்பாவோட மாணவர் அவருக்குப் பரிசளித்தது. ஸீட்டா என்று பெயர் வைத்திருக்கிறேன். பரவாயில்லை, பட்டுன்னு பேர் சொல்லிட்டீங்க. அப்பாக்கு நான் சொல்லித்தான் தெரிஞ்சுது,'' என்றாள் ஹென்னா.

''இந்தியாவில இந்த மாதிரி உருவம் இருக்கிற எல்லாமே கிளிதான்,'' என்றார் ராமச்சந்திரன்.

''பேசுமா?'' என்றாள் ஸ்ருதி.

''நாலு மாசமா இருக்கு. ஒரு சில வார்த்தைகள்தான் பேசுது. ஆயிரத்து முன்னூறு டாலருக்குக் கொஞ்சம் கம்மிதான்.''

''தாமஸ் ஸ்ட்ரோபில் மெக்சிகோவிலிருந்து கொண்டு வந்தான். முதல்ல க்வேக்கர் என்கிற வகையைத்தான் வாங்கி வருகிறேன் என்று சொன்னான். நல்லாப் பேசுமாம். ஆனா இங்க நம்ம ஸ்டேட்ல அதை வைத்துக்கொள்ள அனுமதி இல்ல,'' என்றார் ராமச்சந்திரன். அவளிடம் ஏதோ பேச வேண்டும் என்று ஆரம்பித்த மாதிரித் தோன்றியது. ஸ்ருதி அவரை ஏறிட்டுப் பார்த்தாள்.

தன்னிடம் பேசுவதற்குக்கூட அவருக்கு விஷயங்கள் இருக்கின்றனவா என்று அவளுக்கு வியப்பாக இருந்தது. 'இத்தனை வருடங்கள் அப்படி எதுவுமே இல்லாது போனது ஏன்? பதினைந்து ஆண்டுகளுக்கு முன், அவரது மாடியறையில் ஆராய்ச்சிக் குறிப்புகளுக்கான வேட்டையில் இருந்தபோது தாவி அணைத்துக் கொண்டது அவர் தவறுதானே! அவர்தானே பதறி விலகினார்? பத்தொன்பதே வயதான என்னிடம், அவர்தானே மன்னிப்புக் கோரினார்? நான்தான் அவரை மன்னித்து விட்டேனே. அதற்குப் பிறகும் ஏன் அவர் வட்டத்தில் என்னை அனுமதிக்க மறுத்தார்? மறுநாளே இனி வீட்டில் பணியைத் தொடர வேண்டாம் என்றார். ஆனால் அந்த வாரமே என்னை மொத்தமாக அவருடைய ஆராய்ச்சியில் உதவுவதிலிருந்து முழுக்கவே விலக்கி விட்டார். தவறிழைத்தது அவர், தண்டனை மட்டும் எனக்கா?'

"நீங்கள் கொஞ்ச நேரம் வைத்திருக்கிறீர்களா? இது ரொம்பவும் சாது," என்றாள் ஹென்னா.

ஸ்ருதி பதிலுக்கு புன்னகைத்து விட்டு, அந்தக் கிளியைத் தடவிக் கொடுத்தாள். இலவம்பஞ்சு உருண்டையைத் தொடுவது போலிருந்தது. கிளியின் உடலில் மெல்லிய அதிர்வுகள் இருந்தது தெரிந்தது. பிறகு, தன் புன்னகை மாறாமல் தன் வலது கையை நீட்டினாள். கிளி தன் ஒரு காலைத் தூக்கி அவள் முழங்கையில் வைத்தது. ஸ்ருதி எதுவோ சிராய்ப்பது போன்ற வலியை உணர்ந்தாள். கையைப் பின்னிழுத்துக் கொள்ளலாமா என்று ஒரு கணம் நினைத்தாள். அவள் எண்ணத்தை அறிந்ததைப் போல கிளி தன் காலை இழுத்துக் கொண்டது. பின் ஹென்னாவின் முழங்கையிலிருந்து குதித்து தோளில் ஏறிக்கொண்டது. ஸ்ருதி சோஃபாவில் சற்று அசைந்து, நகர்ந்து அமர்ந்து கொண்டாள்.

அழைப்பு மணி ஒலித்தது. லெய்ச்சியும், மற்ற நண்பர்களும் வந்து விட்டார்கள். ராமச்சந்திரனே எழுந்து போய் கதவைத் திறந்தார். எல்லாரும் முகமன் கூறிக்கொள்வதும், அணைத்துக் கொண்டு விசாரிப்புகள் செய்வதும் கேட்டது. ஒவ்வொருவராக உள்ளே வந்தார்கள். லெய்ச்சி, டகாஷி, ஹிரோயுகி, சஞ்சய், ஷிவ் தேசாய். ஸ்ருதியுடன் கல்லூரியில் பேராசியரிடம் ஒன்றாகப் படித்தவர்கள். அவரே அவர்களது முனைவர் பட்டப்படிப்புக்கு வழிகாட்டியாகவும் இருந்தார். ஸ்ருதியை மட்டும் அவர் ஏற்றுக் கொள்ளவில்லை. அவளைக் கண்டதும் நண்பர்கள் முகம் மலர்ந்து விட்டனர். ஒவ்வொருவராக வந்து அவளை அணைத்துக் கொண்டனர். அவள் வருவாள் என்று யாருமே எதிர்பார்த்திருக்கவில்லை. எல்லாரும் கொண்டு வந்திருந்த பரிசுப் பொருட்களை தொலைக்காட்சிக்கு அருகிலிருந்த மேஜையின் மீது கொண்டு வைத்தார்கள். அப்போதுதான் ஸ்ருதிக்குத் தான் வாங்கி வந்த பரிசுப்பொருள் நினைவுக்கு வந்தது. மெல்ல எழுந்து மேஜைக்கருகில் சென்று தன் கைப்பையிலிருந்து ஒரு சிறிய பரிசுப்பெட்டியை எடுத்து வைத்தாள்.

அனைவரும் உணவு மேஜையைச் சுற்றி அமர்ந்தார்கள். முதல் பெண் சமந்தா எல்லாருக்கும் என்ன வைன் வேண்டும் என்று கேட்டு மேஜையைச் சுற்றி சுற்றி வந்து ஊற்றிக் கொண்டிருந்தாள். ஸ்ருதி சிவப்பு வைன் கேட்டு வாங்கிக் கொண்டாள். பேராசிரியரின் மனைவியும், ஹென்னாவும், சமையலறையிலிருந்து உணவுப்பொருட்களை எடுத்து வந்து மேஜையில் வைத்துக் கொண்டிருந்தார்கள். அவளுடைய கிளி மாடிப்படியின் கைப்பிடியின் மீது அமர்ந்து கொண்டு, "ஹென்னா! ஹென்னா!"

பொற்குகை ரகசியம்

என்று கத்திக் கொண்டிருந்தது. ஒரு கணம் எல்லாரும் அதைத் திரும்பிப்பார்த்தார்கள்.

"எங்க வீட்டு சீதா," என்றார் ராமச்சந்திரன், புன்னகையுடன்.

"அப்பா, அது பேர் ஸீட்டா, சீதா இல்ல," என்றாள் ஹென்னா, மெல்லிய எரிச்சலுடன்.

"அது சரி, அது ஆணா, பெண்ணான்னு யாருக்குத் தெரியும்? வேணுமானா டிஎன்ஏ பரிசோதனை செய்துதான் கண்டுபிடிக்கணும்," என்றான் ஷிவ் தேசாய், கிண்டலாக.

"அவ சொல்லிக் கொடுக்கறத மட்டும்தான் அது சொல்லும்," என்றாள் அவளது அம்மா, குற்றம் சாட்டும் பாவனையில். "பின்னே! அதுவா எதுவும் சொந்தமா பேசும்னு நினைச்சியா?" என்று கேட்டு விட்டு மீண்டும் தன் குலுக்கல் சிரிப்பை வெளிப்படுத்தினாள் ஹென்னா. சில நிமிடங்களில் கிளியை எல்லாரும் மறந்து விட்டு தங்கள் உரையாடலில் ஈடுபட்டு விட்டார்கள். தாங்கள் இப்போது பணிபுரியும் துறையில் எதிர் கொள்ளும் சவால்கள், சாதித்த விஷயங்கள், பேராசிரியரின் வழிகாட்டுதல் அவர்கள் வாழ்க்கையில் உதவிய விதம் என்றெல்லாம் பேசிக்கொண்டிருந்தார்கள். ஸ்ருதி அவ்வப்போது சிரித்தும், தலையசைத்தும், உரையாடலில் கலந்து கொள்வதைப் போல பாவனை செய்து கொண்டிருந்தாள். கிளி அமர்ந்திருந்த மாடிப்படியை நோக்கினாள். சட்டென்று நினைவு மீண்டும் அந்த நாளை நோக்கிச் சென்றது. அவளும், பேராசிரியரும் அருகருகில் அமர்ந்து, அவர் கொடுக்கும் குறிப்புகளை பரபரவென்று அவள் எழுதிக் கொண்டிருக்கும் சித்திரம். பக்கங்களுக்குள் அவள் விழுந்து வரைபடங்களினூடாகவும், அட்டவணைகளினூடாகவும்

தவழ்ந்தும், வழுக்கியும் சென்று கொண்டிருக்கிறாள். சட்டென்று பேராசிரியரின் சூடான சுவாசம் அவளது பின் கழுத்தில் விழுகிறது. எழுதுவதை மெல்ல நிறுத்துகிறாள். பேராசிரியர் அவளை நோக்கிக் குனிவதை உணர்கிறாள். ஒரு கணம் உடலின் உறுப்புகள் அனைத்தும் உறைந்து விடுகின்றன. இதயம் ஒவ்வொரு துடிப்புக்கும் இடையில் நிறைய இடைவெளி விடுவதாகத் தோன்றுகிறது. அவர் அடுத்த கணம் செய்யவிருப்பதை உள்ளம் எதிர்நோக்கிக் காத்திருக்கிறது.

"டிங்க், டிங்க், டிங்க்! ப்ளீஸ், உங்கள் கவனத்தைக் கோருகிறேன்!" என்றான் லெய்ச்சி. "நாம் எல்லாரும் இன்று இங்கு குழுமியிருப்பதன் காரணம் என்ன? பேராசிரியர் திலீப் ராமச்சந்திரன் ஓய்வு பெற்றிருக்கிறார். அவருக்கு அவரது முன்னாள் மாணவர்கள் நாமெல்லாம் சேர்ந்து பிரியாவிடை கொடுக்கவே இங்கு இணைந்திருக்கிறோம். இவ்வளவு விரைவில் நீங்கள் ஓய்வு பெற்று விடுவீர்கள் என்று நாங்கள் நினைக்கவே இல்லை, ப்ரொஃபசர். நன்றி, எங்களை இந்த உயிரியல் துறையில் ஆற்றுப்படுத்தியதற்கும், எங்கள் எதிர்காலத்தை வடிவமைப்பதில் முக்கிய பங்காற்றியதற்கும். நன்றி, ப்ரொஃபசர், நன்றி. எல்லாவற்றுக்கும்." அவன் குரல் உணர்ச்சி மேலிட்டு சற்றே உடைந்தது. தன்னைக் கட்டுப்படுத்தியவனாக, "டு த ப்ரொஃபசர்!" என்றான், தன் வைன் கோப்பையை உயர்த்தி. எல்லாரும் தங்கள் கோப்பைகளை உயர்த்தினார்கள். அவரது மாணவர்கள் "டு த ப்ரொஃபசர்," என்று திரும்பச் சொன்னார்கள். பின் தங்கள் கோப்பையிலிருந்து ஒரு மிடறு விழுங்கினார்கள். உணவு மேஜையைச் சுற்றிலும் கலகலவென்று பேச்சு மீண்டும் ஆரம்பித்து விட்டது. சஞ்சயும், ஷிவ் தேசாயும் ஹிந்தியிலும், மற்ற மூன்று

நண்பர்கள் ஜப்பானிய மொழியிலும், எல்லாருக்கும் பொதுவாக ஆங்கிலத்திலும் பேசினார்கள். அம்மாவும், இருபெண்களும் சுழன்று, சுழன்று உணவு வகைகளை எடுத்து வருவதும், காலிப் பாத்திரங்களை எடுத்துச் செல்வதுமாக இருந்தார்கள். ராமச்சந்திரன் மையமாகப் பார்த்து எல்லாருக்கும் ஓரிரு சொற்களில் பதில் கொடுத்துக் கொண்டிருந்தார். காயத்ரி ஸ்ருதியின் அருகில் வரும்போது மட்டும் எல்லாம் சரியாக இருக்கிறதா என்று தமிழில் விசாரித்துக் கொண்டிருந்தாள். பீங்கான் தட்டுகளில் முள்கரண்டிகளும், கத்திகளும் மோதும் ஒலி. நீ தந்தூரி சிக்கன் எடுத்துக் கொண்டாயா? இந்த பன்னீர் பட்டர் மசாலா நன்றாக இருக்கிறதல்லவா? என்ற விசாரிப்புகள். ஒருவருக்கொருவர் பார்த்துத் தலையசைப்புகள். புன்னகைகள்.

'என்னை ஏன் தவிர்த்தீர்கள், ப்ரொஃபசர்? நான்தான் உங்களை மன்னித்து விட்டேனே? உங்கள் பதற்றத்தையும், அச்சத்தையும் நான் கண்டுகொள்ளவேயில்லையே? நான் உங்களோடே இருந்திருந்தால் உங்களுக்கு இந்த நிலை வர விட்டிருப்பேனா? நீங்களேதான் இந்தப் பணியிலிருந்து ஓய்வு பெறுகிறீர்களா? குடித்து விட்டுப் போய் வகுப்பெடுத்தால் யார் வேலைக்கு வைத்துக் கொள்வார்கள்? என்னைப் பழி வாங்கும் வகையில் நீங்கள் நடந்து கொள்வதற்கு என் பக்கமிருந்து நான் இழைத்த குற்றம் என்ன? ஏன் என் மீது இத்தனை வன்மம்?'

''டாக்டர் ஸ்ருதி ஈஸ்வரனுடன் நாம் பயின்றது நமக்கெல்லாம் பெருமை. இன்றைக்கு அவள் உலகம் புகழும் உயிரித்தொழில்நுட்ப அறிவியலாளர். நேச்சர் பயோடெக்னாலஜி இதழில் அவள் எழுதி வரும் கட்டுரைகளைப் பற்றி அறிவியல்

உலகில் எல்லாரும் பேசி வருகிறார்கள். சென்ற ஆண்டு கைர்ட்னர் விருதை வாங்கியிருக்கிறாள். ப்ரொஃபசர் ராமின் மாணவர்கள் சோடை போவதில்லை என்பதற்கு ஸ்ருதி ஓர் உதாரணம்,'' என்றான் டகாஷி.

'ஒருவேளை நான் இப்படிப் புகழ் பெற்று வருவது உங்களுக்குப் பொறுக்கவில்லையா? இந்தத் துறையில் ஒவ்வொரு மைல்கல்லை எட்டும்போதும் குவியும் பாராட்டுகளுக்கிடையில் உங்களது சின்ன அங்கீகாரமாவது என்னை வந்து எட்டிவிடாதா என்று எத்தனை நாள் ஏங்கியிருப்பேன்? நீங்கள் கொடுத்த ஒரே ஒரு வானொலி நேர்காணலில் உங்களால் என்னைக் குறித்த கேள்வியைத் தவிர்க்க முடியாதபோது கூட, நான் செய்திருப்பது பெரிய சாதனை அல்ல என்பது போன்ற தொனியில்தானே பேசினீர்கள்? உங்களது வேறு மாணவர்கள் யாரேனும் இத்தகைய சாதனையை நிகழ்த்தியிருந்தால் இப்படி கண்டுகொள்ளாமல் இருந்திருப்பீர்களா? அன்று மாடியில், உங்கள் அறையில் நிகழ்ந்த அந்த நிகழ்வு உங்களுக்குள் குற்ற உணர்ச்சியாக நிலைத்தது மட்டுமல்லாமல், அதுவே என் மீதான ஆழ்ந்த வன்மமாக இப்போது மாறியிருக்கிறதா?'

ஷிவ் தேசாய் சொன்னான். ''ப்ரொஃபசர் ராம் இதே போன்று புகழ் பெற்றிருக்க வேண்டியவர். வகுப்பறைகளுக்குள்ளேயே தன்னை இருத்திக் கொண்டார். அவர் மாணவர்கள் உயரம் செல்லச் செல்ல அதைப் பார்த்து மகிழ்வதிலேயே நிறைவு கொண்டார்.'' ஸ்ருதிக்கு அவனது குரலில் சற்றே பரிகாசத் தொனி இருந்ததாகப் பட்டது. பேராசிரியர் மெல்ல, மெல்ல குடிக்குத் தன்னைப் பறி கொடுத்தவர். அதன் காரணமாகவே அவருடைய மதிப்பு கல்வி மற்றும் அறிவியல் வட்டாரங்களில் சரிந்து கொண்டே வந்தது.

செனோலிடிக்ஸில் அவர் செய்த ஆராய்ச்சி முடிவுகளைப் பதிப்பிப்பதற்குக் கூட யாரும் முன்வரவில்லை. அதே துறையில் ஸ்ருதி செய்த ஆராய்ச்சிக்காக ஜெர்மனியில் கீல்வாதத்திற்கு தீர்வு காண விழையும் நிறுவனம் ஒன்று அவளை மிகுந்த சன்மானம் கொடுத்துப் பணியில் அமர்த்தியிருக்கிறது. அந்த அளவுக்குப் பேராசிரியரால் சாதிக்க இயலவில்லை என்பதைத்தான் அவன் சுட்டிக் காட்டுகிறானா? சட்டென்று காரணம் புரியாமல் ஸ்ருதிக்குத் தன் பேராசிரியர் மீது அளவு கடந்த பரிவு ஏற்பட்டது. அவர் கைகளைப் பிடித்து, அவர் தலை கோதி அவருக்கு ஆறுதல் சொல்லவேண்டுமென்று அவளது மனம் விம்மியது.

ஹென்னாவின் கிளி, "இடியட்!" என்று கத்தியது.

கைர்ட்னர் விருது வாங்கியிருக்கும் ஸ்ருதி ஈஸ்வரன் குறித்து என்ன நினைக்கிறீர்கள்? அவர் உங்களிடம் இளங்கலை பயின்றவர். கீல்வாதத்திற்குக் காரணமான செனிசெண்ட் செல்களின் வளர்ச்சியைத் தடுப்பது குறித்த அவரது ஆராய்ச்சிக்கு விருது கிடைத்திருக்கிறது. நீங்கள் கூட அந்தத் தலைப்பில் ஒரு புத்தகம் வெளியிடப் போவதாகச் சொல்லியிருந்தீர்கள்.

நம் ஆராய்ச்சியின் முடிவுகள் நம்மை அதீதமான தன்னம்பிக்கைக்கு இட்டுச் சென்று விடக்கூடாது என்பதில் நான் உறுதியாக இருந்தேன். இதன் மூலம் கண்டுபிடிக்கப்பட்ட மருந்தினால் செனிசெண்ட் செல்களின் வளர்ச்சியைத் தடுக்க முடிந்தபோதிலும், நோயாளிக்கு இதனால் உருவாகும் நிரந்தரமான வலியை நீக்குவதில் பல சிக்கல்களை நான் உணர்ந்திருந்தேன். அதனாலேயே அந்தப் புத்தகத்தை வெளியிடுவதில் தயக்கம் இருந்தது.

ஜெகதீஷ் குமார்

'வாழ்த்துக்கள்! வாழ்த்துக்கள் எங்கே ப்ரொஃபசர்? என் விருது குறித்த கேள்விக்கான பதிலில் கூட உங்கள் ஆராய்ச்சியின் முடிவுகள்தாம் முக்கியத்துவம் பெறுகின்றன. அந்த ஜெர்மனிக்காரன் இந்த ஆராய்ச்சிக்காக எங்களுக்குக் கொடுத்திருக்கிற தொகை என்ன தெரியுமா? நாலு மில்லியன் யூரோக்கள்!'

ஹென்னா இன்னொரு பாட்டில் சிவப்பு வைன் எடுத்துக் கொண்டு கோப்பைகளை நிரப்புவதற்காக அவர்களை நோக்கி வரும் போது, கிளி அவள் தோளில் தாவி ஏறிக்கொண்டது. அவள் மேஜையைச் சுற்றி வந்து வைன் ஊற்றினாள். ஸ்ருதியின் கோப்பையை நிரப்புவதற்காக அவளருகில் வந்தாள். ஸ்ருதி கோப்பையைக் கையில் எடுத்து நீட்டுகையில், கிளி ஹென்னாவின் தோளில் இருந்து கைக்கு இறங்கி, ஸ்ருதியின் கைக்குத் தாவியது. ஸ்ருதி அதிர்ந்து கோப்பையை நழுவ விட்டாள். வைன் கோப்பை சரிந்து, வைன் அவள் மடியில் கொட்டியது.

''ஓவ்!'' என்றனர் பலர், ஒரே குரலில். வைன் ஸ்ருதியின் வெளிர் மஞ்சள் ஆடையில் சிவப்பாகப் பரவிக்கொண்டிருந்தது. ஸ்ருதி அதிர்ச்சியில் எழ முடியாமல் அமர்ந்திருந்தாள். ஹென்னா கிளியைத் தூக்கிக் கொண்டு அப்புறம் சென்றாள். அவளது அம்மா அவளைப் பார்த்து முறைத்து விட்டு, ''இதுக்குத்தான் அதைக் கொண்டு போய் மேலே விடுன்னு அப்பவே சொன்னேன்!'' என்றாள். முதல் பெண் சமந்தா ஸ்ருதி அருகில் வந்து, ''ஸ்ருதி, ஒண்ணும் பிரச்னை இல்லை. வாஷர் டிரையர்ல போட்டு எடுத்துக் குடுத்துடறேன். வினிகர் போட்டு வாஷ் பண்ணினா உடனே போய்டும்,'' என்றாள். ஸ்ருதி எல்லாரையும் ஒரு புன்னகையுடன் பார்த்து விட்டு எழுந்து சமந்தாவுடன் சென்றாள்.

குளியலறைக்குள் சமந்தா கொடுத்த அவளது துணிகளுடன் சென்றாள். அவளது மேலாடை ஸ்ருதிக்குச் சிறியதாக இருந்தது. கீழே டிராக் பேண்ட் போதுமான அளவு இருந்தது. கதவைச் சிறிது திறந்து சமந்தாவிடம் தகவலைச் சொன்னாள். அவள் உள்ளே சென்று ஒரு பெரிய நீல நிறச் சட்டையை எடுத்து வந்து தந்தாள். கதவை மூடி விட்டு சட்டையை போட்டுக் கொண்டு, நிலைக் கண்ணாடியில் தன்னைப் பார்த்தபோதுதான் கவனித்தாள். அது அவளது பேராசியரின் சட்டை. அதுவும் அன்று அவளை அவர் அணைத்துக் கொண்டபோது போட்டிருந்த சட்டை. ஸ்ருதிக்கு அழுகை பீறிட்டுக் கொண்டு வந்தது. கம்மோட் மேல் அமர்ந்து அழுகையை அடக்க முற்பட்டாள். சத்தம் வெளியே தெரிந்து விடக்கூடாதே என்று எச்சரிக்கையோடு, எழுந்த விசும்பல்களை அடக்கினாள். வெளியே உணவு முடித்து விட்டு எல்லாரும் வரவேற்பறையில் அமர்ந்து பேசிக் கொண்டிருந்தது தெரிந்தது. மீண்டும் காரணம் புரியாமல் அவளது பேராசிரியரின் மீது அவளுக்குக் கடும் சினம் பொங்கியது. தன்னிலை அடையும் வரை உள்ளேயே இருப்பதென்ற முடிவில் அமர்ந்திருந்தாள்.

ஒருவாறாக சுதாரித்துக் கொண்டு எழுந்தாள். நிலைக்கண்ணாடியில் தன் முகம் பார்த்து, கைப்பையிலிருந்து பொருட்களை எடுத்து ஒப்பனையைச் சரி செய்து கொண்டாள். மூச்சை ஆழமாக இழுத்து வெளியேற்றி, தன்னை நிதானப்படுத்திக் கொண்டு வெளியே வந்தாள்.

நண்பர்கள் எல்லாரும் கிளம்பத் தயாராகி விட்டனர். ஒவ்வொருவருக்கும் ஒரு காரணம். அவளது உடையை இப்போதுதான் டிரையரில் போட்டிருக்கிறேன், இன்னும் கொஞ்சம் நேரமாகும் என்று சமந்தா சொன்னாள். நண்பர்கள் விடைபெற்றுக்

கொண்டு கிளம்பினர். ஸ்ருதி சோஃபாவில் அமர்ந்தாள். நிமிர்ந்து பார்த்தபோது, ராமச்சந்திரன் மாடிப்படி ஏறிச் செல்வது தெரிந்தது. ஸ்ருதிக்கு அடக்கியிருந்த சினம் மீண்டும் கிளம்பியது. எழுந்து அவளும் மாடிப்படியேறினாள்.

"வாழ்நாள் முழுக்க என்னை உதாசீனம் செய்வதென்ற குறிக்கோளில் இருக்கிறீர்களா?" என்றாள், அவரது அறையின் வாயிலில் நின்றபடி.

ராமச்சந்திரன் தன் மேஜைக்கு முன்னால் ஒரு நாற்காலியில் அமர்ந்திருந்தார். நிமிர்ந்து பார்த்து, "ஸ்ருதி! வா, உட்கார்," என்றார், பக்கத்து இருக்கையைக் காட்டி. "இப்போதுதான் உன் பரிசுப்பொருளைப் பார்த்தேன். எனக்குப் பிடித்தமான புலவா கைக்கடிகாரம். நன்றாக இருக்கிறது."

தொம்மென்று இருக்கையில் அமர்ந்தாள். "இப்போது நான் தெரிந்து கொண்டேன். என்னை விட்டு நீங்கள் விலகி, விலகிச் சென்றது குற்ற உணர்ச்சியாலல்ல. முதலில் அப்படி இருந்திருக்கலாம். ஆனால் உண்மைக்காரணம் என் வளர்ச்சி. அதைக் காண உங்களுக்குப் பொறுக்கவில்லை. நீங்கள் செய்த தவறுக்கு என்னைத் தண்டிப்பதன் மூலம் ஆறுதலடைந்து கொண்டிருக்கிறீர்கள்," என்றாள். மூச்சு வேகமாக இயங்கியதில் அவள் நெஞ்சு ஏறித்தாழ்ந்து கொண்டிருந்தது.

ராமச்சந்திரன் அவளை அதீதமான தெளிவு கொண்ட முகத்துடன் பார்த்தார். "ஸ்ருதி, என் மாணவர்களிலேயே நீதான் மிகுந்த அறிவுக்கூர்மையும், படைப்புத்திறனும் கொண்டவள். நீ இன்று அடைந்துள்ள உயரம் கூட உன் திறமைக்கு ஈடாகாது," என்றார்.

"இப்போது என்னைப் பாராட்டி என்ன பிரயோஜனம்? நான் வெற்றியடைந்த தருணங்களில் என்னைப் புறக்கணித்தீர்களே?"

ராமச்சந்திரன் அமைதியாகத் தலைகுனிந்தார். பின் நிமிர்ந்து அவளைப் பார்த்தார். "நான் ஏன் உன்னைத் தவிர்த்தேன் என்று தெரிந்து கொள்ள வேண்டுமா?" என்றார். மேஜையின் டிராயரை இழுத்து, ஒரு மொத்தமான நோட்டுப்புத்தகத்தை எடுத்து மேஜை மேல் போட்டார். புத்தகம் முழுக்க பழுப்படைந்து, மேலட்டையில் எழுதப்பட்டிருந்த அவரது பெயர் மசி படிந்து இருந்தது. "இது என்ன புத்தகம் என்று தெரிகிறதா?"

அது பேராசிரியர் சொல்ல, ஸ்ருதி குறிப்பெடுத்த புத்தகம். அதில் பெரும்பாலான பக்கங்களை அவளே கைப்பட எழுதியிருந்தாள். ஸ்ருதி மெல்ல அந்தப் புத்தகத்தை எடுத்து, அதன் பழுப்புநிறப் பக்கங்களைப் புரட்டினாள். மரபணுவின் உறுதியற்ற தன்மை குறித்தும், எபிஜெனெடிக் மாற்றங்கள் குறித்தும் பேராசிரியர் எழுதியிருந்த ஆராய்ச்சிக் கட்டுரைகள். அக்கட்டுரைகளிலேயே இந்த ஆய்வுகளின் எல்லைகள் குறித்து அவர் விவரித்திருந்தது அவள் நினைவுக்கு வந்தது. பல பக்கங்கள் அவள் மனதில் அப்படியே பதிந்திருந்தன. ஏன் அவை மனதில் தெளிவான படங்களாக இருக்கின்றன என்று ஸ்ருதிக்கு உடனே தெரிந்து விட்டது. பேராசிரியர் எதை சுட்டிக்காட்ட விழைகிறார் என்றும்.

உடை காய்ந்தவுடன் மாற்றிக் கொண்டு கிளம்பத் தயாரானாள். எல்லாரிடமும் சொல்லிக் கொண்டு வெளியே வந்தபோது வாயில் வரை ராமச்சந்திரனும் வந்தார். பின்னால் சற்று தொலைவில் ஹென்னா கிளியை ஏந்திக் கொண்டு நின்றிருந்தாள்.

"நான் அன்று செய்ததற்கு மன்னிப்பே கிடையாது. உன்னிடம் மீண்டும் மன்னிப்புக் கோருகிறேன், ஸ்ருதி. ஆனால் என் மாணவி ஸ்ருதி ஈஸ்வரன் சுயமான சிந்தனை கொண்டவள். அவள் அடைந்த உயரம் அல்ல எனக்கு முக்கியமானது. அவளது சுயசிந்தனையால் அவள் அடையக்கூடிய உயரம் இன்னும் பல மடங்கு அதிகம். அதை விட்டு விட்டு விரைவில் கிட்டும் வெற்றிகளின் பின்னால் நீ போய்விட்டாயோ என்ற ஏமாற்றமும், ஆதங்கமும்தான் நான் உன்னை இவ்வளவு நாள் தவிர்ப்பதற்குக் காரணங்களாக இருந்தன," என்றார் ராமச்சந்திரன்.

ஸ்ருதி பதில் பேசாமல் திரும்பி, படியிறங்கினாள். காரை நோக்கிச் சென்று அதன் கதவைத் திறந்து, பின் ஏறிட்டு நோக்கினாள். ராமச்சந்திரன் வாயிலில் நின்றிருந்தார். மிகுந்த பலவீனமான மனிதராக, வாழ்வால் கைவிடப்பட்டவராக நின்று கொண்டிருந்தார். அவர் முகத்தில் ஒரு வறண்ட புன்னகை தவழ்ந்து கொண்டிருந்தது. ஹென்னாவின் கையிலிருந்த கிளி, "இடியட்! இடியட்!" என்று கத்தியது.

கர்மா

தன் புல்வெட்டியில் ஏதோ தவறு இருந்தமாதிரிப் பட்டது பீட்டருக்கு. ஐந்தடிக்கு ஒருமுறை திக்கித் திணறிக் கொண்டிருந்தது. இயந்திரத்தை நிறுத்தி விட்டு, தலைகீழாகத் திருப்பிப் பார்த்தார். வெட்டுப்பட்டிருந்த புற்கள் ஒட்டியிருந்தது தவிர வேறெதுவும் பழுதாகத் தெரியவில்லை. அப்புற்களின்றும் வெளிவரும் பச்சை மணத்துக்காகவே பீட்டர் புல்வெட்டுவதென்றால் உற்சாகமாகத் தயாராகிவிடுவார். எந்திரத்தில் கேசோலினும் அளவுக்கதிகமாகவே இருந்தது. மூன்று முறை நிறுத்தி, நிறுத்திப் பரிசோதித்து விட்டார். அவரால் எதையும் கண்டுபிடிக்க இயலவில்லை. சலித்துப் போய், இயந்திரத்தைக் கொண்டு போய் கராஜில் நிறுத்தினார். உடனே வீட்டுக்குள் போகவிரும்பவில்லை. வீட்டின் முன்னாள் உரிமையாளர்கள் வந்திருக்கிறார்கள். இவர் உள்ளே போனால் அவர்களோடு ஆங்கிலத்தில் உரையாட வேண்டியிருக்கும். பீட்டருக்கு தனது ஆங்கிலப் புலமை மீது

பெருமிதம் இருந்தாலும், அமெரிக்கர்களுடன் பேச முற்படுகையில் மட்டும் அத்திறமை அவரைப் பரிதாபமாகக் கைவிட்டு விடுகிறது. சிறிது நேரம் தோட்டத்துச் செடிகளுக்குத் தண்ணீர் விட்டுக் கொண்டிருந்தால் நேரம் கழியும். அவர்கள் வெளியே வருகையில் கையசைத்துப் புன்னகைத்து விட்டால் போதும்.

×××

பீங்கான் குவளைகளில் காஃபியை ஏந்தியபடி, பளபளப்பான பழுப்பு நிற தோல் சோஃபாவின் விளிம்பில் அமர்ந்தபடி இருந்தனர் ராபர்ட்சன் தம்பதியர்.

''இந்தியன் காஃபி பிடித்திருக்கிறதா? நாங்கள் எப்பொழுதும் கொஞ்சம் அடர்த்தியாகத்தான் காஃபி குடிப்போம். அமெரிக்கன் காஃபியில் எவ்வளவு பால் சேர்த்தாலும் சுவை கூடுவதில்லை,'' என்றாள் சாரா.

திருமதி ராபர்ட்சன் கண்கள் விரிய, மெல்லிய உதடுகளில் கொண்டிருந்த புன்னகை உறைய, சாராவை ஏறிட்டுப் பார்த்தாள். ''ஓ! காஃபி அற்புதம்! குறிப்பாக அதன் அடர்த்தி. அது வாயில் கொடுக்கும் உணர்வு, அற்புதம்!'' என்றாள்.

''அப்புறம் அதன் கசப்புச் சுவை! என் அப்பா தினமும் தனக்குப் பிடித்த காஃபி ஷாப்பில் காபி சாப்பிடுவதற்காக ரயிலில் ஒரு மணி நேரம் பயணம் செய்வார் தெரியுமா? எங்கள் குடும்ப ரத்தத்தில் காபி மோகம் ஓடுகிறது,'' என்றபடி சிரித்தாள் சாரா.

திரு. ராபர்ட்சன் காஃபி குவளையில் ஏதேனும் பூச்சி விழுந்திருக்கிறதா என்று பார்ப்பவரைப் போலவே அதற்குள் உற்று

நோக்கிக் கொண்டிருந்தார். தன் வழுக்கைத் தலையை சாராவின் பக்கம் திருப்பி, "காஃபி நன்றாக இருக்கிறது," என்றார் உதட்டில் புன்னகையின்றி. அவரது மஞ்சள் நிற துடைப்பக்கட்டை மீசையில் காபி சொட்டிக் கொண்டிருந்தது.

சாராவின் செல்பேசி ஒலித்தது. அவள் அதை எடுத்து அணைத்தாள். "இந்தியாவில் இருந்து," என்றாள். "என் மருமகள் அழைக்கிறாள். அவளுக்கும் என் மகனுக்கும் சென்ற ஆண்டுதான் திருமணம் நடந்தது. என் மகனின் திருமணத்தை நீங்கள் பார்த்திருக்க வேண்டும். அது ஒரு திருவிழாவேதான்! பத்து நாட்கள் நடந்தது. திருமணத்தில் நான்காயிரம் பேர் கலந்துகொண்டதாக பீட்டர் சொன்னார். இதோ..." அவள் சென்று திருமதி. ராபர்ட்சனின் அருகில் அமர்ந்தாள். செல்பேசியில், தனது மகன், மருமகள் மற்றும் இந்தியாவில் வசிக்கும் தனது உறவினர்களின் படங்களைக் காட்டினாள்.

"மிக அழகாக இருக்கிறாள்!" படத்தில் உள்ள சாராவின் மருமகளைப் பார்த்து திருமதி ராபர்ட்சன் கூறினார். ஊதா நிற சுரிதார் அணிந்து, வயிற்றின் பெரிய மேட்டைத் தாங்கியபடி, அந்த பெண் கேமராவை பார்த்து சிரித்துக்கொண்டே நின்றாள்.

"ஓ, கர்ப்பமாக இருக்கிறாளா?" திருமதி ராபர்ட்சன் தயக்கத்துடன் கேட்டாள். இதுபோன்ற தனிப்பட்ட கேள்விகளைக் கேட்பது எல்லை மீறும் செயலா என்று அவளுக்குத் தெரியவில்லை. ஒரு வேளை இந்த கேள்வியின் மூலம், வரப்போகிற குழந்தையின் மீது கண் பட்டு விடும் என்று அவர்கள் கருதினால் என்ன செய்வது? அவர்கள் கலாசாரத்தின் எல்லை எது என்று அவளுக்கு உறுதியாகத் தெரியவில்லை.

ஜெகதீஷ் குமார்

சாரா பெருமையில் ஒளிர்ந்தாள். ''ஒன்பது மாதங்கள். எனக்கு என் பேரக்குழந்தையை இப்போதே பார்க்க வேண்டும் போலிருக்கிறது. அவள் பிரசவிக்கும் போது, நான் சில வாரங்கள் விடுமுறை எடுத்துக்கொண்டு அவர்களைப் பார்க்கப் போகிறேன். திருமதி. ராபர்ட்சன், இது எனது சிறு உலகம், என் உயிர்நாடி. அவளுடைய பிரசவம் நன்றாக நடக்க வேண்டும் என்று நான் ஒவ்வொரு கணமும் பிரார்த்தனை செய்து கொண்டிருக்கிறேன். கிறிஸ்டி இப்போது கொஞ்சம் உயர் இரத்த அழுத்ததால் சிரமப்பட்டுக் கொண்டிருக்கிறாள்,'' என்றாள்.

''கவலைப்படாதீர்கள். தொடர்ந்து பிரார்த்தனை செய்யுங்கள். எல்லாம் நல்லபடியாக நடக்கும்'' என்றார் திரு. ராபர்ட்சன். சாரா சில நொடிகள் அவரையே பார்த்தாள். அவர் முகத்தில் உண்மையான அக்கறை ஏதேனும் தென்படுகிறதா என்று பார்க்க முயன்றாள். ஆனால் அவர் முகம் எந்த உணர்ச்சியையும் காட்டாமல் இருந்தது.

×××

பீட்டர் தனது புல்வெட்டியின் செயலிழப்புக்கான காரணத்தை விரைவாகவே கண்டு பிடித்துவிட்டார். கேரேஜ் அருகே இயந்திரத்தை வைத்த பிறகு, கறிவேப்பிலை, கோங்குரா செடிகள், கலாபாஷ் செடிகள், ஒற்றைப் பப்பாளிமரம் என அனைத்துக்கும் நீரூற்றிவிட்டு, வேலிக்கருகில் இருந்த தனக்குப் பிடித்த பழமரங்களைப் பராமரிக்கச் சென்றார். அங்கு இருந்த க்ரேன்பெர்ரி மரத்தில் புதிதாக பழங்கள் ஏதும் இருக்கிறதா என்று சோதித்தபோது, பின்னால் அதன் சில கிளைகள் உடைந்து சிதறிக் கிடப்பதைக் கண்டு ஆச்சரியப்பட்டார். திரும்பிச் சென்று தனது

புல்வெட்டியை மீண்டும் சரிபார்த்தார். முன் சக்கரத்தின் கீழ் க்ரேன்பெர்ரி கிளை ஒன்று சுற்றிக் கிடப்பதைக் கண்டார்.

×××

''எங்கள் அண்டை வீட்டாரைப் பற்றி நீங்கள் என்ன நினைக்கிறீர்கள், திரு. ராபர்ட்சன்?'' என்றாள் சாரா.

''உங்கள் அண்டை வீட்டாரா? ஏன், அவர்களைப் பற்றி என்ன? உங்களுக்கு ஏதேனும் சிரமம் தருகிறார்களா?''

''சென்ற வாரம் சார்ல்ஸ்டனிலிருந்து ஒரு டஜன் கோழிக்குஞ்சுகளை வாங்கினோம். என்ன அற்புதமான உயிரினங்கள்! தினம் பள்ளியிலிருந்து நான் திரும்பும் போதெல்லாம், வாயிலுக்கு வந்து என்னை அவை வரவேற்கும். உண்மையிலேயே அவை என் மன அழுத்தத்துக்கு நல்ல மருந்து. ஆனால் திருமதி. ப்ராடிக்கு அது பிடிக்கவில்லை போலும். மூன்று நாட்களுக்கு முன்பு, வேலியினூடாக எட்டிப் பார்த்து, கோழிகளின் சத்தம் பற்றி எங்களிடம் மிகப்பெரிய புகார் செய்தாள்.''

''அவர் அப்படிப்பட்ட பெண்மணிதான்,'' என்றார் திரு.ராபர்ட்சன்.

''தவறாக நினைத்துக் கொள்ளவில்லையென்றால் ஒன்று கேட்கலாமா? நீங்கள் இங்கு வாழ்ந்தபோது உங்களுக்கும் இதே போன்ற பிரச்சனைகள் இருந்தனவா?''

''நிறைய,'' என்று துவங்கினார் திரு. ராபர்ட்சன். அவருடைய மனைவி, முன்னாள் அண்டை வீட்டாருடன் அவர்களுக்கு இருந்த தனிப்பட்ட பிரச்சனைகளைப் பகிர்ந்து கொள்வது நல்ல யோசனை அல்ல என்று கூறுவது போல் ஒரு வெற்றுப் புன்னகையைத் தன்

கணவரை நோக்கி வீசினார். மேலும், அவர்கள் மீது தற்போது நீதிமன்றத்தில் வழக்கு வேறு போய்க்கொண்டிருக்கிறது. ஆனால் திரு. ராபர்ட்சன் மனைவியைப் பொருட்படுத்தாமல் தொடர்ந்தார். ‘‘நாங்கள் இந்த வீட்டை விற்றுவிட்டு வெளியூர் சென்றதற்கு அந்த ஜோடி மட்டுமே காரணம். திருமதி செல்வநாயகம், எங்கள் நாயை அந்த ஆள் சுட்டுவிட்டான் தெரியுமா? இந்தப் பகுதியிலேயே கொஞ்சம் கூட நட்புணர்வே இல்லாத மக்கள் அவர்கள்தான் என்று கூறுவேன். பல ஆண்டுகளாக எப்படியோ அவர்களை சமாளித்தோம். எங்கள் வேலையை மட்டுமே கவனித்தோம். அந்த ஆள் மனைவியின் சொல்லுக்கு ஆடுபவன். எங்கள் முற்றத்தில் என்ன நடந்தாலும் அந்தப் பெண் அதை வெறுத்தாள். தோட்டத்தில் நாங்கள் தோண்டுவதோ, எங்கள் வெள்ளிக்கிழமை மாலை விருந்துகளோ எதுவும் பிடிக்கவில்லை. எல்லாவற்றுக்கும் மேலாக, எங்கள் சார்லியைக் கண்டாலே அவளுக்கு வெறுப்பு. எப்போதாவது அவர்களைப் பார்த்து குறைப்பதைத் தவிர சார்லி என்ன தவறு செய்தான்? ஏறக்குறைய ஏழு வருடங்கள் நாங்கள் அவர்களுக்கு அண்டை வீட்டில் வாழ்ந்தாலும், சார்லியும் அவர்களை ஒருபோதும் விரும்பவில்லை. அந்தப் பெண் தன் வீட்டை விட்டு வெளியே வரும்போதெல்லாம், சார்லி அவளைப் பார்த்து இடைவிடாமல் குரைப்பான். ஒருவேளை அவளுடைய வெறுப்பூட்டும் குணங்களை அவன் உள்ளூர அறிந்திருக்கலாம்.’’

சாராவுக்கு ஏதோ தொலைக்காட்சித் தொடர் ஒன்றின் உரையாடலைக் கேட்டுக் கொண்டிருப்பதைப் போலத் தோன்றியது. ‘‘உண்மையிலேயே அவர் உங்கள் நாயை சுட்டு விட்டாரா? உங்கள் நாய் இப்போது நலமாக இருக்கிறதா?’’

"உயிருக்குப் பாதிப்பில்லை. ஆனால் அவனது வலது முன் காலில் நிரந்தரமான வடு ஏற்பட்டு விட்டது. நான் அந்த ஆளை நீதிமன்றத்துக்கு இழுத்து விட்டேன். வழக்கு இன்னும் நடந்து கொண்டுதான் இருக்கிறது. இந்தக் குற்றத்துக்காக அந்த ஆள் சிறையில் அடைக்கப்படுவார் என்று நம்புகிறேன். இது ஒரு திட்டமிட்ட கொலைமுயற்சி! நாலாவது டிகிரி குற்றம். நீதிமன்றம் கைவிட்டால்கூட, என்னிடமிருந்து அந்த ஆளுக்குத் தகுதியான பதில் கிடைக்கும். இது உறுதி. திருமதி. செல்வநாயகம், இந்த நபர்களிடம் நீங்கள் கொஞ்சம் கூடுதல் கவனத்துடன் இருக்க வேண்டும்."

தனது பம்ப்-ஷாட் துப்பாக்கியுடன் திரு. ப்ராடி வேலியின் மறுபுறம் எழும் சித்திரம் மனதில் எழுந்து சாராவுக்கு வயிற்றில் ஒரு மெல்லிய நடுக்கம் உண்டாக்கிற்று. அவர் எப்போதுமே அவர்களுடன் நட்போடுதான் நடந்து வந்திருக்கிறார். சாரா வேலை முடிந்து திரும்பும் போது அவர் தன் வீட்டு முற்றத்தில் இருந்து அவளை நோக்கிக் கைகாட்டுவது வழக்கம். திரு. ப்ராடி கைவினைஞராக சுயதொழில் செய்து, உள்ளூர் மக்களிடமிருந்து ஆர்டர்களைப் பெற்று வேலை செய்து கொண்டிருந்தார். அவரது வேலைநேரம் கணிக்க முடியாததாக இருந்தது. அதனால், வழக்கத்திற்கு மாறான நேரங்களில் வீட்டில் தங்கியிருந்தார். ஆனால் திருமதி. ப்ராடியின் பொறுமை என்னும் குணத்தையோ ஒரு டீஸ்பூனில் அளவிட்டு விடலாம். சாரா சிறப்புக் கல்வி ஆசிரியராகப் பணிபுரியும் அதே பள்ளியில்தான் அவளும் பணிபுரிந்தாள். தன்னைப் பார்த்துப் புன்னகைக்க முனையும் எவருக்கும், திருமதி ஸ்டெஃபனி ப்ராடி தன் ஓவல் வடிவ பாறை

முகத்தைத்தான் பரிசாக வழங்குவது வழக்கம். சாரா வீட்டுக்கு இனிப்புகளோடு சென்று சந்திப்பது இருக்கட்டும், அவர்கள் புது வீடு வாங்கி குடி பெயர்ந்ததற்கு குறைந்த பட்சம் வாழ்த்துக்களைக் கூடத் தெரிவிக்கவில்லை அவள்.

"அவர்களுடன் தொடர்பு கொள்வதை முடிந்தவரை தவிருங்கள். அவர்கள் எல்லைக் கோட்டைத் தாண்டி விடாதீர்கள்," என்றார் திரு. ராபர்ட்சன், சாராவின் குழம்பிய முகத்துக்கு பதிலளிக்கும் விதமாக.

×××

சாராவுடன் விருந்தினர்கள் அவர்கள் வீட்டிலிருந்து வெளியே வரும்போது, பீட்டர் க்ரேன்பெர்ரி மரத்தடியில் முறிந்து கிடந்த மரக்கிளைகளை சேகரித்து கையில் வைத்தபடி, அவற்றையே பார்த்துக் கொண்டிருந்தார். விருந்தினர்களைக் கண்டதும் புன்னகைத்துக் கையசைத்தார். அவர்களும் கைகளை அசைத்து விடைபெற்றனர். கணவனின் முகத்தில் இருந்த குழப்பக் குறிகளைக் கண்டு சாரா அவரிடம் சென்றார். பீட்டர் கையை உயர்த்தி, ஒரு பூங்கொத்தைக் கொடுப்பது போல, முறிந்த கிளைகளை அவளிடம் காட்டினார்.

"என்னதிது?"

"நம்ம க்ரேன்பெர்ரி மரத்துடையவை. மரத்துக்கு கீழே கிடந்தது."

"என்ன? எப்படி?" இதற்கு யார் காரணம் என்று சாராவுக்கு உடனடியாக தெரிந்து விட்டது. "பீட்டர், இது நம்ம பக்கத்து வீட்டுக்காரங்களோட வேலை."

"ஏன், எதுக்கு?"

தங்களது அண்டைவீட்டாரின் கொடூர குணங்களைப் பற்றிக் கணவரிடம் விரிவாகச் சொல்ல சாரா எத்தனித்தபோது, அவள் பெயர் சொல்லி யாரோ கூப்பிடுவது கேட்டது. திருமதி. ப்ராடியின் தவிர்க்க முடியாத அடிக்குரல். சாரா தடுமாறி, பதற்றத்துடன் நிமிர்ந்து, "யெஸ், சார்!" என்றாள்.

"யெஸ் சார் இல்லை, யெஸ் மேம்!" செம்பட்டை முடியிலான திருமதியின் ப்ராடியின் கொண்டை வேலிக்கு மறுபுறம் இருந்து வெளிப்பட்டது. கேரேஜின் நுழைவாயிலில் இருந்து அவர்களது முற்றத்தை அண்டை வீட்டாரிடமிருந்து பிரிக்கும் வேலிகள் (ஒரு வேலி அல்ல, ஒவ்வொரு வீட்டிற்கும் ஒன்று.) குறைந்தபட்சம் பத்து அடி தூரத்தில் இருந்தபோதிலும், எரிக்கும் கண்களுடனும், துடிக்கும் மூக்குடனும் கூடிய திருமதி.ப்ராடியின் முகத்தை சாராவால் தெளிவாகப் பார்க்க முடிந்தது. வேலிக்கு அப்பால் அவள் ஒரு ஸ்டூலில் ஏறி நின்று கொண்டிருக்க வேண்டும். இல்லையென்றால் ஐந்தடி இரண்டு அங்குல உயரமேயுள்ள அவள் உடலில் அமர்ந்திருந்த தலை வேலிக்கு மேலே வந்திருக்க முடியாது.

"ஹலோ, திருமதி. ப்ராடி, எப்படி இருக்கிறீர்கள்?"

"திருமதி. செல்வநாயகம், எங்களது இடத்தில் உங்கள் செடிகள் ஊடுருவாமல் நீங்கள் பார்த்துக் கொள்ள வேண்டும். என் முற்றத்தில் வேறொருவரின் மரம் எட்டிப் பார்ப்பது எனக்குப் பிடிக்கவில்லை. முதலில் கோழி சத்தம், இப்போது இது..."

க்ரேன்பெர்ரி மரத்தின் மற்றுமொரு முறிந்த கிளையைப் பிடித்துக் கொண்டு அவளது வலது கை காற்றில் மேலெழுந்தது.

பீட்டர் தம்பதியினரை அதிர வைக்கும் வெறியோடு அதை அவர்களின் முற்றத்தில் எறிந்தாள்.

"கடவுளே! அது நீங்கள்தானா திருமதி. ப்ராடி? நீங்கள்தான் எங்கள் மரத்தின் கிளைகளை உடைத்தீர்களா?"

"ஆம் நான்தான். மரத்தையே அழிக்கவில்லை என்பதற்காக நன்றியுடன் இருங்கள்."

"நீங்கள் அப்படி செய்திருக்க வேண்டாம், திருமதி. ப்ராடி உங்கள் முற்றத்திற்குள் வரும் கிளைகள் தொல்லையாக இருக்கின்றது என்று நீங்கள் எங்களிடம் கூறியிருக்கலாம். நாங்களே அதைச் சரி செய்திருப்போம்."

"என்ன செய்திருப்பீர்கள்? மரத்தை வேரோடு பிடுங்கி வேறு இடத்தில் நட்டிருப்பீர்களோ? முதலில் அதை இங்கே நட்டபோதே அதைப் பற்றி யோசித்திருக்க வேண்டும். அம்மணி, இதற்கெல்லாம் எனக்கு நேரமில்லை. ஏற்கனவே மோசமான அண்டை வீட்டார் ஒருவருடன் நாங்கள் நீண்ட காலம் துன்பப்பட்டுள்ளோம். நீங்கள் இங்கு வந்து மூன்று மாதங்கள் கூட வரவில்லை, நான் ஏற்கனவே மன அமைதியை இழந்துவிட்டேன். முதலில் கோழிகள் பின்னர் இது."

"இப்படி மீண்டும் நடக்காமல் பார்த்துக் கொள்கிறோம், திருமதி. ப்ராடி. நடந்ததற்கு வருந்துகிறேன். இனி எங்கள் கிளைகள் உங்கள் முற்றத்தில் எட்டிப்பார்க்காமல் பார்த்துக் கொள்வோம்," பற்களைக் கடித்துக் கொண்டு சாரா பதிலளித்தாள்.

பதில் ஏதும் சொல்லாமல், திருமதி ப்ராடி கோபமாகத் திரும்பித் தன் வீட்டை நோக்கி நடந்தாள்.

''பிரச்னை எதுக்கு? பேசாம மரத்த தூக்கிடலாமே!'' என்றார் பீட்டர்.

''நாம் எந்த தவறும் செய்யவில்லை! மரத்தை அகற்றும் கேள்விக்கே இடமில்லை. இது நம் வீடு. அதில் என்ன செய்யவும் நமக்கு உரிமை உண்டு.''

அவர்கள் அண்டை வீட்டாரின் விரோதம் வளர்ந்து கொண்டே சென்றது. பள்ளியில் எப்போதெல்லாம் வாய்ப்பு கிடைக்கிறதோ, அப்போது திருமதி. ப்ராடி தன் வலுத்த குரலில் சாரா மீது அதிகாரத் தொனியுடன் குற்றச்சாட்டுகளை வைக்க ஆரம்பித்தார். குறைந்த பட்சம் ஆறு அடி இடைவெளியில் அவர்கள் இருவர் மட்டுமே நின்று கொண்டிருந்தாலும், கட்டணம் செலுத்தும் இடத்தில் சமூக விலகலை சாரா கடைப்பிடிக்காதது குறித்து புகார் கூறினார்; சாராவின் மதிய உணவு நேரத்திலயே பெற்றோர் ஆசிரியர் கூட்டங்களை அவள் ஏற்பாடு செய்ததால், தொடர்ந்து மூன்று நாட்கள் சாரா மதிய உணவைத் தவறவிட வேண்டியிருந்தது. திருமதி.ப்ராடியின் உயிரியல் மாணவர்கள் ஐந்து பேருக்கு சாரா துணை ஆசிரியயையாக இருந்தாள். இதனால் பெற்றோர் ஆசிரியர் கூட்டங்களில் கட்டாயம் கலந்து கொள்ள வேண்டியிருந்தது. இந்தக் கூட்டங்களின்போது திருமதி. ப்ராடி தன்னைத் திறமையற்றவள், அதனால்தான் அவள் மாணவர் ஐவரும் தேர்வுகளில் தோல்வியுறுகின்றனர் என்று மறைமுகமுகமாகக் குத்திக் காட்டுகிறாளோ என்று சாராவுக்குத் தோன்றியது. கடந்த சில வாரங்களாகவே சாராவுக்கு மன அழுத்தம் மிகுந்து வந்தது. அவளது ஐஈபி (தனிப்பட்ட கல்வி திட்டம்)-களை முடிப்பதற்கான காலக்கெடு நெருங்கி அவளை அச்சுறுத்திக் கொண்டிருந்தது.

அவளது மருமகளின் உடல்நிலை மோசமடைந்து கொண்டே வருவதாக இந்தியாவிலிருந்து தகவல் வந்த வண்ணம் இருந்தது. பிரசவத்தின்போது அவளது நஞ்சுக்கொடியில் கிழிசல் ஏற்படுவதற்கான வாய்ப்பு உண்டு என்று மருத்துவர் தெரிவித்திருந்தார். திருமதி. ப்ராடியின் நடத்தை சாராவின் அமைதியின்மையை மேலும் கூட்டியது. அவளுக்குத் தக்க பாடம் கற்பிக்க வேண்டும் என்று, வீட்டில் கணவனிடம் சாரா சொல்லிக் கொண்டிருந்தாள்.

''நீ இப்ப என்ன சொல்ல வர்றே? நான் போய் அந்த ஆளை அடிக்கணுங்கறியா? என்ன, என்னை ஜெயிலுக்கு அனுப்ப திட்டம் போடுறியா?''

''சும்மா உளறாதீங்க. அவ மேல இருக்கிற கோவத்துக்கு அவளை எதாவது பண்ணணும். பேசாம அவர் கார் காஸ் டேங்கில சர்க்கரையைப் போட்டு உட்டுடறன். அவ என்ன காடிலாக்தானே வச்சிருக்கிறா?''

''இப்ப யாரு உளர்றது? அமைதியா இரு. நமக்கு எந்த பிரச்னையும் வேண்டாம்,'' என்றார் பீட்டர்.

''தெனம் அவ எனக்கு ஏதாவது பிரச்னைய குடுத்துகிட்டே இருக்கா. என்னால வேலையில கவனம் செலுத்தவே முடியறதில்ல. ஏற்கனவே இந்தியாவில இருந்து ஃபோன் வந்தாலே பீதியா இருக்கு. இந்தப் பொம்பள வேற எரியிற தீயில எண்ணெயக் கொட்டிட்டு இருக்கா. அடுத்த தடவ ஏதாவது பண்ணினான்னா, ஒண்ணு நானே சண்ட போடப் போறேன், இல்ல ஸ்கூல் போலீஸ்கிட்ட கம்ப்ளெய்ன்ட் பண்ணப் போறேன்.''

''சாரா, பேசாம விடு. நம்ம வேலைய நம்ம பார்ப்போம். அவளும் அவ வேலையப் பாப்பான்னு நம்புவோம்,'' என்றார் பீட்டர். அவர் எரிபொருள் விற்பனை நிலையமொன்றில் பகுதி நேர வேலை பார்த்து வந்தார். புலம் பெயர்ந்தோருக்கான பணிபுரியும் விசா இல்லாமலேயே சட்டவிரோதமாக வேலை செய்ய அனுமதித்தது அந்த நிறுவனம். தனது விஷயங்களில் அவசியமின்றி அண்டை வீட்டார் மூக்கை நுழைப்பதை பீட்டர் விரும்பவில்லை. ''இந்தியாவிலருந்து நல்ல செய்தி வர்றதுக்காகக் காத்திருக்கிறோம். இந்த நேரத்துல எதுக்கு தேவையற்ற விஷயங்கள்ல நம்ம நேரத்தை செலவழிக்கணும்?'' தனது ஒஸிட்டோ ஃபிலீஸ் ஜாக்கெட்டை அணிந்து கொண்டே கேட்டார் பீட்டர்.

''எங்க கௌம்பீட்டிங்க? இப்பதானே வேலையிலருந்து வந்தீங்க!''

''எங்க ஓணர் வால்மார்ட்டிலருந்து சில பொருட்களை வாங்கிட்டு வரச் சொல்லிருக்கார். சீக்கிரம் வந்துடறேன்.''

×××

அன்று இரவு, சாரா படுக்கையில் உருண்டபடி, பல நிலைகளை முயற்சித்தாள். நூறுவரை எண்ணினாள். ஆனாலும் உறக்கம் வரவில்லை. பதினோருமணி போல, கணவனின் குறட்டையிலிருந்து தப்பிக்க, படுக்கையை விட்டு வெளியேறி, விருந்தினர் படுக்கையறையில் படுத்தாள். ஒருமணி நேரமாகத் தூங்குவதற்கு முயற்சி செய்தும் அடங்காத மனம் தன் சேமிப்பிலிருந்து ஒன்றன் பின் ஒன்றாக படங்களை எடுத்து வந்து காட்டிக் கொண்டிருந்தது. அவளும் செய்வதறியாது அவற்றைப்

பின்தொடர்ந்து கொண்டிருந்தாள். அவர்களது படுக்கையறையில் குறட்டை நின்றிருந்தது. ஒருவேளை பீட்டர் கழிப்பறைக்குச் சென்றிருக்கலாம். கழிப்பறையின் ஃப்ளஷ் செய்யும் ஒலியைக் கேட்பதற்காகக் காத்திருந்தாள். எந்த ஒலியும் வந்த மாதிரி இல்லை. சாரா எழுந்து படுக்கையறைக்குச் சென்றாள். பீட்டர் அங்கு இல்லை. கழிப்பறை திறந்திருந்தது. திரும்பி வீடு முழுவதும் அலசினாள். அவரை எங்கும் காணவில்லை.

அவளது செல்பேசி ஒலித்தது. திரையில் அவளது மகனின் பெயர். மார்புக்கூட்டுக்குள் இருதயம் துடிக்க, செல்பேசியை எடுத்துக் காதில் வைத்தாள்.

''அம்மா, சாரி. உன்னை எழுப்பிட்டேன்.''

''என்ன விஷயம்? இப்ப ஏன் கூப்பிடுற?''

''இப்ப ஆஸ்பத்திரியிலதான் இருக்கோம். இன்னிக்கே கிறிஸ்டியை அட்மிட் பண்ண சொல்லி டாக்டர் சொல்லிட்டாரு. இன்னும் வலி எடுக்கல. ஆக்ஸிடாக்ஸின் இன்ஜெக்ஷன் ஒண்ணு போட்டுருக்காங்க. சிசேரியன் பண்ற முடிவு எடுக்கறதுக்கு பணிரெண்டு மணி நேரமாவது காத்திருக்கணும்னு டாக்டர் சொல்றாரு. எனக்கு பயமா இருக்கும்மா.''

''செல்வின், கவலைப்படாதே. எல்லாம் நல்லபடியா நடக்கும். நாங்க இங்க ப்ரே பண்ணிட்டுதான் இருக்கோம். சீக்கிரமே நல்ல செய்தி வரும்.''

''சரி, நீ போய்த்தூங்கு. தகவல் சொல்லணும்னுதான் கூப்பிட்டேன். காலையில கூப்பிடறேன். அப்பாட்ட சொல்லிடு.''

''என்னால இனி தூங்க முடியுமான்னு தெரியலை. குழந்தை பிறந்தவுடனே என்ன நேரம்னாலும் கூப்பிடு,'' என்றாள் சாரா.

மகன் தொலைபேசியைத் துண்டித்த பிறகு, சாரா பீட்டரை செல்பேசியில் அழைத்தாள். அது அவர்களின் படுக்கையறையிலிருந்து பாடியது. ஜன்னலுக்கு அருகில் சென்று அவருடைய கார் இருக்கிறதா என்று பார்த்தாள். இருவரின் கார்களும் நிலவொளியில் நனைந்து கொண்டிருந்தன. அவர் தனது காரையும் எடுக்கவில்லை. எங்கே சென்றிருப்பார்? சோபாவில் அமர்ந்திருந்த சாராவின் இதயம் புதிய தீவிரத்துடன் துடிக்கத் தொடங்கியது.

சில நிமிடங்களுக்குப் பிறகு, பீட்டர் பின் கதவு வழியாக, பெரிய பாலிப்ரோப்பிலீன் பாட்டில் ஒன்றைக் கையில் சுமந்து கொண்டு திரும்பினார். அவர் முகத்தில் ஒரு குறும்புச் சிரிப்பு.

சாரா குழம்பிய கண்களுடன் அவரைப் பார்த்தாள். ''இந்த நேரத்தில, இந்த வெதர்ல வெளியே என்ன செஞ்சுகிட்டிருந்தீங்க?'' என்றாள்.

''இனி நீ நிம்மதியா இருக்கலாம். இன்னும் ரெண்டு நாளைக்கு உன் ஃபிரண்டு ப்ராடி தொல்லை உனக்கு இருக்காது,'' என்று பீட்டர் இளித்தார்.

''முதல்ல உட்காருங்க. என்ன செஞ்சீங்கன்னு சொல்லுங்க. சிரிக்கறத நிறுத்துங்க.''

''சரி, சரி. இதுதான் விஷயம். வேலிக்குப் பக்கத்துல நம்ம சைடு ஒரு பெரிய ஓட்டை ஒண்ணு இருக்குது. அது அங்கிருந்து அவங்க செப்டிக் டேங்குக்கு போகுதுன்னு நினைக்கிறேன். அதுல ஒரு அரை

லிட்டர் ஹை மோலாரிட்டி எச்ஸிஎல்லை ஊத்திருக்கேன். அது மெதுவா அவங்க தொட்டியை அரிக்கும். ஒண்ணு ரெண்டு நாள்ல அவங்க யார்டு முழுக்க சாக்கடை தண்ணி லீக் ஆயிடும். அதுவரைக்கும் கேவலமான ஒரு நாத்தம் எங்கிருந்து வருதுன்னு அவங்களால கண்டுபிடிக்கவே முடியாது. அவங்களுக்கு இதுதான் சரியான பதிலடி.''

''பீட்டர்! ஏன் இவ்வளவு கொடூரமா இருக்கீங்க? அவங்க சிசிடிவில நீங்க பண்ணது தெரிஞ்சா என்ன பண்ணுவீங்க?''

''நம்ம வீட்லயும்தான் நெறைய கேமரா வச்சிருக்கிறோம். எதையாவது யூஸ் பண்றமா என்ன? அதுவுமில்லாம, நான் நம்ம யார்ட்லதானே வேல செஞ்சேன்? என் யார்ட்ல நான் என்ன வேணாலும் செய்வேன்.''

''அந்த நாத்தம் நம்ம வீட்டுக்கும் வரும்னு நெனச்சுப் பார்த்தீங்களா?''

பீட்டர் அவளைத் திகைப்புடன் பார்த்தார். ''நீதானே அவளை எதாவது செய்யணும்னு சொன்னே. அதான் செஞ்சேன்,'' என்றார்.

''அத விடுங்க. செல்வின் இப்பதான் கூப்பிட்டான். கிறிஸ்டிய ஹாஸ்பிட்டல்ல சேர்த்துட்டாங்களாம். எப்ப வேணா அங்கருந்து கால் வரலாம்.''

×××

ஆனால் மறுநாள் முன்மதியம் வரை இந்தியாவில் இருந்து எந்தச் செய்தியும் வரவில்லை. பின் வரவேற்பறையில் உள்ள சோபாவில் அமர்ந்து, கவலையுடனும், பதற்றத்துடனும், செல்பேசியை நோண்டிக்கொண்டிருந்தாள் சாரா. அப்படி

செய்வதாலயே இந்தியாவிலிருந்து ஏதாவது செய்தியை விரைவாகப் பெற்று விடலாம் என்பதைப் போல. பீட்டர் சமையலறையில் மசாலா ஆம்லெட் ஒன்று போட முயன்று தோற்றுக்கொண்டிருந்தார். தன் செல்பேசி ஒரு குறுஞ்செய்தி வந்ததை அறிவிக்கும் வகையில் ஒலியெழுப்பியபோது, சாரா அதிர்ந்து எழுந்தாள். செய்தி இந்தியாவிலிருந்து அல்ல. திரு. ராபர்ட்சனிடமிருந்து. 'வீட்டில்தானே இருக்கிறீர்கள்? நான் பக்கத்தில்தான் இருக்கிறேன். சும்மா வந்து ஒரு ஹாய் சொல்லலாம் என்று நினைத்தேன்.'

×××

"இன்று நடந்ததைச் சொன்னால் நீங்கள் நம்பமாட்டீர்கள்," என்றபடி திரு.ராபர்ட்சன் சோபாவில் அமர்ந்தார். சோர்வாகவும் உணர்ச்சி வசப்பட்டவராகவும் காணப்பட்டார். அவரது பேண்ட்டில் சேறு படிந்திருந்தது. வெள்ளைச் சட்டையின் வலது ஸ்லீவில் சிவப்பு நிறத்தில் ஒரு கோடு இருந்தது. அது இரத்தமா அல்லது உதட்டுச்சாயமா?

"உங்கள் வழக்கில் வெற்றி பெற்று விட்டீர்களா? என் பக்கத்து வீட்டுக்காரர்களுக்கு பிரச்சனை ஆரம்பித்து விட்டதா?" என்ற பிறகு உதட்டைக் கடித்துக் கொண்டாள் சாரா. அவள் விருப்ப மில்லாமலேயே வார்த்தைகள் வாயிலிருந்து வெளிவந்திருந்தன. இரு ஆண்களும் ஆச்சரியத்துடன் அவளைப் பார்த்தார்கள்.

"இல்லை, அது இல்லை. இன்று என்ன நடந்தது என்பதை இப்போது நினைக்கும் போது, வழக்கின் முடிவு இனி எனக்கு ஒன்றும் முக்கியம் இல்லை என்று நினைக்கிறேன். எல்லாமே நம்மை மீறிய ஒன்றால் கவனித்துக் கொள்ளப்படுகிறது. நீங்கள்

செய்ய வேண்டியது எல்லாம் வாழ்வின் ஓட்டத்துடன் செல்ல வேண்டியதுதான்.''

"என்ன நடந்தது?"

"இன்று அதிகாலையில் ஸ்ட்ராபெரி வயல்களுக்குப் பக்கத்தில் நீலைச் சந்தித்தேன். காலில் ரத்தம் கொட்டிய நிலையில் சாலையோரத்தில் அமர்ந்திருந்தார். ஏதோ தெருநாய் அவரை கடித்ததாகத் தெரிகிறது. மிகுந்த வலியில் இருந்தார். கடிபட்டு முப்பது நிமிடங்களுக்கு யாருமே வரவில்லை. செல்பேசிக்கான சேவை கிடைக்காததால் அவரால் யாரையும் அழைக்க முடியவில்லை. என்னைக் கண்டவுடன் அவர் கண்ணீர் விட்டார். நான் அவரை என் டிரக்கில் மருத்துவமனைக்கு அழைத்துச் சென்றேன். இப்போதுதான் அவரது வீட்டிற்கு அழைத்து வந்தேன். அப்பா! என்ன பயங்கரமான காட்சி! ரத்தமும், கண்ணீருமாக அவரைப் பார்த்தது!"

"கடவுளே!" என்றாள் சாரா. அப்போது அவளின் செல்பேசி ஒலித்தது. திரு. ராபர்ட்சனிடம் அனுமதி கோரிவிட்டு அழைப்பை எடுக்க படுக்கையறைக்குள் சென்றாள். ஐந்து நிமிடங்கள் அலைபேசியில் பேசிவிட்டு, இருண்ட முகத்துடன் திரும்பி வந்தாள். தன் கணவனிடம் அவள் தாய் மொழியில் ஏதோ சொல்வதை திரு.ராபர்ட்சன் கவனித்தார். பீட்டரின் முகமும் இருண்டது. எது தங்களை அதிர்ச்சிக்குள்ளாக்கியது என்று அவரிடம் தெரிவிக்க அவர்களுக்கு ஆர்வம் இல்லாமலிருந்தது போலிருந்தது. அவர்கள் பிரச்னையை அவர்களே கவனித்துக் கொள்ளட்டும் என்று முடிவு செய்தவராக எழுந்தார். அவர்களிடம் விடைபெற்றுக் கொண்டார்.

''டிரக்கில் மருத்துவமனைக்குச் செல்லும்போது திரு. ப்ராடி என்னிடம் சொன்னார். ' டிம், உன் நாயைத் துன்புறுத்தியதற்கு வருந்துகிறேன், நண்பா. இப்போது பார் எனக்கு என்ன ஆயிற்று என்று. இதெல்லாமே கர்மா என்றுதான் நினைக்கிறேன்.' ...மருத்துவமனையை அடையும் வரை அவர் கர்மா என்ற வார்த்தையைத் திரும்பத் திரும்பச் சொல்லிக் கொண்டிருந்தார். பாவம் அவர், அவருக்காக நான் மிக வருத்தப்படுகிறேன்,'' என்றார் திரு.ராபர்ட்சன், வெளியேறுவதற்கு சற்றுமுன்.

ராபர்ட்சன் சென்ற பிறகு கணவனும், மனைவியும் உறைந்து போய் அமர்ந்தனர். சாராவின் கண்களில் கண்ணீர் தளும்பிக் கொண்டிருந்தது. இந்தியாவில் இருந்து வந்த செய்தி முற்றிலும் மகிழ்ச்சியானதாக இல்லை. அவர்களின் பேத்தி பிறந்திருந்தாள். ஆனால் அவள் வருகையை அவர்களால் இன்னும் கொண்டாட முடியவில்லை. ஏறக்குறைய பதின்மூன்று மணி நேரம் காத்திருந்த பிறகும் கூட, ஊசி மூலம் மருத்துவர் விரும்பிய வலியை உருவாக்க முடியவில்லை, சிசேரியன் செய்துதான் குழந்தையை எடுக்க வேண்டியிருந்தது. அறுவை சிகிச்சையின் விவரங்களை அறிய சாரா மீண்டும் தனது மகனை அழைத்தார். துரதிர்ஷ்டவசமாக மருத்துவரின் கணிப்பு உண்மையாகி, கிறிஸ்டிக்கு நஞ்சுக்கொடியில் லேசான கிழிசல் ஏற்பட்டு, அறுவை சிகிச்சையின் போது இரத்த இழப்பு ஏற்பட்டிருந்தது. இது மேலும் சிக்கல்களை உருவாக்கியிருந்தது. குழந்தை சரியாக சுவாசிப்பதில் சிரமமேற்பட்டு, சுவாச இயந்திரத்தின் உதவியுடன் சுவாசித்துக் கொண்டிருந்தது. குழந்தை குணமடைய குறைந்தது இரண்டு நாட்கள் ஆகலாம் என்று மருத்துவர் கூறியிருந்தார். இதனால்

குழந்தைக்கு ஆஸ்துமா போன்ற பிரச்சனைகள் வந்துவிடுமோ என்று செல்வின் பயந்தான். மேலும் திகிலூட்டும் வகையில், அறுவை சிகிச்சைக்குப் பிறகு கிறிஸ்டிக்கு குழந்தை ப்ளூஸ் என்ற பாதிப்பு ஏற்பட்டது. அவளின் இடைவிடாத அழுகை வார்டு முழுவதையும் நிரப்பிக்கொண்டிருந்தது. நான் செத்து விடுவேன், செத்து விடுவேன் என்று சொல்லிக்கொண்டே இருந்தாள்.

"எதாவது நாத்தம் அடிக்குதா?" என்றாள் சாரா.

"என்னது?"

"உங்களுக்கு செப்டிக் டேங்க் நாத்தம் எதாவது அடிக்குதா?"

அழுகிய நாற்றம் ஏதாவது அடிக்கிறதா என்று பீட்டர் முகர்ந்து பார்த்தார். அவரால் எதையும் கண்டுபிடிக்க முடியவில்லை. 'எனக்கு எதுவும் தெரியலயே,' என்றார்.

"எனக்கும் இல்லை. அவங்க செப்டிக் டேங்க்குக்கு எதுவும் ஆயிடக்கூடாதுன்னு வேண்டிக்கிறேன். கிறிஸ்டியும், குழந்தையும் சீக்கிரம் வெளிய வந்துறணும்."

தங்கள் குடும்பத்துக்குள் வந்த புதுமுகத்தின் வருகையைக் கொண்டாட முடியாமல் போனது பீட்டருக்கு ஏமாற்றம். குழந்தைக்கும், தங்கள் மருமகளுக்கும் எந்தத் தீங்கும் நடக்கக்கூடாது என்று அவரும் வேண்டிக்கொண்டார்.

அண்டை வீட்டாருடன் முறிந்த உறவை சீர்படுத்த இது ஒரு நல்ல வாய்ப்பு என்று கருதினாள் சாரா. கடந்த வாரம் செய்த சில குலாப் ஜாமூன்களுடன் அவர்களைப் போய்ப் பார்த்துவிட்டு வரலாம் என்றாள். அவர்களைச் சந்திப்பதன் மூலம், முறிந்த நட்பைப் புதுப்பித்துக் கொள்ள முடிவது மட்டுமல்லாமல், இந்தச் செயல்

அவர்களுக்குச் செய்த தவறுக்கு பிராயச்சித்தமாக அமையும் என்றும் அவள் நம்பினாள்.

×××

திரு. ப்ராடி தலையை ஆட்டி ஆமோதித்தபடி அமர்ந்திருக்க, முகத்தில் அசடு வழியும் புன்னகையுடன் அமர்ந்திருந்த சாராவையும் பீட்டரையும் நோக்கி, சமாதானத்துக்கான அடையாளமாக ஒரு மெல்லிய புன்னகையைத் தன் கல் முகத்தில் வரவழைக்க முயன்று கொண்டிருந்தாள் திருமதி. ப்ராடி. திரு. ப்ராடி விரைவில் குணமடைய வேண்டும் என்ற அவர்களின் வேண்டுதல்களையும், சிரப்பில் ஊறவைத்த குலாப் ஜாமூன்களையும் இருவரும் மகிழ்ச்சியுடன் ஏற்றுக்கொண்டனர். சரியாகப் பதினைந்து நிமிடங்கள் நீடித்த இந்த சந்திப்பு முழுவதும் பீட்டர் தனது இருக்கையில் அசௌகரியமாக நெளிந்தபடியே இருந்தார்.

அவர்கள் திரும்பி வரும் வழியில், ப்ராடி தம்பதியினரின் முன் முற்றத்தின் விளிம்பில் சாரா திடீரென நின்றாள்.

"என்ன?" என்றார் பீட்டர்.

"உள்ள இருந்தப்ப எதாவது நாத்தம் அடிச்சுதா?"

"என்ன? இல்லையே!."

"இப்ப எதாவது நாத்தம் அடிக்குதா?" என்றாள் சாரா.

பிறப்பொக்கும்

பெருமாள் கோவில் வீதிக்குள் சாமி ஊர்வலம் நுழைந்ததும் அவரவர் வீட்டு வாயில்களில் நின்றிருந்த தெரு மக்கள் எல்லாரும் கைகூப்பி சாமியையே நோக்கிக் கொண்டிருந்தனர். செந்தில் மட்டும் ஏறிட்டு பாட்டியின் முகத்தைப் பார்த்தான். அவள் உதடுகள் துடித்துக் கொண்டிருந்தன. தொங்கிப் போயிருந்த கன்னச் சதைகள் நடுங்க, சுருங்கி வரி விழுந்த கண்களில் நீர் பெருகியிருந்தது. அவள் சாமியை நோக்கிக் கைகூப்பியிருக்கவில்லை. செந்தில் குழப்பமடைந்து, அவள் சேலை நுனியைப் பிடித்து மெல்ல இழுத்தான். பாட்டி இவனைக் கவனிக்காமல் தலைகுனிந்து அழுகையைத் தொடர்ந்தபடி இருந்தாள். அருகில் நின்றிருந்த லல்லி அம்மா அவள் தோள்களில் ஆறுதலாய்க் கை வைத்தாள்.

"ஏனுங்கம்மா, எதாச்சும் நெனச்சுகிட்டீங்களா?"

"வருசா வருசம் சாமி ஊர்வலத்துக்கு பாலு முன்ன நின்னு எல்லாம் செய்வான். இப்ப புள்ள எங்க இருக்குதோ, என்ன பண்ணுதோ? அந்தக் கரிவரதராஜ பெருமாள்தான் என் புள்ளையைக் காப்பாத்தித் திருப்பி அனுப்பணும்.'' அழுகையினூடே பேசியதால் அவள் குரல் நடுங்கியது.

"கவலப்படாதீங்கம்மா, வந்துருவாரு. அவுரென்ன புதுசாவா வீட்ட விட்டுப் போயிருக்காரு?''

"திரும்பி வரட்டும். ஏதோ ஒரு பொண்ணப்பாத்து அவனுக்குக் கட்டி வச்சிடுறேன். அப்பத்தான் திருந்துவான்.''

"பெரியவரு இருக்கும் போது, இவுருக்கெப்படி கல்யாணம் பண்ணுவீங்க?''

"என்னம்மா பண்றது? பெரியவன் கைகால் நல்லாருந்தா இந்நேரம் பண்ணிருக்க மாட்டமா? அவந்தலல என்ன எழுதிருக்கோ தெரியிலயே!''

சாமி இவர்கள் வீட்டை நெருங்கி விட்டது. லல்லி இவன் சட்டையைப் பிடித்து இழுத்தாள். இருவரும் வாயிலில் இருந்து தெருவுக்குள் இறங்கினார்கள். குமரேசன் தன் ஆட்டோவைத் தள்ளிக்கொண்டுபோய் சாமி ஊர்வலம் கடப்பதற்கு வாகாக, ஓரமாக நிறுத்திக் கொண்டிருந்தான். மளிகைக்கடை அண்ணாச்சி வழக்கத்துக்கு மாறாக கடைக்கு வெளியில் வந்து நின்று சாமி பார்த்துக் கொண்டிருந்தார். சாமி இவர்கள் வீட்டுக்குச் சற்று முன் நின்று விட்டது. சிறிய தேரின் மீது வீற்றிருந்த பெருமாளை, "குழகனே! எந்தன் கோமளப் பிள்ளாய்! கோவிந்தா! என் குடங்கையில் மன்னி,'' என்று துதித்தபடி மூவர் நிற்க, வெள்ளை

வேட்டி அணிந்து, வெற்றுடம்பில் பூணூல் தரித்த ஒருவர் துளசி தீர்த்தம் வழங்கிக் கொண்டிருந்தார். தேருக்குப் பக்கவாட்டில் தொங்கிக் கொண்டிருந்த சிறிய மணியை லல்லி தட்டி ஒலி எழுப்பினாள். செந்தில் கண்மூடி வணங்கினான். அவனுக்கு கடவுளிடம் என்ன கேட்பது என்று தெரியவில்லை. சோமு சித்தப்பாவுக்கு சீக்கிரம் கால் நலமாக வேண்டும் என்று வேண்டினான். ஆனால் அவர் அந்தக் கோரிக்கையை வேளாங்கண்ணி மாதாவிடம்தான் ஆண்டுக்கணக்கில் வைத்துக் கொண்டிருந்தார். இருவரும் தீர்த்தத்தை வாங்கிக் கொண்டு, அதிலிருந்த துளசி இலைகளை மென்று கொண்டிருக்கையில் லல்லி கேட்டாள்.

''உங்க சித்தப்பா செத்துப் போயிட்டாங்களா?''

செந்தில் திடுக்கிட்டான். ''இல்லல்ல, வீட்ட விட்டு போயிட்டாங்க. எனக்கு அரயாண்டு முடிஞ்சப்ப போனாங்க. இன்னும் வரல.''

''எங்க மாமா போன வருஷம் செத்துப் போயிட்டாரு. நீங்கல்லாம் எங்க வீட்டுக்குக் குடி வர்றதுக்கு முன்னாடி.''

''அப்படியா?'' என்றான். சாவு செய்தி பற்றிப் பேசினாலே விரக்தியாகவும், அச்சமாகவும் இருந்தது. ''எப்பிடி செத்துப்போனாரு?''

''அவருக்கு திடீர் திடீர்னு பைத்தியம் புடிச்சிடும். நான் சின்னப்புள்ளயா இருக்கும்போதிருந்தே. நான் அவர்கிட்டயே போனதேயில்ல. ஒரு நா திடீர்ன்னு காணாம போயிட்டாரு.

எல்லாரும் ரெண்டு நாள் தேடுனாங்க. ரயில்வே டேசன் பக்கம் இருக்கற தோப்புல தூக்கு மாட்டிக்கிட்டாரு.''

செந்தில் அவளையே பார்த்துக் கொண்டிருந்தான்.

''எங்க பாட்டியும் அவரு போட்டோவ வச்சுக்கிட்டு, தெனம் அழுவாங்க,'' என்றாள்.

பாலு சித்தப்பாவுக்குப் பைத்தியம் எல்லாம் கிடையாது. திடீர் திடீரென்று சினங்கொண்டு அடிப்பார். அவன் விக்கி விக்கி அழுவதைப் பார்த்துக் கொண்டிருந்து விட்டு, அவனைக் கூட்டிப் போய் கேக், கடலை மிட்டாய் வாங்கிக் கொடுப்பார். பெரும்பாலும் வீட்டிலேயேதான் இருப்பார். தாத்தாவின் அலாரம் கடிகாரம், சாமி முன்னாடி உள்ள வெண்கலக் குத்துவிளக்கு, டிரான்சிஸ்டர் ரேடியோ இப்படி ஏதாவது ஒன்றைக் கழற்றி, சுத்தம் செய்து மாட்டிக் கொண்டிருப்பார். பயங்கரமாய்ச் சாப்பிடுவார்.

ஆனால் சோமு சித்தப்பாவுக்குத்தான் வேலையே குறி. அவர் தினம் ஐந்து மணிக்கெல்லாம் எழுந்து தன் லாட்டரிக்கடையைத் திறக்க ஆயத்தமாகி விடுவார். காலை சாய்த்து, சாய்த்து நடக்கும் அவருடன், செந்திலும் துணைக்குச் சென்று, கடையைத் திறக்க உதவி விட்டு வீடு திரும்பி அதன் பின்தான் பள்ளிக்குக் கிளம்புவான். இப்போது அவனுக்குக் கோடை விடுமுறை என்பதால், கடை திறந்த பின்னும், அங்கேயே அமர்ந்து செய்தித்தாளும், அதன் இணைப்புகளையும் புரட்டி மேய்ந்து கொண்டிருப்பான். பதினோரு மணிபோல வீட்டுக்கு ஓடி வந்து அவருக்கு மதியச் சாப்பாட்டையும் எடுத்துச் செல்வான். பிறகு வீட்டுக்குத் திரும்பி, ஏழு மணிக்கு அவரை மீண்டும் சென்று கூட்டி

வரும்வரை, தெருப்பசங்களுடன் பம்பரம் விடுவது, மூணுகுண்டு விளையாட்டு, பச்சக்குதிரை என்று பொழுது போகும்.

அன்றைக்குக் கடையை பதினோரு மணிக்கெல்லாம் மூடிவிட்டார் சோமு சித்தப்பா. சித்தப்பாவுக்கு டீ கொண்டு வந்த பெட்டிக்கடைக்காரர் மகள் கல்யாணி ஆச்சரியமாய்ப் பார்த்தாள். அவர்களுக்கு டீ வாங்கும்போது சித்தப்பாவுக்கும் சேர்த்து வாங்குவது அவள் வழக்கம். "இன்னிக்கு எதானும் மழை வருமா, இவ்வளவு சீக்கிரம் கடைய மூடிட்டீரு," என்றாள். "மழை வருதில்ல, அதான்," என்றார் சித்தப்பா. இந்த முசுடுக்கு ஜோக்கெல்லாம் அடிக்க வருமா என்பது போலப் பார்த்தாள் கல்யாணி.

சித்தப்பாவின் பழைய வெளுத்துப் போன தோல்பையை ஒருகையில் மாட்டிக் கொண்டு மறுகையால் அவர் கைப்பையைப் பிடித்துக் கொண்டு நடக்கும்போது, அவர் நடையில் சிறு துள்ளல் இருந்ததைக் கவனித்தான். "எங்க போறோம் சித்தப்பா?" என்ற அவனது கேள்விக்கு, இவன் பக்கம் திரும்பாமலேயே, எதிர் நோக்கிய பார்வையுடன், வாய் விரிந்த புன்னகையொன்றை பதிலாக அளித்தார். அவரது இடது கையில் மஞ்சள் பையொன்றைச் சுமந்திருந்தார்.

கொஞ்சம் சுற்றுதான் என்றாலும், நாஸ் திரையரங்கத்துக்கு முன்னால் வலது திருப்பத்தில் நுழைந்தாலும் இவர்கள் வீட்டுக்குச் செல்லும் வழியைப் பிடித்து விடலாம். ஆனால் சித்தப்பா நாஸ் திரையரங்கம் தாண்டியும் இவனை இழுத்துக் கொண்டு சென்றார். அவர் இவ்வளவு தூரம் நடந்து செந்தில் பார்த்ததில்லை. வலுவிழந்த, நரம்புக்கோளாறு கொண்ட அவரது கால்கள் தினமும்

வீட்டுக்கும், லாட்டரிக்கடைக்கும் மட்டுமே அவரை மாற்றி மாற்றிச் சுமந்து சென்று கொண்டிருந்தன. லாட்டரி மொத்த விலைக்கு வாங்குவதற்குக்கூட உக்கடம் பேருந்து நிலையத்தில் கடை வைத்திருப்பவர்கள் யாரிடமாவதுதான் பணம் கொடுத்து விடுவார். இரண்டு முறை செந்திலை அனுப்பி வாங்கி வரச்சொன்ன போது அவனுக்குப் பெருமையாக இருந்தது. அவனே தனியாக நடந்து, மூன்று தெருக்கள், பெரிய கட்டிடங்கள், விரையும் பேருந்துகள் எல்லாம் கடந்து லாட்டரி மொத்த விலைக்கு வாங்கி வந்தான். டிசி போட்டது, டிசி போடாதது எண்ணிக்கையில் மட்டும் கொஞ்சம் குளறுபடி ஆகியிருந்தது.

பிரகாசம் டெக்ஸ்டைல்ஸின் எதிரில் இருந்த மணியம் மொத்த லாட்டரிக் கடைக்குள் நுழைந்தார்கள். ''வா சோமு. உனக்கு அடிச்சது, எனக்கே அடிச்ச மாதிரி ஒரு சந்தோஷம்,'' என்றார் கல்லாவிலிருந்த ரவி. தன் தெற்றுப்பல் தெரிய இவனைப் பார்த்து சிரித்து, ''டேய் செந்தில், உங்க சித்தப்பாவை தாஜ் ஹோட்டலுக்குக் கூட்டிட்டு போய் இடியாப்பம், பாயா வாங்கிக் குடுக்கச் சொல்லு,'' என்றார்.

சித்தப்பா பேக்கைத் திறந்து ஒரு கத்தை லாட்டரிச் சீட்டுகளை ரவியிடம் கொடுத்தார். ''அருணாச்சல் ப்ரதேஷ் வீக்லி, அம்பதாயிரம் விழுந்துருக்கு. டிசி போடல. முழு கமிசனும் இன்னிக்கே குடுப்பியா, இல்ல இழுத்து அடிப்பியா?''

''ஏப்பா, முறுக்கிக்கிறயே. இரு பாக்கறேன். கொஞ்சம் லேட்டா வந்திருந்தா அமவுண்டு சேர்ந்துருக்கும். இப்ப கல்லாவத் தொடச்சுதுதான் குடுக்கணும். உனக்குங்கறதால குடுக்கறேன். முத தடவ பெரிய அமவுண்டு பாத்துருக்க. போடு ஒரு மாசத்துக்கு மொத்தமா டிக்கெட்டு.''

''அமவுண்டுக்கு வேல இருக்கு, ரவி. முழுசா வேணும்.''

''என்ன வேளாங்கண்ணி போறதுக்குப் பணம் வேணுமா? அதுக்கு இவ்வளவு தேவையில்லையே!''

''அதெல்லாம் மாதா நல்லாத்தான் வச்சுருக்கா. ஏன் எனக்குன்னு நா எதும் செஞ்சுக்கக் கூடாதா என்ன?''

''ஏன்? தாராளமா செஞ்சுக்கோ. இந்தாப்புடி. என்ன பொண்ணு, கிண்ணு எதாச்சும் புடிச்சிட்டியா?''

''ம்க்கூம். இந்தக் கால வச்சுக்கிட்டு அது ஒண்ணுதான் குறைச்சல்.'' சித்தப்பா பணத்தை எண்ணி, பேக்குக்குள் பாதுகாப்பாய் வைத்தார்.

''நீ ரெடின்னு சொல்லு, நாம்பாக்கறேன் உனக்கு பொண்ணு. உனக்கென்னப்பா, உடம்பு முடியிலன்னாலும், சொந்தமா கடை வச்சிருக்கிற. இந்த நிலமையிலயும் குடும்பத்தக் காப்பாத்தற. உந்தம்பி மாதிரியா? எங்க இருக்கான்னு எதாவது துப்பு கெடச்சுதா?''

''யோவ், அவன் என்ன புதுசாவா ஓடிப்போறான்? கையில கொஞ்சம் காசு சேர்ந்தா நாயி எங்கயாவது திரியப்போயிடும். தீர்ந்தவுடனே திரும்பி வந்துடும். வந்தா தெண்டச்சோறு எங்காசுலதான். எங்க இருக்கானோ அங்கயே இருக்கட்டும்.''

சோமு சித்தப்பாவுடனான பயணம் அவ்வளவு சீக்கிரம் முடியவில்லை. அங்கிருந்து ராஜவீதிக்கு நடந்து சென்றார்கள். சித்தப்பாவும், அவனும் தள்ளுவண்டிக்கடையில் நன்னாரி சர்பத் குடித்தார்கள். கல்யாணி அக்கா பஜ்ஜிக்கடையில் சமோசா சாப்பிட்டார்கள். ராஜவீதி முக்கிலிருந்த கணபதி ஜுவெல்லர்ஸில்

நுழைந்தபோது, செந்தில் விழிகள் விரிய தலையைத் திருப்பித் திருப்பிப் பார்த்தான். ஒரு நகைக்கடைக்குள் நுழைவது அவனுக்கு அதுதான் முதல் முறை. கண்ணாடிப்பெட்டிகளுக்குள் மோதிரங்களும், அட்டிகைகளும், நெக்லேஸ்களும் குழல்விளக்குகளின் ஒளியில் மின்னின. ஆளுயர புகைப்படத்தில் நதியா தன் எடைக்கு அதிகமாக நகைகளை மாட்டிக்கொண்டு புன்னகைத்துக் கொண்டிருந்தாள். இவன் வயதுக்கு சற்றே மூத்த ஒரு பையன் சில்வர் குவளைகளில் டொரினோ கொண்டு வந்து கொடுத்தான். செந்திலுக்குப் பெருமிதமாக இருந்தது.

கமிஷன் வாங்கிய பணம் முழுவதையும் கொடுத்து சித்தப்பா சிவப்புக்கல் டாலர் வைத்த தங்கச் சங்கிலி ஒன்று வாங்கினார். அப்போதும் அறுநூற்று இருபது ரூபாய் குறைந்தது. மஞ்சள் பையில் கைவிட்டு மாதாவின் உருவத்தாலான ஓர் உண்டியலை எடுத்தார். அது வேளாங்கண்ணிக்கு வருடாவருடம் செல்வதற்காக அவர் சேமிக்கும் உண்டியல். எதற்கும் அந்தப் பணத்தை எடுக்க அனுமதிக்காதவர் இப்போது அதையே தங்கச்சங்கிலி வாங்க பயன்படுத்தியது செந்திலுக்கு மேலும் ஆச்சரியத்தைக் கொடுத்தது. ஆண்கள் போடுகிற சங்கிலி மாதிரித் தெரியவில்லை. கவுண்டம்பாளையத்தில் இருக்கும் அத்தை இந்த மாதிரி ஒரு சங்கிலி அணிந்திருப்பதைப் பார்த்திருக்கிறான். ஒரு வேளை பாட்டிக்கு வாங்கியிருக்கிறாரோ? ஆனால் பாட்டி எந்த நகையும் அணிந்து செந்தில் பார்த்ததில்லை.

வீட்டுக்குள் நுழையுமுன்னே கறிக்குழம்பு வாசனை நாசியை அடைந்தது. செந்திலுக்கு ஆச்சரியம். வழக்கமாக ஞாயிறு அன்றுதான் அவர்கள் வீட்டில் கவுச்சி. அன்று வியாழன். என்ன

விசேஷம்? உள்ளே நுழைந்ததும், ''வாடா, எலும்பா, என்ன ஸ்கூல்ல அவுத்து உட்டுட்டாங்களா?'' என்ற பரிச்சயமான அடிக்குரலில் பாலு சித்தப்பா கேட்டார். திரும்பி வந்துவிட்டாரா! முகம் கறுத்து, உடல் இளைத்து ஆள் அடையாளம் தெரியாமல் மாறியிருந்தார்.பின்னறை மூலையில் அமர்ந்து, கணபதியின் படம் ஒன்றுக்கு ப்ரேம் போட்டுக்கொண்டிருந்தார். பின்னால் நுழைந்த சோமு சித்தப்பா, தம்பியைப் பார்த்ததும் முகத்தை உர்ரென்று வைத்துக் கொண்டு, சமையலறைக்கு முன்னாலிருந்த ஸ்டூலில் போய் அமர்ந்து கொண்டார். சமையலறைக்குள்ளிருந்து பாட்டி வந்து கிசுகிசுக்கும் குரலில், ''டேய், கடவுள் புண்ணியத்துல அவன் திரும்பி வந்துருக்கான். நீ எதும் கத்தி, கித்தி வைக்காத. உனக்குப் புண்ணியமாப் போவுது,'' என்றாள்.

''ஆமா, உம்புள்ள கோச்சுக்கிட்டுப் திரும்பி ஓடிருவானாக்கும். காசு கையில இல்லன்னா நாயி வீடே கதியா கெடக்கும். நீ நல்ல சவரட்டனயா சமைச்சுப் போடு, உம்புள்ள எங்கயும் போமாட்டான்.''

'' புள்ள எளச்சுப் போய் வந்திருக்கான்டா. கொஞ்ச நாளைக்கு சாப்புட்டு நல்லாத் தேறட்டும்.''

''இங்க பாரு. அவன் இங்க இருக்கணும்னா, வேலைக்குப் போவணும். நாளைக்கே அலியாரப் போய் பார்க்கச் சொல்லு.''

''போவான், போவான், நீயும் போய் கைகால் கழுவிட்டு சாப்பிட வா. தா, செந்திலு, உனக்குக் காரம் கம்மியாப் போட்டு கறி எடுத்து வச்சுருக்கேன், வா.''

ஆச்சரியகரமாக இந்த முறை வந்து இரண்டு நாட்களுக்குள்ளாகவே, அலியார் பட்டறைக்கு வேலைக்குப் போய்

விட்டார் பாலு சித்தப்பா. காலையில் ஒன்பது மணிக்குச் சென்று விட்டு, மாலை ஆறுமணிக்கு க்ரீஸ் கறை படிந்த கைகளோடு திரும்புவார். உக்கடம் பேருந்து நிலையத்திற்கு திரும்புவதற்கு பத்து இருபது அடிகளுக்கு முன்பே அவர் பணிபுரிந்த பட்டறை அமைந்திருந்தது. அலியார் சோமு சித்தப்பாவுக்கு நண்பர். அவரது வேண்டுகோளால்தான், பாலு சித்தப்பா மீண்டும், மீண்டும் ஓடிப்போனாலும், வொர்க்ஷாப்பில் அவரை வேலைக்கு எடுத்துக் கொள்கிறார் அலியார். உக்கடத்தில் லாட்டரிக்கடை வைத்திருந்த சோமு சித்தப்பாவுக்கு மதியச் சாப்பாடு எடுத்துச் செல்லும் வேளையில், பாலு சித்தப்பாவுக்கும் எடுத்துச் செல்ல வேண்டியதாயிற்று. அவரது சாப்பாட்டுப் பை மட்டும் நல்ல கனம் கனக்கும். சோமு சித்தப்பாவுக்கு ஒரு டப்பா. இவருக்கு சாப்பாடு, குழம்பு, பொரியல் என்று மூன்று. சாதமும், குழம்பும் பிசைந்து அனுப்பினால் அவன் சாப்பிட மாட்டான் என்று பாட்டி சொன்னாள். அன்று சாப்பாடு சென்று கொடுத்தபோது, சித்தப்பா லாரிக்கு அடியில் படுத்திருந்தார். டூல்ஸ் பெட்டி மேல் உட்கார்ந்து பீடி குடித்துக் கொண்டிருந்த அலியார் இவனிடம், ''வச்சுட்டுப்போடா, நான் அவன்கிட்ட சொல்லிக்கிறேன்,'' என்றார். ''உங்க சித்தப்பன் நல்ல வேலைக்காரண்டா. நீ அவங்கிட்ட டிரெயினிங்க் எடுத்துக்கோ. நல்ல காசு பாக்கலாம். படிச்சு என்ன கிழிக்கப்போறே?''

பாலு சித்தப்பா அன்று மாலை ஆறுமணிக்கு வீடு திரும்பியபோது, அவர் கையிலிருந்தது ஓர் அதிசயப் பொருள்! ஒரு டேப்ரெகார்டரை செந்தில் இப்போதுதான் பார்க்கிறான். பக்கத்து வீட்டு ஜன்னல் வழியாக டேப் ரெகார்டரில் ஒலிக்கும்

புதுப்படப்பாடல்கள் அவனைப் பரவசத்தில் ஆழ்த்தியதுண்டு. ‘விக்ரம், விக்ரம், நான் வெற்றி பெற்றவன்,’ என்ற பாட்டை அதில் கேட்டபிறகு முணுமுணுத்துக் கொண்டே இருந்தான்.

‘‘ஐ! டேப் ரெகார்டர்!’’ என்று அவரருகில் சென்றான். பாலு சித்தப்பா அவனைக் கூட்டி அருகில் அமர வைத்துக் கொண்டார். இருவரும் டேப்ரெகார்டர் முன்னால் அமர்ந்து நெடுநேரம் புதுத் தமிழ்ப்படப் பாடல்களைக் கேட்டார்கள். என்னம்மா கண்ணு, சின்ன மணிக்குயிலே, மன்றம் வந்த தென்றலுக்கு என்று டிரான்சிஸ்டர் வானொலியில் கேட்க இயலாத அபூர்வப்பாடல்கள். ஒரே நேரத்தில் இரண்டு கேசட் போடமுடிகிற அந்தக் கருவியில் சித்தப்பா அவன் குரலைப் பதிவு செய்து காட்டினார்.

‘‘இந்த டேப்ரெகார்டர் எப்படிக் கெடைச்சுது பாலு சித்தப்பா?’’ என்றான் செந்தில்.

‘‘மூடிட்டு பாட்ட மட்டும் கேளு,’’ என்றார் சித்தப்பா.

ஏழுமணிக்கு சோமு சித்தப்பாவை அழைத்து வரச் சென்று விட்டான். இருவரும் வீட்டுக்குள் நுழைகையில், டேப் ரெகார்டரையும், தம்பியையும் குறுகுறுப்பாகப் பார்த்தார் சோமு சித்தப்பா. பின் பேக்கை விசிறி விட்டு முன்னறையில் அமர்ந்து கொண்டார். பாட்டி அடுக்களையிலிருந்து தலையை நீட்டி, ‘‘வந்துட்டியா,’’ என்று சொல்லிவிட்டு உள்ளே சென்று விட்டாள். திரும்பவும் டேப்ரெகார்டர் அருகே செந்தில் அமரப்போகையில், சோமு சித்தப்பா கூப்பிட்டார். ‘‘ டேய், பாட்டிட்ட போய் சாவி வாங்கிட்டு, மரபீரோல ஒரு சிவப்பு டப்பா இருக்கும், அத எடுத்துட்டு வா!’’ என்றார். செந்தில் வேகமாக அடுக்களைக்கு

ஓடினான். சாவியை வாங்கிக் கொண்டு அவசரமாக பீரோவைத் திறந்து, டப்பாவை எடுத்து சோமு சித்தப்பாவிடம் கொடுத்தான். பின் மீண்டும் ஓடி பாலு சித்தப்பா அருகில் அமர்ந்து கொண்டான்.

"அம்மா, இங்க வா, இங்க வர்றியா இல்லயா?" என்று கத்தலாகக் குரலெழுப்பினார் சோமு சித்தப்பா. ஒரு கையில் டப்பாவும், மறுகையில் மூடியுமாக இருந்தார்.

முந்தானையால் கையைத் துடைத்துக் கொண்டு பாட்டி வெளியே வந்தாள். "என்னடா?"

"இதுல வச்சிருந்த தங்கச் செயின் எங்க?"

"அதுலதானடா இருக்கும்?"

"நீயே பாரு! நீ எதுவும் எடுத்து வேற இடத்துல வச்சியா? நல்லா ஞாபகப்படுத்திப்பாரு."

"இல்லியேடா, நீ அதுல வச்சது அதுலதான் இருக்கணும். நீ எங்கயும் கை மாத்தி வச்சிட்டயா?"

சித்தப்பா ஒன்றும் சொல்லாமல் பாட்டியையே பார்த்தார். எல்லாரும் அமைதியாக இருந்த அந்தச் சில கணங்களில், டேப்ரெகார்டரில் பனிவிழும் மலர்வனம், உன் பார்வை ஒருவரம் மெலிதாக ஒலித்துக் கொண்டிருந்தது. செந்தில் பீரோவைத் திறந்து டப்பாவை எடுத்தபோது, பாலு சித்தப்பா ஒலியைக் குறைத்து விட்டிருந்தார்.

சோமு சித்தப்பா தள்ளாடியபடி எழுந்து நின்றார். "என்ன வெளையாடுறீங்களா? பூட்டியிருக்கிற பீரோல இருக்கிற நகை என்ன கால் மொளச்சுப் போயிடுமா? இப்ப எனக்கு நகை வந்தாகணும்."

ஜெகதீஷ் குமார்

"நகையை உள்ள வச்சதுக்கப்புறம் அந்தப் பக்கமே கைவக்கலடா. ஒண்ணு ரெண்டு தடவ மடிச்ச துணி வைக்க பீரோவ தொறந்ததோட சரி.''

வெறி கொண்டாற்போல காலி டப்பாவை பாலு சித்தப்பாவை நோக்கி வீசினார். அவர் சுருண்டு சுவற்றோடு சாய்ந்து, தாக்குதலிருந்து தப்பித்துக் கொண்டார். "இந்தப் பரதேசிதான் எடுத்துருக்கான். அதுக்கு நீ உடந்தை,'' என்றார் நடுங்கும் உச்சக்குரலில். அவர் உடல் அதிர்ந்து கொண்டிருந்தது. செந்தில் பதற்றமாய் மூன்று பேரையும் மாற்றி மாற்றிப் பார்த்தான். பாலு சித்தப்பா முகத்தில் சூழ்நிலைக்குத் தொடர்பற்ற ஒரு இளிப்பு தெரிந்தது.

"அவன் கை வைக்கிற ஆளு கெடையாதுடா. நான் வீட்டிலேயேதானே இருக்கேன். சாவி என் கழுத்துலயேதான் எந்நேரமும் கெடக்கு. நீ நல்லா யோசிச்சுப் பாரு. கடைக்கு எதும் கொண்டு போனியா?''

"ஆமாம், அங்க கடைல எங்கூத்தியா நின்னுக்கிட்டு இருக்கா, அவளுக்குத்தான் குடுக்க சங்கிலிய எடுத்துகிட்டுப்போனேன். மண்டகாயுது சொல்லிப்போட்டேன். திருப்பித் திருப்பி பேசி சமாளிக்க நெனச்சீன்னா, அடிச்சுக் கொன்னே போடுவேன். கேளு, அவங்கிட்ட, சங்கிலிய எடுத்தானான்னு கேளு.''

"நான்லாம் எதும் எடுக்கல,'' என்றார் பாலு சித்தப்பா சன்னமான குரலில். அவர் முகத்தில் ஏன் இப்போதும்கூட இளிப்பு தெரிகிறது என்று செந்திலுக்கு வியப்பாக இருந்தது. பாட்டி முகத்தை வருத்தமாக வைத்துக் கொண்டு அவரைப்பார்த்து தலையை வலதும், இடதுமாக ஆட்டினாள். செந்திலுக்கு அவள்

என்ன சொல்ல வருகிறாள் என்று புரியவில்லை. தயவு செய்து எடுத்திருந்தா குடுத்துடுடா என்று சொல்ல வருகிறாளா?

''இந்த டேப்ரெகார்டர் எப்படி வந்துச்சாம். எங்கிட்ட திருடித்தானே வாங்கியிருக்கான்.''

''இது அலியாரோடதாக்கும்! அவந்தான் வீட்டுக்கு எடுத்துட்டுப்போய் ரெண்டு நாள் கழிச்சுக்குடுன்னு சொல்லியிருக்கான்.''

''தாயோளி, இப்ப உடனே எஞ்சங்கிலிய முன்னாடி எடுத்து வைக்கல, கொலவிழும்டா!'' திடும்மென்று எழுந்து, முன்னாலிருந்த ஸ்டூலைக் கையில் தூக்கி பாலு சித்தப்பா மீது எறிந்தார். இவ்வளவு பலம் இவருக்கு எங்கிருந்து வந்ததென்று செந்தில் அதிர்ச்சியுடன் பார்த்துக் கொண்டிருக்கையிலேயே, வீசிய வேகம் தாங்காமல் சோமு சித்தப்பா கீழே விழுந்தார். ஸ்டூல் பாலு சித்தப்பாவை அடையுமுன்னரே விழுந்து விட்டது. பாட்டி ஓடிப்போய் பாலு சித்தப்பா முன் அரணாக நின்று கொண்டாள். ''வேணாண்டா, இப்பதாண்டா புள்ள வீடு திரும்பி இருக்கான். எதும் பண்ணி கிண்ணி வக்காதடா. சங்கிலி இங்கதான் எங்கயாவது இருக்கும், நான் தேடி எடுத்துத் தறேன்.''

சோமு சித்தப்பா வேகமாக அவர்களை நோக்கி நகர முயன்றார். ஆனால் அவரது கால்கள் ஒத்துழைக்கவில்லை. தடுமாறி முன்னேறி வந்து, நிலைக்கால் தடுக்கி மீண்டும் விழப்போனார். சுவற்றைப் பிடித்துக்கொண்டு சுதாரித்துக் கொண்டார். பாட்டி, ''வேணாண்டா, வேணாண்டா!'' என்று கைகளை விரித்தபடி கெஞ்சிக்கொண்டிருந்தாள். பாலு சித்தப்பா பாட்டிக்குப் பின்னாலிருந்து மெல்ல நழுவி வெளிவந்து, அறையின்

சுவற்றோரம் வைக்கப்பட்டிருந்த மேஜை மீது ஏறிக்குதித்து அறையை விட்டு வெளியேறி ஓடினார். அவர் சென்ற வேகத்தில் அவர் கால் செந்தில் மீது பட்டு அவன் தடுமாறி சோமு சித்தப்பா மீது சாய்ந்தான். அவர் நிலை குலைந்தார்.

செந்தில்தான் முதலில் வெளியே சென்று பார்த்தான். சந்தின் இருபுறமும் திரும்பிப்பார்த்ததில் பாலு சித்தப்பா எங்கும் தென்படவில்லை. வீட்டுக்காரப்பாட்டியும், லல்லி அம்மாவும் அவர்கள் வீட்டிலிருந்து தலை நீட்டிப்பார்த்தார்கள். ''என்னடா உங்க வீட்டில சத்தம்?'' என்றாள் லல்லி அம்மா. ''எங்க சித்தப்பாங்க ரெண்டு பேருக்கும் சண்ட,'' என்றான் செந்தில். உள்ளிருந்து லல்லி அப்பா, ''இவங்கள வீட்டக்காலி பண்ணச் சொன்னாத்தான் சரி வரும். சும்மா ரெண்டு மாசத்துக்கு ஒரு தடவ சலம்பல் பண்ணிகிட்டு,'' என்றார்.

செந்தில் திரும்பி வீட்டுக்குள் சென்றான். சோமு சித்தப்பா அதே நிலையில் நின்று கொண்டிருந்தார். பாட்டி இருந்த இடத்திலேயே தரையில் அமர்ந்து விட்டிருந்தாள். ''கோச்சுக்காதடா, பொறுமையா இரு. நான் கேட்டுப்பாக்கறேன்,'' என்றாள்.

''இப்பதான் அவன் எடுக்கலன்னு சாதிச்சே, அப்புறம் கேட்டுப்பாக்கறேங்கற. மாசா மாசம் வாடகையும் குடுத்துட்டு, சோத்துக்கும் குடுத்துட்டு இருக்கேன்ல. அந்தத் திமிருதான். நா ஒண்ணு பண்றேன். உம்பையன் மாதிரி நானும் போயிர்றேன் எங்கியாவது. பேசாம செத்துப்போயிர்றேன். உன் புள்ளயைக் கட்டிகிட்டு நீயே அழு,'' என்றார் சோமு சித்தப்பா.

''அப்பிடி எல்லாம் சொல்லாதடா. நான் சங்கிலிய வாங்கித்தாரேன். நீ கொஞ்சம் பொறுமையா இரு.''

''எல்லாம் பொறுமையா இருந்து பாத்தாச்சு. இனி நீயாச்சு, உன் சின்னப் பையனாச்சு,'' என்றவர், திரும்பி, தள்ளாடியபடி செந்திலைக் கடந்து வீட்டை விட்டு வெளியே வந்தார். வெயிலில் காய்ந்த பாறைபோல் அவர் முகம் கொதித்துக் கொண்டிருந்தது. கைகள் நடுங்கிக் கொண்டிருந்தன. செந்தில், ''சித்தப்பா!'' என்றான். ''நீ மூடிட்டு உள்ள போடா!'' என்று இரைந்தார். வீட்டுச் சந்தின் சுவற்றைப் பிடித்துக் கொண்டே அவர் தள்ளாடித் தடுமாறிப்போனதை வாயிலில் நின்று கவனித்தார்கள் லல்லி அம்மாவும், வீட்டுக்காரப்பாட்டியும். அவர் பொதுவாயிலைக் கடந்தவுடன், இருவரும் வெளியே வந்து பாட்டியைக் கூப்பிட்டனர். ''ஏனுங்கம்மா, வாங்க வந்து அவரு எங்க போறாருன்னு பாருங்க,'' என்றாள் லல்லி அம்மா. ''ஏங்க, பாலம்மா, புள்ளயத் தொலச்சிறாதீங்கம்மா. போங்க, போய்ப்பாருங்க,'' என்றாள் வீட்டுக்காரப்பாட்டி.

பாட்டி உதடுகள் துடிக்கக் கண்ணீர் விட்டாள். ''இதுக ரெண்டையும் வச்சுகிட்டு என்ன பண்றதுன்னே தெரியிலயே. பாலு எங்க போனான்னு தெரியிலயே. டே செந்திலு, போய் உங்க சோமு சித்தப்பாவக் கூட்டிட்டு வாடா. சாக்கடையில எதும் விழுந்து வைக்கப் போறான்,'' என்றாள்.

செந்தில் நெஞ்சு துடிக்க நீண்ட சந்தில் ஓடினான். கையடி பம்பில் மோதி முழங்கையில் இடித்துக் கொண்டான். நிமிர்ந்து பார்த்தபோது, பாலு சித்தப்பா கழிப்பறையிலிருந்து வெளிவந்தார். அவர்களுக்கும், வீட்டுக்காரர்களுக்கும் பொதுவான ஒரே கழிப்பிடம். ''சீக்கிரம் போய் உஞ்சித்தப்பனப் புடிச்சு இழுத்துட்டு வா,'' என்றார். முகத்திலிருந்த இளிப்பு மேலும் விரிந்திருந்தது.

வாயிலுக்கு வெளியே ஓடி, தெருவில் இருபுறமும் திரும்பிப்பார்த்தான். அதற்குள் இவ்வளவு வேகமாக அவரால் நடந்து தெருவைக் கடந்து விட முடியுமா? தெருவில் இறங்கி, பெரிய சாக்கடைக்குள் பார்த்தான். கொஞ்ச நேரம் தெரு நடுவில் செய்வதறியாது நின்று கொண்டிருந்தான். மளிகைக்கடை அண்ணாச்சி கடைக்குள்ளிருந்து, ''என்னா செந்திலு, உங்க சித்தப்பா இப்பதான் குமரேசன் ஆட்டோல ஏறிப்போனாரு,'' என்றார்.

செந்தில் வீட்டுக்குள் திரும்ப ஓடிப்போய்த் தகவல் சொன்னவுடன் பாட்டி கதற ஆரம்பித்து விட்டாள். லல்லி அம்மாவும், வீட்டுக்காரப்பாட்டியும் இருபுறமும் அவளுக்கு ஆறுதலாக அவள் தோளைப் பிடித்துக் கொண்டு நின்றார்கள். லல்லி அப்பா வெளியே வந்து தகவல் அறிந்து கொண்டபின், ''நான் போய் பார்க்கறேன்,'' என்று சட்டையை மாட்டிக் கொண்டு கிளம்பினார். ''ரயில்வே ஸ்டேஷன்ல பாருடா,'' என்று அவர் அம்மா சொல்ல, பாட்டி பெருங்குரலெடுத்து அழுதாள். ''அய்யா, என் புள்ளய எப்படியாச்சு கூட்டிட்டு வந்துடுங்கய்யா,'' என்றாள்.

தெருவில் உள்ள தன் சில நண்பர்களைக் கூட்டிக் கொண்டு சித்தப்பாவைத் தேடுவதற்கு லல்லி அப்பா சென்றவுடன்தான் பாலு சித்தப்பா அங்கிருந்ததையே எல்லாரும் கவனித்தார்கள். பெண்கள் இருவரும் தம் வீடு சென்றபின் பாட்டி தனியாகத் தலைகுனிந்து அமர்ந்திருந்தாள். சித்தப்பா வீட்டுக்குள் நுழைந்து, ''இனி நான் இங்க இருக்கமாட்டேன். உம்பையன் என்னக் கொல பண்ணிடுவான் போலருக்கு. நான் அலியார் பட்டறையிலயே தங்கிக்கிறேன்,'' என்றார். டேப் ரெகார்டரை எடுத்துக்கொண்டு உடனே வெளியேறினார். செந்தில் போய் பாட்டியின் அருகில்

அமர்ந்து கொண்டான். அவனுக்கு என்ன சொல்வதென்று தெரியவில்லை. லல்லி மாமா மாதிரி சோமு சித்தப்பாவும் பிணமாகத்தான் வீடு திரும்புவாரா என்று திகிலில் அவனது கால்கள் நடுங்கிக் கொண்டிருந்தன.

அதிகாலை இரண்டுமணிவரை தேடிவிட்டுத் திரும்பினார் லல்லி அப்பா. ரயில்வே ஸ்டேஷன், அதையொட்டிய மாந்தோப்பு, அவர் கடை அமைந்த உக்கடம் பேருந்து நிலையம், பெருமாள் கோயில் மண்டபம் என்று எல்லா இடங்களிலும் தேடியும் அவர் கிடைக்கவில்லை. முன்னறையில் பாய் விரித்து ஒருக்களித்துப் படுத்திருந்த பாட்டியிடம் வந்து, ''நீங்க பேசாம தூங்குங்கம்மா, நாளைக்குக் காலைல திருப்பியும் போய் தேடிப்பாக்குறேன். இல்லன்னா போலீஸ்ல சொல்லிடலாம்,'' என்றார்.

மறுநாள் மதியம் வரை தேடிப்பார்த்துவிட்டார்கள். சோமு சித்தப்பா கிடைக்கவில்லை. பாட்டி காலையில் சிறிது நேரம் அழுது புலம்பி விட்டு, பதினோரு மணிக்கு சமையலை ஆரம்பித்து விட்டாள். சாப்பாடு கட்டி அலியார் பட்டறைக்குப் போய் பாலு சித்தப்பாவுக்குக் கொடுக்கச் சொல்லி செந்திலை அனுப்பினாள். செந்தில் சாப்பாடு கொண்டு போனபோது பட்டறை பூட்டியிருந்தது. வீட்டுக்குத் திரும்ப எத்தனிக்கையில் கல்யாணி அக்கா இவனை நோக்கி வந்து கொண்டிருப்பதைக் கண்டான்.

''செந்திலு இங்க வா!'' என்றாள். இவன் அருகில் சென்றவுடன், ''உங்க சித்தப்பா எங்க வீட்டிலதான் இருக்காரு. ரயில்வே ஸ்டேஷன்ல உக்கார்ந்து இருந்ததப் பார்த்துட்டு எங்க அப்பாதான் கூட்டிட்டு வந்தாரு. உங்க சித்தப்பா உங்கிட்ட மட்டும் சொல்லி கூட்டியாறச் சொன்னாரு,'' என்றாள்.

கல்யாணி அக்காவுடன் அவள் வீட்டுக்குச் சென்று சோமு சித்தப்பாவைச் சந்தித்தான் செந்தில். ஓரிரவுக்குள் அழுக்கடைந்து வாடி இருந்தார். பாலு சித்தப்பா அலியார் பட்டறைக்கு சென்ற விஷயத்தை உடனே தெரிவித்தான். ''போய் கௌவிகிட்ட சொல்லு. அவன் திரும்பி வந்தான்னா வீட்டில கொலதான் விழும்,'' என்றார். ''நீங்க வீட்டுக்கு வாங்க சித்தப்பா,'' என்றான். ''நீ போ வர்றேன்,'' என்றவர் கல்யாணியைப் பார்த்து, ''முத தடவயா ஒண்ணு செய்யணும்னு நெனச்சேன். அதுவும் உருப்படாம போச்சு,'' என்றார்.

''பரவாயில்ல விடு,'' என்றாள் கல்யாணி அக்கா.

வீட்டுக்குள் நுழைந்தபோது பாட்டி முன்னறையில் உட்கார்ந்து அழுது கொண்டிருந்தாள். கையில் பாலு சித்தப்பாவின் படம். லல்லி பின்னால் வந்து இவன் சட்டையை இழுத்தாள். ''ஒருத்தர் வந்து உங்க வீட்டு முன்னாடி பயங்கரமா கத்திட்டுப் போனாரு. ஒரே சிகரெட் நாத்தம். உங்க சித்தப்பா அவரு டேப்ரெகார்டரைத் தூக்கிட்டுப் போய்ட்டாராம். எங்க அப்பா பயங்கரக் கோவத்துல இருக்காரு. மொதல்ல உங்கள வீடு காலி பண்ணவைக்கணும்னு சொல்லிட்டு இருக்காரு,'' என்றாள்.

கல்லளை

1

''என் ஒத்தப்புள்ள இனி எஞ்சி நிக்குமா? அது வளந்து நிக்கறத எங்கண்கொண்டு பாப்பனா?'' மடியில் படுத்து முலைப்பாலுறிஞ்சிக் கொண்டிருந்த மகனின் தலையைத் தடவிக் கொடுத்தபடி பொம்மி கேட்டாள். அவள் கணவன் தன் சிக்குப் பிடித்த தாடியைச் சொறிந்தபடி, போர்த்திக் கொண்டிருந்த ஜமக்காளத் துணியை இறுக்கி, குளிரை அடக்கிக் கொண்டான். அவளுக்கு என்ன பதில் சொல்வதென்று தெரியவில்லை. அவனிடத்தும் அதே கேள்வியே தொக்கி நின்றது. கங்காமூலாவெங்கும் மலைக்காடுகளில் பரவி வாழ்ந்த ஒவ்வொரு மலைச்சாதிக் குடியானவனுக்கும், குடியானத்திக்கும் கடந்த ஆறுமாதங்களாக இதே கேள்விதான். இதே கவலைதான்.

ஐந்துகுடிப் பெரியவர்களும் குலமுன்னோர் வழிபாட்டு நினைவிடமான ஹிரயிரிக்குச் சென்று தொழுது வணங்கிவிட்டு, அருகிலிருந்த தோதகத்தி மரத்தடியில் அமர்ந்திருந்தனர். இருட்டு சாரைப்பாம்புக் கூட்டத்தைப் போல சரசரவென்று எங்கும் பரவிக் கொண்டிருந்தது. விரைந்து இறங்கும் கடுங்குளிரை விரட்ட எதிரில் சவுக்குக்கட்டைகளைக் கும்பாரமாகக் குவித்து நெருப்பு மூட்டப்பட்டிருந்தது. குடிக்கு எட்டுப் பேராக நாற்பது பேர் பெரியவர்கள் முன்னிலையில் மரியாதை நிமித்தம் இடைவெளி விட்டுக் குழுமியிருந்தனர். அவர்களின் முகங்களின் அச்சமும், துயரமும் அந்த நெருப்பின் தழலில் தெரிந்தது. சுற்றிலும் பள்ளத்தாக்குகளும், மலை முகடுகளும் இருளை ஏந்திக் கொண்டு மௌனத்தில் ஆழத் தொடங்கியிருந்தன. காற்றில் பசுந்தழைகளின் வாசனையும், சற்றுதள்ளி கொட்டிலில் அடைக்கப்பட்டிருந்த ஆடு, மாடுகளின் சாணக்கழிவுகளின் நாற்றமும் கலவையாக மிதந்து கொண்டிருந்தது. வலதுபுறமிருந்த பள்ளத்தாக்கிலிருந்து ஒரு கூகை குழந்தைக் குரலில் கேவிக்கொண்டிருந்தது.

''இந்த ரெண்டு வாரத்துல மூணு கொழந்தைங்க போயிடுச்சுங்க! அய்யா, எதாச்சும் பண்ணணுமுங்க. எங்க கொலந்தழைக்க புள்ளயே இல்லாம போயிடுமோன்னு அச்சமா இருக்குங்க,'' என்றான் பொம்மியின் கணவன். கூட்டத்தின் எல்லாத் தலைகளும் ஒரு கணம் அசைந்து அவன் பக்கம் திரும்பிப் பார்த்தன. பின் திரும்பி அமைதிக்குள் செருகிக் கொண்டன.

சித்தி குடியின் தலைவர் கஜவீரன்தான் சபையில் மீண்டும் குடிகொண்ட மௌனத்தைக் கலைத்தார். ''ஊருக்குள் இறங்கிய புலியைப் பார்த்தவர்கள் யாராவது இருக்கிறீர்களா? அது எப்படி இருந்தது?''

பொம்மி கைதூக்கினாள். ''மின்னங்காலத் தூக்கி நின்னா ரெண்டாள் உயரம் வருங்க. அஞ்சடி தொலைவில பார்த்தனுங்க. கொகை மாதிரி வாயி. வாயெல்லாம் கூர்பல்லு. அய்யோ, அது வாயில எங்கொலவிளக்கக் கண்டனே!'' மேலும் சொல்ல இயலாமல், குமுறி அழ ஆரம்பித்து விட்டாள். அவளது இரட்டை ஆண்குழந்தைகளில் ஒன்றைச் சென்ற வாரம்தான் புலிக்குப் பலி கொடுத்திருந்தாள்.

கஜவீரன் தலை திருப்பிப் பிற குடித்தலைவர்களைப் பார்த்தார். ''ரொம்பப் பெரிசுதான். ராசா பல்லாலரிடம் சொல்லி அவருக்கு ஏவல் புரியும் நம்ம ஆட்கள் சிலரை வேற்கம்பு, வாளோடு அனுப்பச் சொல்லி உதவி கேட்கலாம். வேலெறிந்து அப்புலியைக் கொல்லலாம். உசிருக்குத் துடிக்கையில் வாள் கொண்டு பிளந்து போடலாம்,'' என்றார்.

''ராசா ஆட்களை அனுப்பி விட்டுத்தான் மறுவேலை பார்ப்பார். மலைச்சாதியக் கண்டாலே ஏளனம்தான் அரண்மனைக்காரர்களுக்கு. நாம பிழிந்து தருகிற கொம்புத்தேனும், வேட்டையாடி அனுப்புகிற மானிறைச்சியும் மட்டும் வேண்டுமாக்கும். நம்ம உசிரெல்லாம் ஒரு பொருட்டே இல்ல ராசாவுக்கு. அவர் கிட்ட உதவி கேக்கறத மறந்துடுங்க,'' என்றார் கோலிதோர் குடித்தலைவர். அவருக்கு ஏற்கனவே மன்னரிடம் அவமானப்பட்ட அனுபவங்கள் ஏகம் இருந்தன.

''முன்னெல்லாம் ஆட்டுக்குட்டிகளையும், கன்றுகளையும்தான் பறிகொடுத்துக் கொண்டிருந்தோம். இப்போ நம்ம குழந்தைகளையும் அந்த நாசகார புலி கொண்டு போகுது. ஏதாவது செய்யணும்,'' என்றார் நைக்டாவின் தலைவர்.

''நம்ம அம்புல விஷம் தடவி புலியைக் கொல்லலாம்,'' என்றது கூட்டத்திலிருந்து ஓர் ஆண்குரல்.

''பொம்மி சொல்ற கணக்குப்படி பார்த்தா, புலிமேல ஏவினா அம்புதான் உடையும். இந்தப் புலியின் தோலத் தைக்கிற அம்பைத் தயாரிக்கிறவன் நம்ம கூட்டத்துல எவம்பா இருக்கான்?'' என்றார் கஜவீரன்.

''நான் அந்தப் புலியைக் கொல்வேன்,'' என்றான் ஹக்கா, அருகில் நின்றிருந்த பஸ்தாவாவிடம். இருவரும் கூட்டத்துக்குச் சற்று தள்ளி, ஒரு புங்கமரத்தின் அடியில் நின்றபடி நிகழ்வுகளைக் கண்காணித்துக் கொண்டிருந்தனர். ''அதன் உடம்பைத் துளைக்கிற அம்பைச் செய்வேன். அதைச் செலுத்தி அப்புலியைச் சாய்ப்பேன். ஐந்துகுடி மலைச்சாதியினரின் நல்லெண்ணத்தைப் பெறுவேன்,'' என்றான் உறுதியான குரலில். பஸ்தாவா அவனை வியப்பாகப் பார்த்தான்.

''ஹக்கா ராவ், நாங்க மலைக்காட்டின் பிள்ளைகள். எங்களுக்கே அந்தப் புலிய எப்படிச் சமாளிப்பதுன்னு தெரியல. நீர் இவ்விடத்துக்கு முற்றிலும் புதியவர். உம்மால் எப்படி அதைச் சாதிக்க இயலும்?''

''எங்கள் ஹொய்சால வம்சமே தன் ஆசிரியரின் கட்டளைப்படிப் புலியைக் கொன்று வீழ்த்திய வீரனிடமிருந்து உருவானதுதானே! அவன் குருதி என்னிலும்தானே ஓடிக்கொண்டு இருக்கிறது!''

''அது சரி. உங்கள் நம்பிக்கையை மெச்சுகிறோம் ஹொய்சாலரின் வாரிசே! நீரே அப்புலியைக் கொன்று வாகை சூடுவீராக. நீங்க ஆசிரியர்ன்னு சொன்னதும் நினைவு வந்துட்டிது.

குருசாமிக்கு உணவு எடுத்துட்டுப் போக நேரமாயிட்டுது. போலாமா?'' என்றான் பஸ்தாவா.

2

குடியிருப்புப்பகுதியில், ஹக்கா வசித்த குடிசைக்குள் குருசாமிக்குக் கொண்டு செல்லவேண்டிய உணவு மதியத்திலிருந்தே கொதித்துக் கொண்டிருந்தது. காட்டில் சேகரித்த கிழங்குகளும், காய்களும், முயல் இறைச்சித்துண்டுகளும், சிறுதானியங்களும் உருத்தெரியாமல் வெந்து கொண்டிருந்தன. பஸ்தாவா அகப்பையை பாத்திரத்துக்குள் விட்டுக் கிண்டி இறைச்சி மணம் உணவெங்கும் ஏறி விட்டதா என்று பார்த்தான். கிழங்குகளும், இறைச்சியும் கரைந்து கூழான மணம் அறையெங்கும் அடர்ந்து பரவியது. பாத்திரத்திலிருந்து சிறு சம்படத்தில் அந்தக் கூழை ஊற்றி சற்று நேரம் மிதமான சூட்டுக்கு வரும்வரை ஆறவைத்தான். பின் சம்படத்தை ஒரு மந்தாரை இலையால் மூடி, கையில் எடுத்துக் கொண்டான். ஹக்கா ஒரு கூடைக்குள் பழங்களை அடுக்கி எடுத்தவுடன் இருவரும் குடிலுக்கு வெளியே வந்து நடக்க ஆரம்பித்தார்கள். இவ்வளவு கொண்டு சென்றாலும் குருசாமி இதில் கொஞ்சம்தான் உண்ணுவார். மீதத்தை இவர்களை அமரவைத்து உண்ணச் சொல்லுவார். அடுத்தமுறை வரும்போது இதனினும் குறைவாக எடுத்து வரச்சொல்லுவார்.

இருபுறமும் மரங்களடர்ந்த ஒற்றையடிப் பாதையில், நிலா வெளிச்சத்தில் நடந்தார்கள். ஹக்கா ஒருகையில் பழக்கூடையையும், மறுகையால் தோளில் செருகிய வில்லையும் இறுகப்பிடித்துக் கொண்டான். இருள் கவிழத்தொடங்கி நேரமாயினும், குரு உறங்க இன்னும் நாழிகை இருந்தது.

உண்டபின் ஓலைச்சுவடியில் நீண்ட நேரம் எழுதிக்கொண்டிருப்பார். காவலுக்கு இருக்கிறோம் என்று சொன்னாலும் கேட்க மாட்டார்.

"ஹக்கா ராவ், நீங்க அந்தப் புலியைக் கொல்வீர்கள் என்ற நம்பிக்கை எனக்கிருக்கிறது. ஆனாலும் எங்கள் மலைக்குடிக்கு நீங்கள் கைம்மாறு செய்ய வேண்டும் என்பதற்காக அப்படிச் சொன்னீர்களா?"

"கைம்மாறும்தான். ஆனால் எனக்கு உங்கள் குடிகளால் ஆகவேண்டியதொன்றும் இருக்கிறது. விரைவில் நான் அமைக்கவிருக்கும் பேரரசின் காவலர்கள் கோலிதோர், கோண்டு, மரத்தி, நைக்டா, சித்தி ஆகிய ஐம்பெரும் மலைக்குடிகள்தாம். உங்கள் உறுதியையும், வீரத்தையும் தாண்டி தில்லி சுல்தானால் பேரரசுக்கு ஊறு விளைவித்து விடமுடியாது. என் அரசில் உங்கள் குடிகளுக்குப் பாதுகாப்பையும், கௌரவமான வாழ்வையும் உறுதி செய்வேன். உங்கள் வாழ்வை மேம்படச்செய்வேன்." ஹக்காவின் குரல் உணர்ச்சி மேலிட்டு நடுங்கியது.

"ஹக்கா! அண்ணா! நீங்க ராசாவாகிவிட்டால் எனக்கு சமஸ்கிருதம் சொல்லித்தருவதை நிறுத்தி விட்டுப் போய்விடுவீர்களா?"

"நீ என் தம்பிடா. என் தளபதி. என் கூடவேதான் இருப்பாய். எனக்கும், என் ராஜ்யத்துக்கும் அரணாக. நீ ஏன் படிப்பு, படிப்பு என்று அலைகிறாய்? எழுதுகோல் பிடித்து என்ன செய்யப் போகிறாய்? வாளெடு. போரிடு. சரித்திரத்தில் நிலைகொள். இல்லை மெத்தப் படித்து எனக்கு அமைச்சனாக அமரவேண்டுமென்று ஆசைப்படுகிறாயா?"

பஸ்தாவா வாய்விட்டுச் சிரித்தான். ''அப்படிப்பட்ட பேராசையெல்லாம் இல்லை. எங்கள் கொங்கனி மொழியில் நூல்கள் எதுவும் இல்லை. சமஸ்கிருதம் தெரிந்தால் நிறைய வாசிக்கலாமே. அன்றைக்கு குருசாமியின் ஓலைச்சுவடிகள் சிலதை புரட்டிப் பார்த்தேன். நன்றாகவே வாசிக்க முடிந்தது. ஆனால் அர்த்தம்தான் ஒன்றும் புரியவில்லை.''

''தோ போகிறோமல்லவா! அவரிடமே அர்த்தம் கேட்டுக் கொள்ளேன்.''

''ஐயோ! குருசாமியிடம் நான் பேசுவதாவது! அவரைப் பார்த்தாலே என் உடல் நடுங்குகிறது. பயம் ஒன்றும் இல்லை. அவரைப் பார்க்க படைத்தவனையே பார்ப்பது போல் இருக்கிறது.''

''உங்கள் குடிகளுக்குள் வெவ்வேறு தெய்வங்கள் இருப்பினும், இவர் ஒருவரிடம் மட்டும் எல்லாருமே ஒரே மாதிரி பக்தி செலுத்துகிறீர்கள்.''

''என்னவோ அண்ணா! நீங்கள் எங்கள் குடிகளுக்கு நல்வாழ்வு அமையப் பாடுபடுவதை நினைத்தால் என் மனம் விம்முகிறது. நான் உங்களோடேயே தோளோடு தோள் நிற்பேன். உங்களுக்காக உயிரும் தருவேன்,'' என்றான் பஸ்தாவா.

ஏறத்தாழ பத்து மாதங்களுக்கு முன்பு முட்புதர்களுக்கிடையில் உடல் முழுக்கக் காயங்களுடனும், சிராய்ப்புகளுடனும் மயங்கிக் கிடந்த ஹக்காவை சித்தி குடிக்காரன் ஒருவன் கண்டுபிடித்துக் காப்பாற்றி தன் குலத்தவரிடம் கொண்டு சென்றான். தில்லி சுல்தானின் அட்டூழியம் தென்னகமெங்கும் பரவிக் கொண்டிருந்தது. பெரிய அரசுகளான காகதீயர்களும், செவுன

யாதவர்களும், ஹொய்சாலர்களும் சுல்தானால் வெற்றி கொள்ளப்பட்டு விட்டனர். அவற்றின் அரசர்கள் ஈவிரக்கமின்றிக் கொல்லப்பட்டனர். காலில் விழுந்து இறைஞ்சியவர்கள் மதம் மாற்றப்பட்டனர். ஹொய்சால வம்சத்து ஹக்கா ராவ் அவனது சகோதரன் பொக்கா ராவுடன் கம்பிலி ராஜ்யத்தில் காவலனாகப் பணிபுரிந்து வந்தபோது, கம்பிலியும் சூறையாடப்பட்டது. இருவரும் சுல்தான் படைகளுக்குச் சிக்காமல் தப்பியோடினர். அன்று பிரிந்த சகோதரன் எப்படியும் தன்னைத் தேடிக்கொண்டு வருவான் என்று நம்பிக்கையோடு காத்திருந்தான் ஹக்கா.

மலைச்சாதியினர் ஹக்காவுக்கு அரசனுக்குரிய மரியாதையை அளித்தனர். பதினேழே வயதான பஸ்தாவா ஹக்காவிடம் உடனடியாக ஒட்டிக்கொண்டான். எப்போதும் ஹக்காவோடே சுற்றித்திரிந்தான். அவன் குடிலே கதியென்று கிடந்தான். ஹக்கா அவனுக்கு ஓய்வு வேளைகளில் சமஸ்கிருதம் சொல்லிக் கொடுத்தான். அவனுடைய சுறுசுறுப்பையும், திறமையையும் கண்டு அவனைத் தன்னோடே வைத்துக் கொள்ளத் திட்டமிட்டான் ஹக்கா. மலைப்பழங்குடிகளில் ஒருவனுக்கு அமையவிருக்கும் அரசில் உயர்பதவி அளிப்பது அவர்களது நம்பிக்கையையும், ஆதரவையும் பெற வழிவகுக்கும் என்று நம்பினான். என்னதான் ராஜமரியாதை கொடுத்தாலும் மலைச்சாதிகள் ஹக்காவை வெளியாளாகத்தான் கருதினர். அவர்கள் நன்னம்பிக்கையைப் பெற்று அவர்களில் ஒருவனாகிவிட இந்தப் புலியின் வருகை ஒரு நல்வாய்ப்பாக அமைந்து விட்டது. எப்படியாவது அந்தப்புலியைக் கொன்றுவிட்டால் அவனது எண்ணம் நிறைவேறும்.

இன்று எப்படியேனும் தன் உள்ளக்கிடக்கையை மகானிடம் தெரிவித்து விடுவது என்று உறுதிபூண்டு கொண்டான் ஹக்கா.

அவன் உள்ளம் திமிறிக்கொண்டிருந்தது. அவர் சொன்னால் குடிகள் கேட்கும். இந்த மலைப்பகுதியில் தவம் புரிந்து வாழும் அவரும் அண்மையில், ஹக்கா வருவதற்குச் சில மாதங்கள் முன்புதான், இங்கு வந்து சேர்ந்தார். ஆனால் ஐந்துகுடிகளுமே அவரை தங்களில் ஒருவரெனவும், தெய்வத்திற்குச் சமானமாகவும் கருதத் தொடங்கியிருந்தன. அவர் யார், எங்கிருந்து வந்தார் என்பது அங்கு யாருக்கும் சரியாகத் தெரியவில்லை. வடக்கிலிருந்து வந்தார் என்று மட்டும் பொதுவாகச் சொன்னார்கள். அவர் பெயர் வித்யாரண்யகர் என்று சிலரும், மதுராச்சாரியார் என்று சிலரும் சொன்னார்கள். மலைக்குடிகளுக்கு அவர் குருசாமிதான். நம்மைப் போலவே இவரும் முகமது-பின்-துக்ளக் அரசின் கொடுமைக்குத் தப்பி இங்கு வந்திருப்பாரோ என்று எண்ணிக் கொண்டான் ஹக்கா. மலைக்குடிகளுக்கிடையே அவர் சொல் வேதவாக்கெனக் கருதப்பட்டது. ஆனால் அவர் யாருக்கும் பெரிதாக எதுவும் சொல்வதில்லை. மலைக்கிராமத்திலிருந்து தள்ளி ஒரு சிறிய கற்குகைக்குள்தான் அவர் வாழ்க்கை நிகழ்ந்தது. அதிகாலை வேளைகளில் அருகிலிருக்கும் அருவியொன்றுக்குச் சென்று காலைக்கடன்களைக் கழித்து, குளித்து முடித்துத் திரும்பினாரென்றால், நாள் முழுதும் பெரும்பாலும், தியானமும், வேதாந்த விசாரமும்தான். குகையின் வாயிலுக்குத் தடுப்புகூட இல்லாமல் இருந்தது. புலியின் தொல்லை ஆரம்பித்தற்குப் பிறகு ஹக்காதான் இரவில் அடைப்பதற்கென ஒரு தட்டி செய்து கொடுத்திருந்தான். ஹக்கா வருவதற்கு முன் பஸ்தாவாதான் மதியமும், மாலையும் அவருக்கு உணவு எடுத்துச் சென்று கொண்டிருந்தான். வந்த சில நாட்களிலேயே ஹக்காவும் அவனோடு இணைந்து கொண்டான். அவன் படித்தவனென்பதால்,

அவர்கள் வரும்போதெல்லாம் அவனை அமரவைத்து வேதாந்தபாடம் எடுப்பார் குருசாமி. பஸ்தாவா வாயிலுக்கு வெளியில் நின்று கேட்டுக் கொண்டிருப்பான். ஹக்காவிடம் அவன் யார், எங்கிருந்து வந்தான் என்று ஒரு சொல் விசாரித்ததில்லை அவர். அவர் சொல்வதில் பெரிய ஈடுபாடு எதுவும் இல்லாவிட்டாலும், பொறுமையாக இருந்து கேட்டுக் கொள்வான் ஹக்கா. அவராக ஏதாவது விசாரித்தால் தன் நிலையையும், தனக்கு தேவைப்படும் உதவி குறித்தும் சொல்லலாம். இதுவரை அதுமாதிரி சூழ்நிலை ஏற்படவில்லை. இன்று அந்தச் சூழ்நிலையை நாமே ஏற்படுத்திக் கொள்ள வேண்டியதுதான் என்று நினைத்துக் கொண்டான் ஹக்கா.

3

உணவை எடுத்துக் கொண்டு ஹக்கா மட்டும் குகைக்கு உள்ளே போனான். பின் உடனே திரும்பி வந்து வாயிலில் நின்றிருந்த பஸ்தாவாவை உள்ளே அழைத்தான். குருசாமியே அவனை உள்ளே வரச் சொன்னாராம். பஸ்தாவாவுக்கு வியப்பு தாளவில்லை. பூரித்த முகத்துடன், குதிக்கும் நெஞ்சுடன் உள்ளே நுழைந்தான். மூன்று பேருக்கு அந்தக் குகை மிகச் சிறிதாக இருந்தது. கொஞ்சம் எக்கினால் தலை இடிக்குமளவே உயரம். வெளியில் இருந்ததை விட குகைக்குள் வெதுவெதுப்பாக இருந்ததை வியப்புடன் உணர்ந்தான் பஸ்தாவா. தாயின் கருப்பைச்சூடு போல. கரடு முரடான கரும்பாறைச் சுவர்கள் ஈரம் கசிந்ததைப் போல பளபளப்புடன் இருந்தன. ஓர் ஓரத்தில் ஒரு ஜமக்காளம் தலையணையுடன் சுருட்டி வைக்கப்பட்டிருந்தது. இன்னொரு மூலையில் குரு மான்தோல் போர்த்திய பலகை மேல்

அமர்ந்திருந்தார். இப்போதுதான் பஸ்தாவா அவரை முழுமையாகப் பார்க்கிறான். பக்கத்தில் பார்க்கும்போது குள்ளமாகத் தெரிந்தார். நெஞ்சுவரை நீண்ட தாடி. குகைக்குள் எரிந்த எண்ணெய் விளக்காலோ என்னமோ, தகதகவென்று ஜொலித்தார். பஸ்தாவாவைப் பார்த்துப் புன்னகைத்து எதிரில் அமரும்படி சைகை காட்டினார். அவர் கண்களின் கருமணிகள் உறைந்த குளத்தில் சிக்கிய கருங்கூழாங்கற்கள் போலிருந்தன. ஹக்காவும் அவனுக்கருகில் அமர்ந்து கொண்டான்.

"உன் பெயர் என்ன?" என்றார். அவர் குரல் மெல்லியதாக, பலவீனமாக இருந்தது. பஸ்தாவா அவருக்குப் பின்னால் குவிந்திருந்த ஓலைச்சுவடிக் கட்டுகளை நோட்டம் விட்டபடியிருந்தான். இவ்வளவும் இவர் வாசிக்கிறாரா! அல்லது இவரே எழுதியவையா இவையெல்லாம்!... ஹக்கா அவனது தொடையில் இடித்து அவன் கவனத்தைத் திருப்பினான். பஸ்தாவா சுதாரித்துக் கொண்டு பெயர் சொன்னான். அவர் ஏதோ சொல்ல வந்து, பின் சொல்லாமல் சற்று நேரம் புன்னகைத்தபடியிருந்தார்.

ஹக்கா தயக்கத்துடன் ஆரம்பித்தான். "குருவே, உங்களிடம் எனக்கு ஒரு விண்ணப்பமிருக்கிறது."

குருவின் தலை மெல்ல அசைந்து ஹக்கா பக்கம் திரும்பியது. உதட்டில் புன்னகை மாறவில்லை. தொடர்ந்து பேசு என்பதைப் போல அவனையே பார்த்துக் கொண்டிருந்தார்.

ஹக்கா பொறுமையாகத் தன் நிலையை விளக்கினான். குருவின் ஒரு சொல் எவ்வாறு ஐந்துகுடி மக்களையும் தன் பக்கம் திருப்பி, தனக்கு ஆதரவளிக்க வைக்கும் என்று விவரித்தான். புலியின் தொல்லையைக் குறித்தும் சொல்லி, குரு எச்சரிக்கையாக இருக்க

வேண்டும் என்றும் வேண்டிக்கொண்டான். புலியைக் கொல்வதற்கான ஆயத்தங்களை தான் மேற்கொள்ளப் போவதாக அவரிடம் தெரிவித்தான்.

குரு மென்மையாகத் தலையாட்டி ஆமோதித்துக் கொண்டிருந்தார். பின் சொன்னார். ''ஹக்கா, நீ பேரரசனாக வருவாய்!''

பின் தொடர்ந்தார். ''பாடத்தை ஆரம்பிக்கலாமா?''

குரு அப்போது தான் இயற்றிக் கொண்டிருந்த ஜீவன் முக்தி விவேகம் என்ற நூலில் இருந்து ஜீவன் முக்தி ஸ்வரூபம் என்ற பகுதியை விளக்கினார். அவரது விளக்கம் இப்போது பஸ்தாவாவுக்கு மிகத் தெளிவாகப் புரிந்தது. அவர் சமஸ்கிருதத்தில் எழுதியிருந்த நீண்ட வாக்கியங்களை பதம் பிரித்து ஒவ்வொரு சொல்லாக விளக்கியபின், வாக்கியத்தின் முழு அர்த்தத்தையும் பொறுமையாகச் சொன்னார். ஜீவன் முக்தி என்றால் என்ன என்பதற்கான விளக்கம் அந்த வாக்கியம். 'நான் ஒரு செயலைச் செய்பவன், அதன் பலனைத் துய்ப்பவன், நான் மகிழ்ச்சியாக இருக்கிறேன், நான் துக்கமாக இருக்கிறேன்' என்பன போன்ற எண்ணங்களே பந்தம் அல்லது சம்சாரத்துக்குக் காரணம். ஒருவன் தன் உண்மையான சொரூபம் பற்றிய அறியாமையினாலேயே இவ்வாறான எண்ணங்களுக்கு ஆட்பட்டு துக்கத்துக்குள்ளாகிறான். இதுபோன்ற தவறான எண்ணங்களினின்றும் விடுபடுதலே உண்மையான விடுதலை. இதுவே ஜீவன் முக்தி எனப்படுகிறது என்று விளக்கினார். உடல், மனம், புத்தி, அகங்காரம் என்பன ஜடப்பொருட்களே எனவும், சுத்த அறிவு மயமான வஸ்துவான நான் என்ற ஆத்மாவே

அவற்றுக்கு இருப்பைத் தருகின்றது என்றும் சொன்னார். பின் இக்கருத்துக்களுக்கான ஆக்ஷேபனைகளை எழுப்பும் பூர்வ மீமாம்சகர்களுடைய தரப்பையும், அவற்றுக்குத் தெளிவான பதில்கள் கூறி வேதாந்தக் கருத்துக்களை நிலைநிறுத்தும் சித்தாந்திகளுடைய தரப்பையும் அவர் மாறி மாறி அமைத்து, அந்தப் பகுதியை மிகுந்த சுவாரசியமாக்கியிருந்தார். பஸ்தாவா கண்கள் மின்ன அவர் சொற்களை விழுங்கிக் கொண்டிருந்தான். ஹக்கா தலையை பலமாக ஆட்டியபடியிருந்தான்.

குருவிடம் விடைபெறும் போது ஹக்கா மீண்டும் நினைவுறுத்தினான். "ஒரு சொல், ஒரு சொல் போதும் குருவே!" என்றான். குரு அவனுக்கு ஒரு புன்னகையை பதிலாகத் தந்தார்.

குடிலுக்குத் திரும்புகையில் பஸ்தாவா சொன்னான். "ஹக்கா, இன்றைக்கு குருசாமி சொன்ன சமஸ்கிருத பதங்கள் தெளிவாகப் புரிந்தன. அவர் சொற்களை நன்றாக அனுபவித்தேன்."

"நான் கூட நினைத்தேன். இன்று அவரது விளக்கம் மிகவும் எளிய மொழியில் இருந்தது. உனக்காகத்தான் அவ்வாறு விளக்கினாரோ என்று எனக்கு ஐயம் வந்தது."

"இப்படி வாசிக்க முடிந்தால் வாழ்நாள் முழுவதும் வாசித்து அனுபவிக்கலாமே!"

"வாளெடுத்தவனுக்கு ஏது நூலெடுக்க நேரம்? மக்களைக் காப்பதே முழு நேரப்பணியாக இருக்கையில் வேதாந்த விசாரம் எல்லாம் மூத்து முதிர்ந்துதான் செய்ய வேண்டும். எனக்குத் தளபதியாக இடப்பக்கம் நிற்கப்போகிறவனுக்கு அதற்கெல்லாம் எங்கே நேரம் கிடைக்கப் போகிறது?" பேசிக்கொண்டே சென்றவன் சட்டென்று நின்றான்.

"என்ன?"

"அங்கே பார்!" என்று கைகாட்டினான். அவர்கள் நின்றிருந்த இடத்திலிருந்து கீழே சமவெளி நிலவொளியில் ஊறிக் கொண்டிருந்தது. காட்டுமரங்களும், பொட்டல் நிலங்களுமாக விரிந்த பரப்பு. "அங்கேதான் என் அரசை அமைக்கப் போகிறேன். துங்கையும், பத்ரையும், நேத்ராவதியும் கலந்து ஓடும் ஆறுகளின் கரையில் செழித்துத் தழைக்கப் போகின்றனர் என் மக்கள். பாரதப்பெருநிலம் இதுவரை காணாத பேரரசாக அது இருக்கும். தில்லியிலிருந்துகொண்டு அராஜகம் செய்யும் சுல்தான்கள் இந்தப் பேரரசின் பக்கம் தலை வைத்துக் கூடப் படுக்க முடியாது," என்றான்.

பஸ்தாவா நிலவொளியில் ஹக்காவின் கனவு திகழும் கண்களைக் கண்டான்.

4

கடந்த பத்து நாட்களாக புலியால் எந்தத் தொல்லையும் இல்லை. புலி எந்நேரமும் ஊருக்குள் இறங்கி விடலாம் என்று மலைக்குடிகள் நடுங்கியபடியே வாழ்ந்து கொண்டிருந்தனர். இரும்பாலான எழுத்தாணிகளை சித்தி குடியினரின் மர அம்புகளின் முனையில் செருகி உறுதி வாய்ந்த அம்புகளைத் தயாரித்துக் கொண்டிருந்தான் ஹக்கா. அடுத்தமுறை புலி இறங்கும்போது தயாராக இருக்க வேண்டும் என்று உறுதி பூண்டு கொண்டான். பஸ்தாவாவை எப்போதும் தன்னோடே இருக்குமாறும், அவனுக்கும் சேர்த்தே அம்புகளைத் தயாரித்துக் கொண்டிருப்பதாகவும் சொன்னான். பஸ்தாவா தோதகத்தி

மரத்துண்டுகளைக் கொண்டு இழைத்து, இழைத்து ஓர் அலமாரி செய்து கொண்டிருந்தான். ''குருவின் குகைக்குள் நிறைய ஓலைச்சுவடிகள் குவிந்து கிடக்கின்றன. அவற்றையெல்லாம் ஒழுங்கு படுத்தி இந்த அலமாரியில் வைத்தால், நினைத்தபோது நினைத்த சுவடியை எடுக்க முடியுமே!'' என்றான்.

அலமாரி செய்து முடித்ததும் குருவிடம் கொண்டு சென்றார்கள். அது குகையின் வாயிலை விட உயரமாக இருந்தது. படுக்கைவாட்டில்தான் உள்ளே கொண்டு செல்ல முடிந்தது. அப்போதும் அதன் அகலம் குகையின் வாயிலுக்கு முக்கால் பாகம் உயர்ந்து நின்றது. இவ்வளவு பெரிய அலமாரி இப்போது தேவையா என்பது மாதிரி ஹக்கா பஸ்தாவாவைப் பார்த்தான். குரு வழக்கம்போல ஒன்றும் சொல்லவில்லை. அலமாரியை உள்ளே கொண்டு வாயிலுக்குப் பக்கவாட்டில் வைத்ததும், பஸ்தாவா மூலையில் குவிந்திருந்த ஓலைச்சுவடிகளை எடுத்து அலமாரியில் ஒழுங்கோடு அடுக்கி வைத்தான்.

இரண்டு நாட்கள் கழித்து புலி ஊருக்குள் இறங்கி விட்டதாகச் செய்தி வந்தது. குடியானவர்கள் வில்லெடுத்துக்கொண்டு திசைக்கொரு ஆளாகக் காட்டுக்குள் திரிந்தார்கள். கஜவீரன் ஹக்காவை அழைத்து, குருசாமியின் குகைக்குப் பின்புறமிருக்கும் பள்ளத்தாக்கில் அரக்கு நிறத்தில் அசைவுகளைக் கண்டதாக ஒரு குடியானத்தி சொன்னதாகவும், எனவே நாள் முழுதும் குருசாமியின் குகைக்கருகிலேயே காவல் இருக்குமாறும் கேட்டுக்கொண்டார். புலியைத் தேடித்திரிய வேண்டிய ஆர்வத்திலிருந்த அவன் வேறு வழியின்றி அவர் வேண்டுகோளை ஏற்று அங்கு செல்ல வேண்டியதாயிற்று. அதிகாலையிலேயே

அவனும், பஸ்தாவாவும் குருவின் குகைக்குச் சென்று விட்டார்கள். குரு உள்ளே வழக்கம்போல தன் செயல்களைத் தொடர்ந்தபடியிருக்க, இருவரும் குகைக்கு வெளியே இருந்த புங்கை மரத்தடியில் நின்று காவல் காத்தார்கள்.

நான்கு மணி நேரம் நின்றிருப்பார்கள். வெயில் நன்கு ஏறி முதுகில் சுள்ளென்று உறைத்தது. ஹக்கா நெற்றி வியர்வையை வழித்து விட்டுக் கொண்டு, சற்று நேரம் அமரலாம் என்று சொன்னான். இருவரும் அமர எத்தனித்த போது, எதிர்த்திசையிலிருந்து ஒருவன் பதறிக்கொண்டு ஓடிவந்தான். புலி குடியானவப்பகுதியில் தாவித்தாவி ஓடிக்கொண்டிருந்ததை யாரோ பார்த்ததாக மூச்சிரைத்துக் கொண்டே தெரிவித்தான். உடனே ஹக்கா பஸ்தாவாவிடம் நீ இங்கேயே இரு, நான் போய்ப் பார்த்து விட்டு வந்து விடுகிறேன் என்று சொல்லிவிட்டு, வந்தவனோடு புறப்பட்டுச் சென்றான்.

ஹக்கா சென்றவுடன் அமரத் தோன்றவில்லை பஸ்தாவாவுக்கு. உள்ளுக்குள் பதற்றம் ஏறிக்கொண்டே வந்தது. இந்தப் புலி என்ன மாயாவியா? ஒரு கணம் இங்கிருப்பதாகச் சொல்கிறார்கள். பின் அங்கிருப்பதாகச் சொல்கிறார்கள். திடீரென்று புலி இங்கு வந்து விட்டால் என்ன செய்வது? உடல் மெல்ல உதறத் தொடங்கியது. முகம் வியர்த்து, கழுத்து வழியாக வழிந்து நெஞ்சை ஈரமாக்கிற்று. அவனைச் சுற்றிக் காற்றே சுத்தமாக நின்றிருந்தது. மூச்சை இழுத்து, இழுத்து நுரையீரலை நிரப்பிக் கொண்டான். என்னால் அந்தப் புலியை எதிர்கொள்ள முடியுமா? குருவின் வாயிலில் தட்டி வைக்கப்பட்டிருக்கிறதா? இத்தனை பெரிய புலிக்கு தட்டி எம்மாத்திரம்? ஐயோ, புலி குகைக்குள் புகுந்து விட்டால்!...

ஓடிப்போய் குகைவாயிலில் தட்டி இருக்கிறதா என்று உறுதி செய்துவிட்டு, திரும்பி வந்து மரத்தடியிலேயே நின்று கொண்டான்.

சட்டென்று தான் யாருமற்றுத் தனியாக இருப்பது போலிருந்தது. அவன் பிறந்ததிலிருந்து பழகி வாழ்ந்த மலைக்காடுகள் அவனைக் கைவிட்டுவிட்டது போலிருந்தது. மேகங்களற்ற வானம் போவென்று விரிந்து கிடந்தது. அவனது பாதங்களுக்குக் கீழே நிலம் நழுவதைப் போலிருந்தது. பதினேழு வருடங்கள் மலைக்காடுகளில் சுற்றித் திரிந்த இந்த உடல் புலிக்கு இரையாகப் போகிறதா? குருசாமி சொன்னதைப் போல உடல் என்பது அழியும் சதைப்பிண்டம் மட்டும்தானா?

அவனுக்கு இடதுபக்கமுள்ள பள்ளத்திலிருந்து ஏதோ அசையும் ஒலிகள் கேட்டன. புலியை எதிர் நோக்கி நடுங்கியபடி திரும்பினான். அங்கிருந்து எதுவும் வெளிவந்தமாதிரித் தெரியவில்லை. ஆனால் பெரிய மூச்சுச் சப்தம் தெளிவாகக் கேட்டது. மேலே சில கிளைகள் அசைந்தன. தலையை மேலே உயர்த்துவதற்கு முன், வானிலிருந்து குதிப்பதைப் போல பொத்தென்று அவன் முன்னால் விழுந்து, எழுந்து நின்றது புலி.

அந்த மிருகம் கிட்டத்தட்ட பொம்மி சொன்ன உடற்குறிகளை ஒத்திருந்தது. அதன் குண்டுவிழிகள் பயங்கரமாக இவனை உறுத்துப் பார்த்தன. நின்ற நிலையில் இவனது நெஞ்சளவு உயரம் இருந்தது புலி. பார்த்தபடியே இருந்தபோதும் அவன் மீது பாய எத்தனிக்கவில்லை. பஸ்தாவாவும் அச்சத்தில் உறைந்து நின்றிருந்தான். நகர்ந்தால் ஒருவேளை பாய்ந்து விடுமோ என்று அஞ்சினான். புலி முன்னங்கால்களை தரையில் வைத்து மெல்லப் பின்னிழுத்து கொட்டாவி விட்டது. திறந்த அதன் வாயில்

கோரமான கூர்பற்கள் தெரிந்தன. அடுத்த நொடி பாய்ந்து விடும்போல இருந்தது. பஸ்தாவா துணிச்சலை வரவழைத்துக் கொண்டு அம்பை உருவி, வில்லில் பொருத்தி விட்டான்.

அவனது அசைவைக் கண்டதும் அஞ்சியதைப் போல புலி பக்கவாட்டில் திரும்பியது. அவன் விட்ட அம்பு அதன் வாலை உரசிச் சென்றது. புலி ஓடிச் சென்று குருவின் குகைக்குள் புகுந்து கொண்டது. பஸ்தாவா பதறி குகையை நோக்கி ஓடினான். தட்டி என்னவாயிற்று? ஓடி நுழைய முற்படுமுன், அங்கு குரு வாயிலை அடைத்துக் கொண்டு நின்றிருந்ததைப் பார்த்தான். ஒரு கணம் அவர் பின்னால் புலியைப் பார்த்ததும், "குருசாமி!" என்று அலறினான். அவர் எட்டி அவன் நெஞ்சில் மிதித்தார். பஸ்தாவா தடுமாறிப் பின்னால் சென்று விழுந்தான். குரு பக்கவாட்டிலிருந்த அலமாரியைச் சரித்து குகையின் வாயிலை மறைத்தார். உள்ளே புலியின் பயங்கரமான உறுமல் கேட்டது. குருவிடமிருந்து அமங்கலமான ஒரு கேவல் வெளிப்பட்டது. பஸ்தாவா எழுந்து குடிலுக்குப் பக்கவாட்டில் இருக்கும் சாளரத்தின் பக்கம் ஓடினான். உள்ளே அவன் கண்ட காட்சிக்கு அவன் உடம்பெல்லாம் உதறிவிட்டது. குரு தரையில் மல்லாக்க விழுந்து கிடக்க, புலி அவர் நெஞ்சிலும், வயிற்றிலும் முன்னங்கால்களை வைத்து அழுத்தி, தொண்டையைக் கவ்விக் கொண்டிருந்தது. குருவின் கால்கள் தரையிலிருந்து தூக்கிப்போட்டுத் துடித்தன. பஸ்தாவா தன் வில்லில் அம்பு பொருத்தி சாளரத்தின் வழியாக விட்டான். தொடர்ந்து அம்புகளைச் செலுத்தியபடியே இருந்தான். ஓர் அம்பு புலியின் வயிற்றில் தைத்தது. இன்னொன்று அதன் கழுத்தில் பக்கவாட்டில் புகுந்து மறுபுறம் வெளிப்பட்டு நின்றது. புலி மெல்லத் தடுமாறி குருவை விட்டு அகன்றது. குருவின்

கோலத்தைக் கண் கொண்டு பார்க்கமுடியவில்லை பஸ்தாவாவால்.

சற்று நேரம் கழித்து ஹக்கா திரும்பி வந்தபோது குரு இறந்திருந்தார். புலியும் இறந்து கிடந்தது. உள்ளே செல்ல மனம் பொறுக்காமல் பஸ்தாவா வெளியிலேயே ஒரு பாறை மீது அமர்ந்து தேம்பிக் கொண்டிருந்தான். ஹக்காவைக் கண்டதும் எழுந்து, ஓடிச்சென்று அவனைக் கட்டிக்கொண்டு கதறினான். ''ஐயோ, அண்ணா! குருவை என்னால் காப்பாற்ற முடியாமல் போய்விட்டதே!''

ஹக்கா அவனை இறுக்கி அணைத்து, ஆறுதல் கூறினான்.

5

ஐந்துகுடிகளின் மூத்தோர் நினைவிடமான ஹிரயிரியில் குருவின் பிரதிமையும் இடம் பெற்றுவிட்டது. குடிகளின் நல்வாழ்வுக்காகத் தன் உயிரையே தியாகம் செய்ததனால் அவர் அவர்களிடையே தெய்வமெனப் போற்றப்பட்டார். புலியைக் கொன்று ஊர் மக்களை நிம்மதிப் பெருமூச்சு விடச் செய்த இரு வீரர்களையும் குடிகள் மெச்சின. ஐந்துகுடி மக்களின் முகங்களில் நீண்ட நாட்களுக்குப் பிறகு சிரிப்பும், தளுக்கும் திரும்பியிருந்தது. ஹக்கா குடித்தலைவர்களின் நம்பிக்கைக்குப் பாத்திரமானவனனான். அவனோடு சமவெளிக்குச் சென்று காடு திருத்தி, குடில்களை எழுப்பி, அரசமைவதற்கு அச்சாரம் போடுவதற்காக நூற்றைம்பது குடியானவ இளைஞர்கள் அளிக்கப்பட்டனர். எல்லாரும் மலையிறங்கும் நாள் அது. தம்பட்டையையும், முழவையும் ஒலித்து, பீக்கியையும், சிங்கியையும் இசைத்து, கால் மணிக்கச்சங்களை அணிந்தபடி குதித்து நடனமாடி ஒரு திருவிழா போலவே அவர்களுக்கு

விடைகொடுத்தனர் ஐந்து குடிகளும். அவர்களுக்கு தேவையான உணவும், பொருட்களும் மாட்டுத்தோலில் சுற்றப்பட்டு, கழுதைகளின் மேல் ஏற்றப்பட்டுக்கொண்டிருந்தன. ஹக்காவுக்கும், பஸ்தாவாவுக்கும் குதிரைகளை அளித்திருந்தனர் குடித்தலைவர்கள். தனது குதிரையின் சேணத்தைச் சரி செய்தபடி ஹக்கா தனக்குத் துணையாக வருபவர்களை மேற்பார்வையிட்டுக் கொண்டிருந்தான். அவன் விழிகள் அவனது தளபதியான பஸ்தாவாவைத் தேடின.

பஸ்தாவா எதிரிலிருந்த மேட்டுப்பகுதியிலிருந்து ஓட்டமும், நடையுமாக மூச்சிரைக்க வந்து கொண்டிருந்தான். அவன் முகம் சோர்வுற்று, களையிழந்து காணப்பட்டது.

"மன்னிக்க வேண்டும் ஹக்.. அரசே! குருசாமியின் குகைக்குச் சென்றிருந்தேன். அவரது சுவடிகள் அரித்து விடாமல் இருக்க பாதுகாப்பாக மரப்பெட்டிகளுக்குள் அடுக்கி வைத்து விட்டு வந்தேன்."

"பிரயாணத்துக்குத் தேவையான எல்லாம் ஆயத்தமாக இருக்கிறதா என்று பார்த்து விட்டாயா?"

"இதோ பார்த்து விடுகிறேன் அரசே!" என்று அங்கிருந்து விலக முயன்றான். அவன் கண்கள் ஹக்காவாவைத் தவிர்த்தன. அவன் தோளில் கைவைத்து நிறுத்தினான் ஹக்கா.

"உனக்கு வேண்டிய பொருட்களையும், ஆயுதங்களையும் எடுத்துக் கொண்டாயா?"

"ம். எல்லாம் என் தாயிடம் சொல்லியிருக்கிறேன். அவள் எடுத்து வைத்திருப்பாள்."

"வா என்னோடு," என்று சொல்லி அவன் தோளில் கைபோட்டு அழைத்துச் சென்றான். இருவரும் குடியிருப்புப் பகுதியிலிருந்து விலகி, கல்தாமரையும், பூனைக்காலியும், கஸ்தூரி மஞ்சளும் முளைத்துக் கிடந்த மலை விளிம்பினோரம் நடந்து வந்தார்கள். விளிம்புக்கப்பால் சூரியன் எழுந்து மஞ்சள் ஒளியைப் பரப்பிக் கொண்டிருந்தான். ஹக்கா ஏதாவது பேசுவான் என்று பஸ்தாவா எதிர்பார்த்தபடியே நடந்தான். ஆனால் அவன் ஆழ்ந்த சிந்தனையிலிருந்ததைப் போல இருந்தது. மௌனம் அவர்களிருவரையும் போர்வை போலப் போர்த்தியடி இருந்தது. மண்பாதையில் விழுந்து கிடந்த சருகுகள் நொறுங்கும் ஒலி தவிர வேறெதும் ஒலி அங்கில்லை.

தன் தோளில் தொங்கிய சுருக்குப் பைக்குள் இருந்து இரண்டு ஓலைச்சுவடிக் கட்டுகளை வெளியே எடுத்தான் ஹக்கா. "இவை நைஷ்கர்ம்ய சித்தி சூத்திரங்கள். குருநாதர் அருளியவை. என் அரண்மனையில் அவர் இருப்பென அமர்த்தி வைக்க ஆவலுற்று இவற்றை எடுத்து வைத்திருந்தேன். இந்தா, இவற்றையும் நீ எடுத்துக் கொள். அவரது அறிவுக் கருவூலம் பெட்டிகளுக்குள் முடங்கி இருக்க வேண்டாம். நீ இங்கேயே இருந்து அவற்றை மெல்லக் கற்கத் துவங்கு. நான் உனக்குச் சொல்லித்தந்த சமஸ்கிருதம் அதற்குப் போதுமானது."

"அண்ணா! நான் உங்களோடு வரவில்லையா?"

"உன் இடம் இங்குதான் பஸ்தாவா. நீ இங்கிருந்து குருவின் நூற்களைக் கற்றுக் கொண்டிரு. நான் உன்னிடம் கற்க ஆட்களை அனுப்புகிறேன். உனக்கு அறிவில்தான் நாட்டம் அதிகம்."

"அண்ணா! அன்று குரு என்னைத் தள்ளி விட்டு விட்டுத் தன்னையே பலி கொடுத்துக் கொண்டார். ஏதோ ஒன்று அழியும் உடல் தாண்டியும் நிரந்தரமாக உள்ளது என்று அவர் சொன்னதற்குச் சான்றாகவே அவர் செயல் அமைந்தது. அது என்னவென்று நான் அறியவேண்டாமா? அதை அறியத்தான் என் உள்ளமெல்லாம் தவிக்கிறது அண்ணா!" என்றான் பஸ்தாவா, கெஞ்சலாக.

ஹக்கா தலை திருப்பி, கீழே பார்த்தான். காடுகளும், பொட்டல்களுமாக பரந்து விரிந்த சமவெளியின் மீது, அமையவிருக்கும் அவனது அரசின் மீது, சூரியனின் மஞ்சள் வெளிச்சம் பொழிந்து தழுவிக் கொண்டிருந்தது.

அசைவும், பெருக்கும்

தவறான இடத்தை வந்தடைத்திருக்கிறோமோ என்ற ஐயம் மனத்தை நெருட, வெளிப்படும் சொற்கள் அதைக்காட்டிவிடுமோ என்ற தயக்கத்தில் அமைதியாக நின்றிருந்தான் கௌதம். "எத்தனை நாட்கள் பயிற்சியில் ஈடுபட்டிருக்கிறாய்?" என்றார் எதிரிலிருந்தவர்.

"இரண்டு ஆண்டுகளாக. ஆனால் பயிற்சியை விட்டு, விட்டுத்தான் செய்ய முடிந்தது. சில சமயம் மூன்று மாதங்கள் கூட இடைவெளி எடுத்ததுண்டு. ஆனால் எவ்வளவு தொடர்ந்து செய்தும் பலன் என்று எதையும் அனுபவிக்கவில்லை."

"பலன் என்று எதை எதிர்பார்க்கிறாய்?"

"கண்டிப்பாக அதிமானுட சக்திகள் எதையும் எதிர்பார்த்து தியானப்பயிற்சியில் இறங்கவில்லை. அவற்றில் எனக்குத் துளியும் விருப்பமுமில்லை. மனம் அடங்க மறுக்கிறது. நிலையின்றி

அலைகின்றது. மனத்தின் பின்னாலேயே அதன் வாலைப்பிடித்துக் கொண்டு நான்தான் திரியவேண்டியிருக்கிறது. தியானத்தின் மூலம் மனத்தை ஒருமுகப்படுத்த இயலும் என்று நம்பினேன்.''

அவர் மறுமொழி எதுவும் சொல்லவில்லை. கங்கையைப் பார்த்த வண்ணம் நின்றிருந்தார். கங்கை மாலைச் சூரியனின் மஞ்சள் ஒளியை அள்ளி முடிந்து கொண்டு, சுழித்துப் பெருக்கெடுத்து, ஆங்காரமாய் சீறிக்கொண்டிருந்தாள். நதி தழுவிய காற்று முகத்தில் அறைந்து, ஆடைகளுக்குள் பிடிவாதமாகப் புகுந்து எலும்புகளைக் குளிரச் செய்து கொண்டிருந்தது. மூன்று படித்துறைகள் தாண்டி, இப்போதே மாலை ஆரத்தி துவங்கியிருந்தார்கள். மணியோசை சன்னமாக ஒலித்தபடியிருந்தது. குறுகிப் பெருகும் கங்கையின் மறுகரையில், பரமார்த்தநிகேதனிலிருந்து விளக்கொளிகள் ஒளிர்ந்து கொண்டிருந்தன. பக்கவாட்டில் ராம் ஜூலாவின் மீது மக்கள் இருபுறமும் நடந்தபடியும், மோட்டார் சைக்கிள்களில் கடந்தபடியும் அதைத் தொட்டிலெனத் தாலாட்டியபடியுமிருந்தனர். பசு ஒன்று அவர்களுக்கு ஊடாக, வாய் மென்றபடி சாவதானமாக நடந்து கொண்டிருந்தது. பாலத்தின் மீதாக சுறு சுறுவென்று பரவிக் கொண்டிருந்த இருட்டில் அதன் மீது நகர்ந்த மனிதர்கள் கருவண்டுகளெனக் காட்சி கொண்டனர்.

இங்குள்ளவர்கள் கங்கையை மாதா என்றுதான் குறிப்பிடுகிறார்கள். இவரும்கூட ஆசிரமத்தின் அலுவலக வாயிலருகில் இவனைச் சந்தித்து, ''வா, மாதாவை சற்று நேரம் பார்த்து விட்டு வரலாம்'' என்று சொன்னபோது, சற்றே குழப்பமாகத்தான் இவரைப் பின்தொடர்ந்தான்.

கம்பித்தடுப்புகளுக்கப்பால் பெருக்கெடுத்து ஓடும் கங்கையை மாறாத புன்முறுவலுடன் இவர் அசையாது பார்த்து நின்றதைக் கண்டுதான் மாதா யார் என்று அறிந்து கொண்டான். தென்னகத்தில் எழுத்தில் மட்டுமே நதியைத் தாய் எனப்புகழ்ந்து கண்டவன், இங்கு பாமரரும் கங்கையைத் தாய் என்று கொண்டாடுவதைக் கண்டு சற்றே திகைப்பும் வியப்பும் அடைந்திருந்தான்.

அவர் சட்டென்று இவன் பக்கம் திரும்பி, '' அப்படியே தாயைக் கொஞ்ச நேரம் பார்த்துக் கொண்டிரு. அதைவிடப்பெரிய தியானமில்லை'' என்றார். சொன்னவர் நதிப்பக்கம் திரும்பி அதைச் செய்து காட்டுவது போல் கண்மூடி, ஆழ்ந்து சுவாசித்தபடி அமைதியானார். கௌதம் அவரைப் பார்த்தபடி நின்றிருந்தான். அவர் பெயர் தெரியவில்லை. அந்த ஆசிரமத்தின் வலைதளத்தில் அவர் பற்றிய குறிப்புகளோ, புகைப்படமோ பார்த்ததாக அவன் நினைவிலில்லை. நீட்டலும், மழித்தலும் வேண்டா என்ற முதுமொழியை பின்பற்றும் வண்ணம் முள்ளாய்ப்பரவிய தாடியும், மீசையும் வைத்திருந்தார். கனத்த கண்ணாடி வில்லைகளின் பின்னே கோலிகுண்டு கண்கள். துருத்திய தொந்தி கொண்ட பெருத்த உடல். வெளுத்த காவிச்சட்டையும், காவி வேட்டியும் உடுத்தியிருந்தார். வேட்டியின் முனையில் கருப்பாக மை படிந்திருந்தது. அவரது தோரணையை அவன் கண்டிருக்கவில்லையெனில், ஆசிரம சமையற்காரர் என்று கூட அவரை நினைத்திருப்பான். அவர் அவனை சந்தித்தபோதில், கார் ஓட்டுனர் ஒருவர் அவரை நோக்கி ஓடி வந்து, செருப்புகளை அவசரமாகக் கழட்டி விட்டு, அவர் பாதம் பணிந்ததிலிருந்து, இவர் ஏதோ சன்யாசிதான் என்று ஊகித்துக் கொண்டான்.

''இரவு உணவை முடித்து விட்டு என் அறைக்கு வாயேன். ஒன்பது மணிக்கு சத்சங்கம் இருக்கிறது. அதுவரை அங்குதான் இருப்பேன். நிதானமாக உன் குறைகளை என்னிடம் அடுக்கலாம்,'' என்று தெற்றுப்பல் காட்டிச் சிரித்தபோது அவர் முகத்தில் தெரிந்த கருணையும், மங்கிய மாலையொளி அவர் மீது பட்டுப் பரவி அவருடலை ஒளிரச் செய்ததும் அவரை ஒரு கனவுருத்தோற்றமெனக் காட்டின.

இரவு உணவின் போது, தனக்குத் தெரிந்த அரை குறை இந்தியில், தனக்குப் பச்சைப் பயிறு கூட்டு பரிமாறிய ராகுலிடம் அந்தச் சன்யாசி யார் என்று கேட்டுதெரிந்து கொண்டான். அவர் இந்த ஆசிரமத்தைச் சேர்ந்தவரல்லர். குஜராத்திலிருந்து தன் நீண்ட நாள் வேதாந்த மாணவர்களையும் அழைத்துக் கொண்டு அங்கு ஒரு வாரம் கேம்பிற்காக வந்திருக்கிறார். முண்டக உபநிஷதத்தின் முதல் கண்டத்தை குஜராத்தி மொழியில் பயிற்றுவிக்கிறார். கௌதம் இங்கு வருவதற்காக அனுமதி கோரிய நேரத்தில் ஆங்கில வகுப்புகள் ஏதும் நடைபெறவில்லையாதலால், ஆசிரம வளாகத்தில் வெறுமனே தங்கி, ஒரு வாரம் தியானப்பயிற்சியில் ஈடுபடுவோம் என்ற எண்ணத்தில் அங்கு வந்திருந்தான்.

✸

இரவு உணவை முடித்து அறைக்குத் திரும்பியபோது, எதிர்த்திண்ணையில் குரங்கு இல்லாதது கண்டு நிம்மதி கொண்டான். அங்கு வந்து சேர்ந்த அன்று மதியம், அவனுக்கு ஒதுக்கப்பட்ட அறைக்குள் நுழைவதற்குள், எதிர்த்திண்ணையில் அமர்ந்திருந்த குரங்கு அவனைப் பாடாய்ப்படுத்தி விட்டது. இந்த ஊருக்குள் நுழைந்ததிலிருந்தே மனிதர்களுக்கு அடுத்தபடியாய்க்

குரங்குகள்தாம் அவன் கண்ணில் அதிகம் பட்டது. ரயில் நிலையத்தின் மேற்கூரைகம்பிகளில், சாலையோரத்துக் குப்பைத்தொட்டிகளின் அருகில், மரக்கிளைகளில் தாவித்தாவிப் பறந்து மதிற்சுவர்களில் இறங்கி. இவன் டேராடூன் விமானநிலையத்திலிருந்து, காரில் ஆசிரமம் நோக்கி வருகையில் எதிரில் ஒரு விபத்து நிகழ்ந்திருந்தது. மிதிவண்டியில் வந்த இரு இளைஞர்கள், டெம்போ ஒன்றில் மோதி வீழ்ந்திருந்தனர். காலில் இரத்தம் வழிய, தெருப்புழுதியில் மயங்கிக்கிடந்த ஓர் இளைஞனின் தலைமுடியைப் பிடித்து இழுத்துக் கொண்டிருந்தது ஒரு குரங்கு. அந்தக் குரங்குக்கூட்டத்தில் ஒன்றுதான் இவனை அறைக்குள் நுழையவிடாமல் தடுத்துத் தகராறு செய்தது. சற்று நேரம் தொலைவில் நின்றுகொண்டு, சூ, சூ என்று அதை விரட்ட முயன்றான். குரங்கு நிலைத்த பார்வையுடன் இவனைப் பார்த்தபடியே அமர்ந்திருந்தது. இருந்த இடம் விட்டு அசையவில்லை. பைக்குள் இருந்து ஒரு பிஸ்கட் பாக்கெட்டை எடுத்து அதை நோக்கி மெல்ல வீசினான். குரங்கு அதை மெதுவாக எடுத்து, உரித்து, பிஸ்கட்டுகளை கொறித்து உண்டது. ஆனால் அங்கிருந்து அசையவில்லை. ஒவ்வொரு முறை அதைத் துரத்த முயலும்போதும் அது உதடுகளை விரித்து, பல்வரிசையைக் காட்டி பயமுறுத்தியது. திடீரென்று இவனது அறையின் ஜன்னலுக்குத் தாவி அதன் கம்பியை பிடித்துக் கொண்டு தொங்கியது. பதினைந்து நிமிடங்கள் காத்திருந்த பின், வந்த வழி திரும்பிச் சென்று, காவலாளியை அழைத்து வந்தான். அவர் தடி கொண்டு குரங்கை விரட்டினார். இதற்கு முன் அங்கு தங்கியவர்கள் குப்பைக்கூடையில் உணவைப்போட்டு வெளியில் வைத்து விட்டார்கள். அவ்வுணவுக்காகத்தான் குரங்கு வருகிறது. குப்பை

கூடையில் உணவைப்போட்டு வெளியே வைக்காதீர்கள் என்று எல்லா அறைகளிலும் குறிப்பு ஒட்டப்பட்டிருக்கிறது, யார் பின் பற்றுகிறார்கள் என்று குறைபட்டபடியே காவலாளி திரும்பினார். பிறகுதான் உள்ளே செல்ல முடிந்தது. அதிலிருந்து ஒவ்வொருமுறை அறை திரும்பும்போதும் குரங்கு வெளியே நின்றிருக்கிறதா என்ற அச்சத்தோடேதான் வருவான். இப்போது எந்தக் குரங்கும் அவனை வாயில் முன் நின்று தடுக்கவில்லை. ஆனாலும் அவனது கூரைமேலும், எதிரில் குடைபரப்பியிருந்த ஆலமரக் கிளைகளிலும் குரங்குகள் அலைந்து கொண்டுதானிருந்தன.

குரு அபேதானந்தரின் அறைக்கு வெளியே செருப்புகளை விட்டு விட்டு உள்ளே நுழைந்தான். செந்நிற இருக்கையில் வலப்பக்கம் உடலைச் சரித்து அமர்ந்து கொண்டு, இவனைப் புன்னகையுடன் பார்த்து வா என்றழைத்தார். கௌதம் அவரருகில் சென்று, சற்று தயங்கி நின்று, பின் மெல்லக் குனிந்து அவர் பாதம் தொட்டான். அவர் இருக்கைக்கு அருகில் வலது புறத்தில் ஒரு சிறிய ஸ்டூல் மீது தட்டில் பழங்களும், முந்திரி, பாதாம் போன்ற பருப்பு வகைகளும் குவிக்கப்பட்டு இருந்தன. அருகில் சிறிய தாமிரச் சொம்பு ஒன்றின் மீது ஒரு டம்ப்ளர் கவிழ்த்து வைக்கப்பட்டிருந்து. இடப்புறம் சிறிய மாடத்துக்குள் தக்ஷிணாமூர்த்தியின் வெண்கலச்சிற்பம் ஒன்று நன்கு மலர்ந்த செவ்வரளிப் பூக்களும், வில்வ இலைகளும் கட்டப்பட்ட மாலையணிந்தபடி, ஊதுபத்திப் புகைக்குப் பின்னால் புன்னகைத்தபடி இருந்தது. அறைக்கு இருபுறமும் வெள்ளைத் துணி அணிந்த நீண்ட சோஃபாக்கள். குரு அவனைப் பார்த்துப் புன்னகைத்து வலது புற இருக்கையைக் கைகாட்டி, அதில் அமரச் சொன்னார். கௌதம் மீண்டும்

தயங்கினான். ஒரு கணம் சுற்றிப்பார்த்து விட்டு, பின் தரையில் சப்பணங்காலிட்டு அமர்ந்தான்.

ஒரு கணம் எப்படித் துவங்கலாம் என்று யோசித்தான். கைகளைத் தாழ்வாக வைத்தபடி கூப்பி அவரை வணங்கினான். அவருக்கு இடதுபுறம் இன்னொரு அறைக்கு வழிதிறப்பதை கவனித்தான். திறந்திருந்த கதவினூடாக, தரையில் அடுக்கப்பட்டிருந்த பழக்கூடைகள்...

"தியானத்தில் முதலில் ஒரு ருசியைக் கண்டுபிடிக்க வேண்டும். தினம் ஓரிடத்தில் அமைதியாக இருந்து பழக வேண்டும். பின் மெல்ல தியான நேரத்தை அதிகரித்துக் கொள்ளலாம். உடல் அசையாது ஓரிடத்தில் அமர்ந்திருத்தலே பெரிய சாதனை. பதினைந்து நிமிடங்களில் ஆரம்பித்தால் போதும். ஆனால் தினமும் செய்ய வேண்டும். செய்வாயா?" என்றார் குரு.

"ஆனால் தியானத்தில் அமர்ந்தாலே மனம் அலைபாய்கிறது. உடலை ஓரிடத்தில் உட்கார வைக்க அனுமதி மறுக்கிறது."

மெல்லச் சிரித்துக் கொண்டார். "கீதையில் இதே குறையை அர்ஜுனனும் கண்ணனிடம் பட்டுக்கொண்டான். காற்றைக் கட்டுவது போலக் கடினம் மனதைக்கட்டுவது என்கிறான். ஞானாசிரியனும் அதை ஏற்றுக்கொள்கிறான். மனதை அடக்க அவன் இரண்டே உபாயங்கள்தாம் தருகிறான். அப்யாசம், வைராக்யம். பயிற்சி, புலன் இன்பங்களில் பற்றற்ற நிலை. இரண்டு பண்புகளையும் அடைந்து வருந்தோறும் தியானம் கைகூடும்."

"ஒரு கருத்தாக இவை புரிகிறது. ஆனால் செயலில் இறங்கும் போதுதான் மனத்தோடு பொருதி வெல்ல முடியவில்லை.

தியானத்தில் அமர்ந்தாலே மனம் அவசியமற்ற கற்பனைகளுக்குள் ஆழ்ந்து விடுகிறது. அவற்றின் பின்னால் தொடர்ந்து போய் விடுகிறது. சில நாட்கள் பயிற்சி செய்வதற்குள் தியானத்தில் அமர்வதைத் தடை செய்வதற்கான காரணங்களை மனம் அடுக்க ஆரம்பித்து, தியானமே முழுக்கத் தடை பட்டுவிடுகிறது.''

''நான் சொன்ன இரண்டு உபாயங்களில் முதலாவதை நீ சரியாகப் பின்பற்றவில்லை. மனம் கற்பனைகளில் ஆழ்கிறதென்கிறாய். அவற்றைப் பார்த்துக் கொண்டிருப்பதன் பெயர்தானே தியானம்! தியானத்தில் வேறென்ன எதிர்பார்க்கிறாய்? உன் எண்ணங்களைப் தொடர்ந்து பார்ப்பதன் மூலம் மெல்ல அதிலிருந்து விடுபட்டு நான் இந்த எண்ணங்களல்ல, அவற்றுக்கு ஆதாரமாய், சாட்சியாய் இருப்பவன் என்ற ஆதி உண்மையை உணரத் துவங்குகிறாய். பலர் சொல்வது போல் உச்ச நிலை என்பது எண்ணங்களற்ற நிலை அன்று. உன் எண்ணங்களோடே உனக்குத் தொடர்பு அற்றுப்போய்விடுகிற நிலை. நீ உன்னை உன் எண்ணங்களின் சாட்சியாய் மட்டுமே உணரும் நிலை. அந்நிலையை அடைந்து விட்டால் தியானமே அவசியமில்லை. மூச்சு எடுத்து விடும் ஒவ்வொரு கணமும் தியானமே. தியானம் என்பது துவக்கத்தில் நீ திட்டமிட்டுச் செயல்படுத்தும் ஒரு மனச்செயல். ஆனால் உண்மை என்னவெனில் தியானம் உன் சொரூபம். உன்னிலிருந்து தேவையற்றவை உதிரும்போது, உன் சொரூபம் மட்டுமே எஞ்சி இருக்கும். கற்பாறையிலிருந்து வேண்டாத சில்லுகளை நீக்கியபின் எஞ்சி நிற்கும் சிற்பத்தைப் போல. இரண்டாவது உபாயம் குறித்து என்ன நினைக்கிறாய்? வைராக்யத்தை ஓரளவேனும் அடைந்திருக்கிறாயா?''

''என் கணிப்பொறி நிரலெழுதும் பணியைக்கூடத் துறந்து விட்டேன். எனக்கு என்னோடுள்ள இந்தத் தகராறைத் தீர்த்துக் கொள்ளாமல் வேறு எதிலும் ஈடுபடுவதில்லை என்ற உறுதி கொண்டுள்ளேன். இங்குள்ளதெல்லாம் என்ன, இதெற்கெல்லாம் என்ன பொருள் என்றறிய வேண்டும் என்று மனம் துடிக்கிறது. உலகின் இன்பங்களும், அது தரும் அங்கீகாரங்களும் ஒரு பொருட்டல்ல.''

''வைராக்யம் என்பதை உலகப்பொருட்கள் மீதான வெறுப்பு என்று புரிந்து கொள்ளத் தேவையில்லை. உலகப்பொருட்கள் எனக்கு எவ்விதத்திலும் நிறைவையளிக்காது என்று அறிந்து, அவற்றில் இயல்பாக பற்று அறுந்து போதும் நிலையே வைராக்யம். ஆனால் முதலில் அதை ஒரு பயிற்சியாக மேற்கொள்ளுவதும் நன்மை பயக்கும் என்பது உண்மைதான்'' என்றார் குரு. இன்னும் ஒரு மணிநேரத்தில் சத்சங்கம் செல்ல வேண்டிய பரபரப்பு அவரிடம் தெரிகிறதா என்று தேடினான் கௌதம். இருக்கையில் நன்றாகச் சாய்ந்து, அதற்குத் தன் உடலை முழுதும் ஒப்புக்கொடுத்து அமர்ந்திருந்தார். சுவாசம் மேலோட்டமாகவும், சிரமத்தைக் கொடுத்தபடியும் நடப்பதாகத் தோன்றியது. பேச்சைத் தொடர்வதற்காக எத்தனித்தபோது தொண்டையில் இருமல் குத்தி, பலமாக இருமினார். இருமுறை இருமி, பின் ஆசுவாசமானார். பின் மீண்டும் இருமல். தொடர்ந்து இருமிக்கொண்டே இருந்தார். கௌதமுக்கு அவரை மேலும் பேசவைப்பது உசிதமா என்று தோன்றியது. மெல்ல எழ எத்தனித்தான். குரு கைகாட்டி அவனை அமருமாறு சைகை செய்தார்.

"இது அவ்வப்போது வரும். நீ நீங்க வேண்டியதில்லை. உனக்கு இன்று ஒரு வழிபண்ணிடலாம்," என்று சிரித்தார். "வைராக்யம் உன் மனதில் எழும் எண்ணங்களில் இருக்கிறதா? உன் மனதின் பலவீனங்களாக நீ நினைப்பதென்ன?"

"இது.. இதைச் சொல்லலாமா என்று தெரியவில்லை.... ஆனால் ஏதோ உங்களிடம் தைரியமாகப் பகிரலாம் என்று தோன்றுகிறது. பல யோகப்பயிற்சி வகுப்புகளுக்குச் சென்றிருக்கிறேன். சில வகுப்புகளில் எங்கள் மனதைத் துன்புறுத்தும் விஷயங்களைப் பகிர்ந்து கொள்ளும்படிப் பணிக்கப்பட்டிருக்கிறோம். பொதுவாகவே பெரும்பாலானவர் பகிரும் விஷயம் அவர்களைத் தொடர்ந்து துன்புறுத்தும் காம இச்சையாகத்தான் இருக்கும். சிலர் தாம் பிறருக்கு செய்த துரோகம் குறித்து. சிலர் தம் வன்மம் குறித்துப் பகிர்வர். என் பிரச்னையும் என்னுள் ஊறி என்னைத் தன் வயப்படுத்தும் காமம்தான். ஆனால் எங்கும் அதைப் பகிர்ந்ததில்லை. தயக்கம். கூச்சம். என்னைப் பற்றி எனக்குள்ள பெருமிதம். முதலில் அது இளமையின் இயல்பென்று எடுத்துக்கொண்டிருந்தாலும், ஆண்டுகள் செல்லச் செல்ல, இது என்னைப் படுத்தும் பாடு எனக்குப் புரிந்தது. இப்போதுதான் உங்களிடம் சொல்லத் தோணுகிறது. இப்போது கூட இப்படிப் பகிர்ந்தது பலனளிக்குமா என்று தெரியவில்லை... இன்னும் சற்று நேரத்தில் நீங்கள் சத்சங்கம் கிளம்பி விடுவீர்கள். நான் நாளை மதியம் கிளம்புகிறேன். ஒருநாளில் என்னைத் துளைக்கும் இந்தப் பிரச்னைக்கு பதில் கிடைக்கும் என்று தெரியவில்லை."

"எப்போதும் உனக்குள் இன்னொரு உடலைத் தூக்கித் திரிந்தபடியேயிருக்கிறேன் என்கிறாய்." என்றார்.

"ஒன்றல்ல, பல உடல்களை. ஒன்று மாற்றி ஒன்று. சில சமயம், ஒரே நேரத்தில் ஒன்றுக்கும் மேற்பட்டு." முற்றும் துறந்த ஒரு முனிவரிடம் எதைப் பற்றிப் பேசிக்கொண்டிருக்கிறோம் என்று உணர்ந்தபோது அவனையே வியந்து கொண்டான். இதை இதுவரையில் வேறு யாரிடமாவது பேசியிருக்கிறோமா? தன் நெருங்கிய நண்பனிடம் கூட. எது என்னைத் தடுத்தது? என்னைப் புனிதமானவன் என்று பிறர் கருத வேண்டுமென்று நினைத்தேனா? என் அறிவு ஜீவி பிம்பம் உடைந்து விடக்கூடாதென்று நினைத்தேனா? காம எண்ணங்கள் அளிக்கும் தனிமை, பிறருடன் பகிராதவரை என்னை ஒரு தனிஉலகத்தில் உலவவிடும் விடுதலையுணர்வா? இது விடுதலை யுணர்வா அல்லது நான் தளைக்கப்பட்டிருக்கிறேனா?... இவர் முற்றும் துறந்தவர். இவருக்கு காம எண்ணங்கள் முழுவதும் அற்றுப் போயிருக்க வாய்ப்பிருக்கிறதா? அல்லது இவரும் உள்ளுக்குள் என்னைப்போலவே போராடிக்கொண்டுதான் இருக்கிறாரா?

"மேசோக்கின் வீனஸ் இன் ஃபர்ஸ் வாசித்திருக்கிறாயா?"

கௌதமுக்கு வாசிக்கும் பழக்கம் இல்லை. யோகம், தியானப் பயிற்சி செய்யச் சென்ற இடங்களில் கொடுக்கப்பட்ட சில துண்டுப்புத்தகங்கள்...

"அதில் செவெரின் என்பவன் வாண்டா என்ற கைம்பெண்ணிடம் தன்னை அடிமையாகக் கொள்ளுமாறு வேண்டுகிறான். தன் உடலை அவள் துன்புறுத்த அவளிடம் ஒப்புக்கொடுக்கிறான். தன்மீது அவள் செலுத்தும் வன்முறையில் இன்பம் காண்கிறான். காமம் என்பது அடிப்படை உயிரியல் இச்சை என்பதைத் தாண்டும்போது, அது இன்னொரு உடல் மீது கொள்ளத்துடிக்கும் வன்முறை என்றாகி விடுகிறது."

கௌதம் அவர் தொடர்வதற்காகக் காத்திருந்தான்.

‘‘பெண்ணுடல் மீது ஆண் செலுத்தும் வன்முறைதானே காமம்? இயல்பான காமம் என்பது இறகு போன்று மென்மையாக நிகழ வேண்டியது. அதை மீறி மனதுக்குள் நிகழ்த்திக்கொள்கிற காமம் வன்முறையன்றி வேறேது? ஒருவேளை செவரின், மொத்த ஆணினமும் பெண்ணுடலை யுகயுகமாய் அடிமைப் படுத்தியதற்குப் பிராயசித்தமாகத்தான் தன்னை அடிமையாக வாண்டாவுக்கு அளித்தானோ? மேலும் காமம் என்ற சொல்லை எதிர்பாலினத்தின் மீதுள்ள இச்சை என்று மட்டுமல்ல, தானற்று, பிற உயிர்கள் மீதும், பொருட்கள் மீதுமுள்ள பற்று என்றுதான் வரையறுக்கிறோம். பழக்கத்தின் காரணமாகவே எதற்கும் அடிமையாகிறோம். அந்தப் பழக்கத்தை கடுமையான பயிற்சியின் மூலம் விட்டொழித்து விட முடியும். முயன்று பார் பயிற்சி செய். முயற்சியால் முடியாதது எதுவுமில்லை. நீ எதன் வசத்திலாவது இருக்கிறாய் என்றால் அதற்கு உன் அனுமதி இருக்கிறது என்று புரிந்து கொள். உபத்ரஷ்டா, அனுமந்தா என்று கீதை சொல்கிறது. அது சாட்சி ரூபம். அதுவே அனைத்துக்கும் அனுமதியும் அளிக்கிறது. உன் புத்தியின் உதவி கொண்டு உன் மனதின் போக்கை நீ மாற்ற முடியும். அதைத் தியானநேரத்தில் மட்டுமல்ல. எல்லா நேரத்திலும் செய்ய இயலும். செய்ய வேண்டும். அதற்குத்தான் உன்னைக் கர்மயோகத்தில் ஈடுபடுத்திக் கொள்ளவேண்டும் என்று கிருஷ்ணன் சொல்கிறான். உன் சுபாவம் என்ன? அது உன்னை எவ்வித கர்மத்தில் தூண்டுகிறது? அது தர்மத்தின் வழிபட்டு இருக்கிறதா? எனில் நீ அக்கர்மத்தைத் தொடர்ந்து செய். அதன் பலனுக்காக அல்ல; ஏதேனும் நிர்பந்தத்தின் பொருட்டு அல்ல; உன்னை மேம்படுத்த; உன்

மனதைப் பண்படுத்த; மனம் ஓரளவேனும் பண்படாமல் தியானம் சித்திக்காது. தியானம் அமையாவிடில், தன்னறிவில் நிலை நிற்றல் சாத்தியமில்லை. இதுவே வழி. உன் கர்மம் எது என்று தெரிந்து அதில் ஈடுபடுவதே நீ செய்ய வேண்டியது.'' அவரது சுவாசத்தின் சிரமத்தை அவர் நெஞ்சு வேகமாய் ஏறித்தாழ்வதிலிருந்து உணர முடிந்தது. அதை அவர் பொருட்படுத்தவில்லையென்றும் தெரிந்தது.

''மிக்க நன்றி சுவாமி, முயல்கிறேன்.'' என்றான் கௌதம்.

இடதுகை கடிகாரத்தில் மணிபார்த்தபின், ''இன்னும் இருபது நிமிடங்களிருக்கின்றன. உனக்கு என் நண்பரொருவரின் கதை சொல்கிறேன்,'' என்றார்.

''இருபது ஆண்டுகளுக்கு முன் இதே ரிஷிகேஷில் நான் சன்யாசியாகத் திரிந்த போது ரோடி பாபாவைச் சந்தித்தேன். அப்போது அவர் வெறும் சன்யாசி. மக்கள் யாரும் அவரை பாபாவாக அங்கீகரித்திருக்கவில்லை. நாங்கள் இதற்குப் பின்னாலிருந்த பிரம்மவித்யா குடிலில் தங்கியிருந்தோம். ரோடி பாபா முழுநாளும் தியானத்தில் செலவிட விரும்பினார். யாருடனும் பேசுவது கிடையாது. நாங்கள் இருவரும் நிர்பயானந்த சரஸ்வதியிடம் ஒன்றாக பிரம்ம சூத்திரம் கற்றிருந்தோம். அந்தப் பழக்கத்தில் என்னிடம் மட்டும்தான் பேசுவார். அதுவும் ஓரிரு வார்த்தைகள். உணவு இடைவேளையின்போது. அதுவும் பின்னர் அருகிவிட்டது. ஒரே வேளைதான் உணவு, மதிய உணவு மட்டும், எடுத்துக்கொள்வார். அதற்கு மட்டுமே வெளியே வருவார். பிறவேளைகளில் தியானம். அவர் உறங்குகிறாரா, அல்லது இரவிலும் தியானத்தில் கழிக்கிறாரா என்று அங்கு தங்கியிருந்த

எங்களுக்குப் புதிராக இருந்தது. ஒரு நாள், உணவு வேளையில் என்னருகில் அமர்ந்திருந்தார். என் பக்கம் திடீரென்று திரும்பி தான் குடிலை விட்டு வெளியேறப்போவதாகச் சொன்னார். அது பல மாதங்களில் அவர் பேசிய முதல் சொற்றொடர் என்று சொன்னார்கள். எனக்கு வியப்பு தாளவில்லை. ஏன் என்று கேட்டேன். இந்த நகரில் இரைச்சல் அதிகமாகி விட்டதென்றும், தன் தியானத்துக்குத் தடையாக இருக்கிறதென்றும் சொன்னார். ஒரு குறிப்பிட்ட நிலைக்கு மேல் தன்னால் உயர இயலாதற்கு இதுவே தடை என்றும் சொன்னார். வஷிஷ்ட குஃபாவுக்கும் மேல் ஒரு சிறுமலைக்கோயில் இருப்பதாகவும், அதன் அருகில் உள்ள குகையொன்றில் அமர்ந்து தியானத்தில் ஈடுபடப்போவதாகவும் சொன்னார். அங்குள்ள மலைக்கோயில் பூசாரி அவரது உணவு மற்றும் பிற தேவைகளைக் கவனித்துக் கொள்வான் என்று சொன்னார். அவருக்கு அப்போது ஒரு ஐம்பது வயதிருக்கலாம். நான் கேட்டேன். சுவாமி, இங்கேயே இருக்கலாமே, நிறைய மகாத்மாக்கள் இங்குதானே இருக்கிறார்கள். இங்குதானே ஸ்வாத்யாயம் அதன் தீவிர நிலையில் நிகழ்கிறது. எல்லாவற்றையும் விட, கங்காமாதா இங்குதானே இருக்கிறாள் என்றெல்லாம் கேட்டேன். அவர் எதையும் ஏற்றுக் கொள்ளவில்லை. தன் முடிவில் உறுதியாக இருந்தார். கற்றறிந்தவற்றில் நிலைபெற தியானம் கணந்தோறும் நிகழ வேண்டும் என்று உறுதி பூண்டிருந்தார். திடீரென்று உடல்நலம் கெட்டு விட்டால் மருத்துவ உதவிக்குக்கூட அங்கு வசதி இல்லையே, இங்கு எல்லா வசதிகளும் இருக்கிறதே என்று கூட வாதாடிப் பார்த்தேன். எதனாலும் அவரைத் தடுக்க முடியவில்லை. இரண்டு நாட்களில் குடிலை விட்டு வெளியேறினார். ஒரு மாதம்

கழித்து ஒரு நாள் முன்மதியத்தில் நான் அஷ்டாவக்ர கீதையை வாசித்துக் கொண்டிருக்கும்போது, அவர் மீண்டும் குடிலுக்குத் திரும்பி விட்டதாகச் சொன்னார்கள். அவரது அறைக்கு வெளியே கயிற்றுக் கட்டிலில் அமர்ந்து குரங்குகளையும், காகங்களையும் பார்த்துக் கொண்டிருந்த அவரைச் சென்று சந்தித்தேன். மிகவும் மெலிந்திருந்தார். கண்கள் இடுங்கி உள்ளே சென்றிருந்தன. தாடி கறுப்பு உளுந்தை உடைத்துப் போட்டது போல கறுப்பும், வெளுப்புமாக இருந்தது. ஏன் திரும்பிவிட்டீர்கள் என்று கேட்டேன். உடல் நலம் கருதி? வசதிக்குறைவு கருதி? குகைக்குள் பூச்சிகள், விஷ ஜந்துக்கள் தொந்தரவு? இவை எதுவுமே இல்லை. அவர் திரும்பி வந்ததற்குக் காரணம் பறவைகள். அதிகாலையில் இருந்து மாலையில் கூடடையும் வரை இடைவிடாது இரைந்து சலிக்கும் பறவைகள்தாம் அவரது வெளியேற்றத்துக்குக் காரணம். அந்தப் பறவைகளின் இரைச்சலில் தனக்குத் தியானம் கூடவில்லை, தியானத்தின் ஒழுக்கு அறுந்து விடுகிறது என்றார். இனி இரைச்சல் இல்லாத ஓரிடம் அமையும் வரை இங்கேயே காத்திருப்பேன் என்றார்.'' என்று கதையை முடித்தபடி மெல்லச் சிரித்தார். சிரிப்பில் இருமல் ஒலியும் கலந்து கேட்டது. ''நான் தியானச்செயலில் ஈடுபட்டு உயர்நிலை அடைவதென்பது என் கையில்தான் இருக்கிறது. உத்தரேதாத்மனாத்மானம்....புறச்சூழ்நிலைகளின் உதவி ஒரு எல்லைவரைதான். எவ்வளவு நாள் இங்கிருப்பாய்?''

''இன்னும் மூன்று நாட்கள். பின் அமெரிக்கா புறப்பட்டுச் செல்கிறேன். அங்கு என் நண்பன் மென்பொருள் தொழிலில் இருக்கிறான். என்னை உதவுமாறு அழைத்திருக்கிறான். பதினைந்து நாட்களில் திரும்பி விடுவேன். நான் உங்களை மீண்டும் வந்து சந்திக்க இயலுமா?''

''கண்டிப்பாக. அடுத்த மாதம் குஜராத்தில் இருப்பேன். எங்கள் ஆசிரமத்தின் இணையதளத்தில் எல்லா விவரங்களும் இருக்கின்றன,'' என்று சொல்லி அவரது ஆசிரமத்தின் பெயரைக் கூறினார். அவரது மின்னஞ்சலைக் குறித்துக் கொள்ளச் சொன்னார்.

✸

கௌதம் ஆசிரமத்தின் முன்வாயில் வழியாக வெளியேறி, குறுகலான சந்துகளை நோக்கி நடந்தான். முகப்பில் பெட்டிக்கடை வைத்திருந்த இஸ்லாமியப் பெரியவர் இவனைப் பார்த்துக் கையசைத்தார். இவன் புன்னகைத்துக் கையசைத்தபடி, முன்னேறினான். மலையேற்றத்துக்கும், கங்கையில் மிதவைப்பயணத்துக்கும் பதிவுசெய்வதற்காக அங்கிருந்த சிறுகடைகளில் வெள்ளைக்காரர்கள் குழுமியிருந்தனர். ஆஞ்சநேயர் வேடம் தரித்து, காற்சலங்கை ஒலிக்க எதிர்ப்பக்கம் நடந்து வந்த ஒருவன் ஆசியளிக்கும் வண்ணம் கைநீட்ட, அதை ஒரு வெள்ளைக்காரர் பவ்யமாகத் தலைகுனிந்து ஏற்றுக்கொண்டார். சுவரெங்கும் யோகா, தியான வகுப்புகளுக்கான சுவரொட்டிகள்; இல்லங்களின் வாயில்களின் கூடி விளையாடித் திரியும் சிறார்கள்; பணி முடிந்து மிதிவண்டிகளில் வீடு திரும்பும் ஆண்கள்.

குறுகிய சந்திலிருந்து வெளியேறி, கடைத்தெருப்பக்கமாக நடந்தான். வீதியுணவுக் கடைகளில் கடுகு எண்ணெயில் பொரித்து அடுக்கி வைக்கப்பட்டிருந்த பூரிகள், சமோசாக்கள் இவற்றின் நெடியும், பாவ்பாஜி, பானி பூரி போன்றவற்றின் மணமும், தெருவோரத்தில் டெம்போ வண்டிகளின் பின்புறத்தில் குவிக்கப்பட்டு விற்பனைக்கு வைக்கப்பட்டிருந்த மாம்பழங்களின்

வாசனையும் கலந்து வயிற்றைக் கிளறியது. தெருக்கடைகள் ஓம் அச்சிட்ட துணிகளையும், மணிமாலைகளையும், உலோகத்தில் செய்த கடவுற்சிற்பங்களையும் விற்பனைக்கு வைத்து, அந்நேரத்திலும் மக்கள் அக்கடைகள் முன் குவிந்து பரபரப்பாக இருந்தன. கௌதமுக்கு இந்த ஊரில் மக்களும், மாடுகளும் வேறுபாடறியாது உலவித்திரிவது வியப்பையளித்தது. அப்போதுகூட பசுவொன்று தன் இரு கன்றுகளுடன் மக்களினூடே சாவதானமாக நடந்து கொண்டிருந்தது. அந்தப்பசு தன் முதுகை உரசிச் சென்றதை, ஒரு கடைக்கு முன்னால் நின்று உருத்திராட்ச மாலைக்கு பேரம் பேசிக்கொண்டிருந்த பெரியவரும் கவனிக்கவில்லை, பசுவும் பொருட்படுத்திய மாதிரித் தெரியவில்லை.

ராம்ஜுலாவின் முகப்புக்கு வந்து விட்டான். பக்கவாட்டில் சவாரி நேரம் முடிந்து ஆட்டோரிக்ஷாக்கள் அணிவகுத்திருந்தன. வலதுபுறத்தில் ஒரு வெள்ளைக்காரர் தரையில் அமர்ந்து திருவோட்டை ஏந்தியிருந்தார். வைக்கோல் நிறத்தில் இருந்த தலைமுடி நீண்டு வளர்ந்து சடை சடையாய்த் தொங்கியது. அதே நிறத்தில் தாடியும் நீண்டு தொப்புளைத் தொட்டது. தலைநிமிர்த்தி இவனைப் பார்த்தார். கனவு படிந்த நீலநிறக் கண்கள். எதைத்தேடி இவர்கள் இங்கு வருகிறார்கள்? ஒருவரும் பசித்திராத இந்த ரிஷிகேசத்தில் எதன் பொருட்டு இவர் இங்கு பிச்சை எடுக்க அமர்ந்திருக்கிறார்? போதைப்பொருள் வாங்கக் காசு வேண்டுமென்பதாலா? நேற்று குஞ்சாபுரி தேவி ஆலயத்திற்கு காரில் செல்லும்போது, பாலத்தைக் கடக்கையில் ஓட்டுநர் கீழே கங்கையின் கரைகளைச் சுட்டிக்காட்டிச் சொன்னான். முன்பெல்லாம் இரு கரைகளிலும் வெள்ளைக்காரர்கள் வந்து

டெண்ட் அடித்துத் தங்கி விடுவார்களாம். இரவெல்லாம் கஞ்சாப்புகையும், பாடலும், நடனமும் தொடர்ந்து நடக்குமாம். புதிய பிரதமர் வந்தபின் அவற்றையெல்லாம் ஒழித்து விட்டார் என்று பெருமிதத்துடன் சொன்னான். அந்த நிலத்து மக்களின் அதே பூரிப்பு. கங்கை நம் தாயல்லவா! அப்போது கங்கையின் கரைகள் மனிதவாடை படாமல், சுழித்துப் பெருகி ஓடும் தாயின் இருபுறமும், கற்களும், நாணல்களும், புதர்களுமாக, வெயிலேந்தி நின்று கொண்டிருந்தன. கங்கையை தூய நீரோட்டமாகப் பார்த்ததே அவனுக்கு நினைவிலில்லை. எங்கும் சேற்றுமண் நிறத்தில்தான் குழைத்து ஓடிக்கொண்டிருந்தது. தாய், தாய் என்று பூரிக்கிறவர்கள், ஏன் இந்நதியை இவ்வளவு மாசுபடுத்துகிறார்கள்? ஹரித்துவாரின் ஹர்-கி-பவுரியில் அவன் பங்கு பெற்ற கங்கா ஆரத்தி நினைவுக்கு வந்தது. அதில் கூட ஆரத்தி துவங்குவதற்குச் சற்றுமுன், நான் இனி தாயை மாசுபடுத்தமாட்டேன் என்று உறுதிமொழி எடுத்துக்கொள்ள இந்தியில் வற்புறுத்தினார்கள். அரைமணி நேரம் மட்டுமே நிகழும் அந்நிகழ்வில் கலந்து கொள்ள பல்லாயிரக்கணக்கானோர், குறுகலான கங்கையின் இருகரைகளிலும் நீண்டு பரவிக்கிடந்த கற்படிகளில் இரண்டுமணி நேரம் முன்பே குழுமியிருந்தனர். இவனும் தனக்களிக்கப்பட்ட அறிவுரையின்படி முன்னரே சென்று விட்டான். கரைக்கு அப்புறம் கோயில் போன்று தோற்றம் கொண்ட கட்டிடம். அதன் முன்னர் வெள்ளுடை அணிந்தவர்களும், மேற்சட்டை அணியாத பலரும் நீண்டுயர்ந்த வெண்கல விளக்குகளோடு ஆரத்திக்குத் தயாராகிக் கொண்டிருந்தனர். ஆயிரம், பல்லாயிரம் பேர். ஆனால் எல்லார் உள்ளமும் ஒன்றிலேயே குவிந்திருந்தது. இரைச்சலும், நெருக்கடியும், கூச்சலும், திமிறலும் இருப்பினும், அங்கு நிகழப்போகும்

ஆரத்திக்கு ஒவ்வொரு உள்ளமும், அதிர்வுடன் காத்துக்கிடந்ததை உணர முடிந்தது. பலநூறு ஆண்டுகளாய் ஒரே இடத்தில், ஒரே விதத்தில் நிகழும் நிகழ்வு. பல்லாயிரம் உடல்கள்; ஒரே உள்ளம். மயக்கும் மாலைப்பொழுதில் ஆரத்தி துவங்கி, தீபங்களின் ஒளி கங்கையை ஒளிரச் செய்ததும், ஹர ஹர மஹாதேவா! கங்கா மாதாகி ஜே என்ற கோஷங்கள் எழும்பி குளிர் காற்றில் கலந்து பரவியதும் அவனை ஏதோ ஒரு கனவுத்தளத்துக்குக் கடத்தியிருந்தன. தனிப்பட்ட முறையில் ஆரத்தி குறித்து அவனுள் பக்தியுணர்வு எதையும் அவன் உணரவில்லை. ஆனால் வியப்பு கலந்த கேள்விகள் முன் வந்து நின்றன. எது இத்தனை பேரை மனம் தோய்ந்து, கரைந்து, உருக வைக்கின்றது? எது இவர்கள் ஒவ்வொருவரையும் நான் இந்தச் சிற்றுடலும், சிறு மனமும் கொண்ட மனிதன் என்ற எல்லைக்கோட்டை அழித்து, இந்த மக்கள் கடலோடு ஒற்றைபேரிருப்பாக உணர வைக்கிறது? தானற்றிருத்தல் இந்த எளிய மக்களுக்கு எவ்வாறு இவ்வளவு எளிதில் சாத்தியமாகிறது? இவர்களுக்கு என்போல் ஏன் கேள்விகள் இல்லை? கையில் பொரிப்பொட்டலத்தை ஏந்தியபடி இடதும், வலதுமாக முடிவேயிலாது நீண்டு கிடந்த கற்படிகளில், முகத்தில் ஒளியாடியபடி குழுமிக் கிடந்த மக்களையும், அக்கரையில், நெடிதுயர்ந்து, கிளைவிட்டுப் பிரிந்த வெண்கல விளக்குகளில் தாண்டவமாடியபடி, அதிர்ந்து நிற்கும் தீபச்சுடர்களை இமைக்கா விழிகளுடன் நோக்கியபடியே முகத்தில் தீவிரபாவனையுடன் அவ்விளக்குகளைச் சுழற்றும் பண்டித்ஜிகளையும் வியப்புடன் பார்த்துக் கொண்டிருந்தான். நேற்று ஆரத்தியில் பங்கெடுத்தபோது, தனக்குள் இந்த வியப்பு மேலிட்டது இப்போதுதான் அவன் நினைவுக்கு வருகிறது. அந்நிகழ்வை ஓர் ஏளனப்புன்னகையோடு

பார்த்ததாகத்தான் அவன் நினைத்துக் கொண்டிருந்தான். முடியுமட்டும் நதியை மாசுபடுத்துங்கள். உங்கள் கழிவுகளைக் கலக்க விடுங்கள். சொர்க்கம் செல்ல விரும்புகிற உங்கள் மூத்தவர் பிணங்களை வெந்தும் வேகாமலும் நதியின் போக்கோடு ஓடவிடுங்கள். இன்னும் கங்கையின் ஆயிரத்து ஐநூறு மைல் கரைகளில் அமைந்த எத்தனைத் தொழிற்சாலைகள் தங்கள் கழிவுநீரை கங்கையில் கலந்துகொண்டிருக்கின்றனவோ? ஒருபுறம் நதியைக் கழிவு நீர்ச் சாக்கடையாக மாற்றி அதை நாசப்படுத்துங்கள். மறுபுறம் அதற்கு தீபம் காட்டிப் புனிதப்படுத்துங்கள். இவ்விரு பாவனைகளில் எது உண்மை? எது உங்கள் முகம்?

பாலம் இன்னும் பரபரப்புடன்தான் இருந்தது. மக்கள் முன்னும், பின்னும் வேகமாக நடந்து பாலத்தைக் கடந்து கொண்டிருந்தனர். இரு சக்கர மோட்டார் வாகனங்களும் இரைச்சலை எழுப்பியபடி பாலத்தின் மீது ஓடின. பாலம் இவர்களது இயக்கத்தால் அசைந்து கொண்டிருந்தது, அல்லது அதிர்ந்து கொண்டிருந்தது.

பாலத்தின் மீது ஏறி முன்னோக்கி நடந்தான். மக்கள் திரள் நெருக்கியது போல உணர்ந்தான். மெல்ல அவர்களை ஊடுருவியபடி, உரசியபடி, நெருக்கியபடி நடந்து, முன்சென்று, மத்தியப் பகுதியை அடைந்தான். கீழே பெருகிப் பாய்ந்து கொண்டிருந்த கங்கையின் மேலெழுந்த காற்று பாலத்திலுள்ளவர்களை அறைந்து நிலைதடுமாறச் செய்து கொண்டிருந்தது. தொங்கு பாலத்தின் பக்கவாட்டுக் கயிறை இருகைகளாலும் பிடித்துக் கொண்டு நின்றான். முதுகுப்பக்கம் பரபரப்போடு கடக்கிற மனிதர்களை (மாடுகளையும்) புறக்கணித்து விட்டால், கண்ணெதிரே கொந்தளித்து விரையும் பிரம்மாண்டம்!

இருகரைகளிலும் பரமார்த்த நிகேதன், சுவாமி தயானந்தா ஆசிரமம் உள்பட எண்ணற்ற ஆசிரமங்களின் விளக்கொளிகள். இருண்ட வானத்தின் கருநீலப் போர்வையில் பதித்த வெண்கற்களென நட்சத்திரங்கள். அந்நேரத்திலும் தூரத்துப் படித்துறைகளில் தீபமேற்றி ஆரத்தி காட்டிக் கொண்டிருக்கும் மக்கள். ஒவ்வொருவருக்கும் என்னென்ன வேண்டுதலோ? இல்லை, தாய் மீது தனக்குள்ள நன்றியுணர்வை இப்படி வெளிப்படுத்து கிறார்களா? பாலம் குதியாட்டம் போட்டது. கீழே நதி பெருகிச் சீறியது. இவற்றுக்கு நடுவில் காற்று, நதி தொட்டு மேலெம்பிக் குளிர்ந்து உடலைத் தொட்டது. இவற்றுக்கெல்லாம் நடுவில் ஏதோ காரியமாய் விரையும் மக்கள், வாகனங்கள்.

மீண்டும் ஆசிரமத்துக்குத் திரும்பியபோது, குரு அபேதானந்தானரின் வாயிலில் நிறைய செருப்புகள். அனைத்து விளக்குகளும் போடப்பட்டு வாயில் மின்னொளியில் திகழ்ந்தது. மணி பத்தாகியிருந்தது. சத்சங்கம் முடிந்திருக்க வேண்டும். இந்நேரத்தில் அவர் அறை முன் ஏன் இத்தனை செருப்புகள்?

ராகுல் குருவின் அறையிலிருந்து வெளியே வந்தான். அவன்தான் குருவிற்கு உணவு வேளாவேளைக்கு எடுத்து வைத்தல், பரிமாறுதல் எல்லாம். அவன் நடந்ததைச் சொன்னான். வகுப்பில் குரு நிறைய இருமியிருக்கிறார். பாதி வகுப்பில் கிட்டத்தட்ட மயங்கிய நிலையில் அறைக்குக் கொண்டு வரப்பட்டார். மருத்துவர் வந்து பார்த்து விட்டு, ஓய்வெடுக்கச் சொல்லியிருக்கிறார். அவர் இன்னும் உறங்கவில்லை. இருமல் உறங்கவிடவில்லை. என்னமோ ஏதோ என்று சுற்றிலும் கவலையோடு ஆசிரமத்தவர் நின்று கொண்டிருக்கின்றனர்.

கௌதம் மெல்ல வாயில் நோக்கிச் சென்றான். வெளியில் நின்று பார்த்தபோது அவரைப் பார்க்க இயலவில்லை. சுற்றிலும் மனிதர்கள். சில நிமிடங்கள் கழித்து அனைவரும் கலைந்து வெளியே வந்தபோது குரு இவனைப் பார்த்து விட்டார். உள்ளே வரும்படிக் கையசைத்தார்.

குரு உயரமான தலையணைகள் மீது தலை வைத்து படுக்கையில் பக்கவாட்டில் படுத்திருந்தார். கையில் கனமான புத்தகம். அமரும்படி சைகை காட்டினார். கௌதம் அருகில் இருந்த இருக்கையில் அமர்ந்ததும், ''இன்னும் உறங்கப் போகவில்லையா?'' என்றார். சொல்லிமுடித்ததும் இருமினார்.

கௌதம், ''பேச வேண்டாம், சிரமப்படாதீர்கள்'', என்றான். ''வெளியே சென்றிருந்தேன். அறைக்குச் செல்லும் வழியில் உங்கள் அறைமுன் கூட்டத்தைக் கண்டு இங்கே வந்தேன். நீங்கள் உறங்குங்கள். நான் கிளம்புகிறேன். நாளை உங்களைப் பார்க்காமலேயே கிளம்பி விடுவேன் என்று நினைத்தேன். இப்போது பார்த்தது நிறைவாக இருக்கிறது. எனக்குக் கடவுள் நம்பிக்கை கிடையாது. நீங்கள் விரைவில் குணமடைய வேண்டும் என்று விரும்புகிறேன்.'' என்றான்.

குரு பலவீனமாகப் புன்னகைத்தார். மிக மெல்லிய குரலில் ''மீண்டும் எப்போது சந்திப்போம் என்று தெரியவில்லை. சந்திக்க முடியாது போகுமெனில், கண்ணன் சொன்னதை மட்டும் நினைவில் கொள். யதா இச்சஸி ததா குரு!'' என்றார். சொன்னபின் ஆயாசமாகக் கண்களை மூடிக் கொண்டார். தன் வலதுகையிலிருந்த புத்தகத்தை இயல்பாக நழுவ விட, அது அவருக்குப் பக்கவாட்டில் ஒரு மெல்லிய 'தட்' டோடு விழுந்து அவர் நெஞ்சோடு சாய்ந்து கிடந்தது.

கௌதமுக்கு கண்ணன் சொன்னதன் பொருள் விளங்கவில்லை. புத்தகம் அவரது படுக்கை நிலைக்குத் தொந்தரவாக இருப்பதைக் கண்டான். அதை எடுத்து அருகிலிருந்த ஸ்டூல் மீது வைத்தான். அவரது மூச்சு ஆழமாகவும், கனமாகவும் வர ஆரம்பித்தது. சற்று நேரம் அவரையே பார்த்தபடி அமர்ந்திருந்தான். ஸ்டூலில் இருந்து அந்த புத்தகத்தை எடுத்து அதன் தலைப்பைப் பார்த்தான். கரமசோவ் சகோதரர்கள் என்றிருந்தது. எழுதியவர் பெயர் ஃபியோதர் தஸ்தயேவெஸ்கி. குரு அடையாளம் வைத்து மூடி வைத்த பக்கத்தைத் திறந்தான். அந்த முழுப் பக்கத்தையும் பொறுமையாக வாசித்தான். ஃபாதர் ஸோசிமா இறந்து விடுகிறார். அவரைச் சுற்றி ஆசிரமத்தின் பெருங்கூட்டம். அவர் பிணத்தின் அழுகல் நாற்றம் வரத்துவங்குகிறது. கூட்டத்தினர் அவர் உண்மையில் புனிதரா என்று ஐயம் கொள்கின்றனர். அப்போது ஃபெர்ராபான்ட் என்ற மனம் பிறழ்ந்த துறவி அங்கு வருகிறார். அந்த அறையில் பேய்களும், பிசாசுகளும் உள்ளன. அவற்றை விரட்ட வேண்டும் என்று கத்திக் கூச்சல் போடுகிறார். மக்கள் பெருங்குழப்பத்தில் ஆழ்கின்றனர். ஃபெர்ராபான்ட் வெளியேற்றப்படுகிறார்.

கௌதமுக்கு உள்ளூர நடுக்கமுண்டாயிற்று. ஸோசிமாவைப் போலவே குருவும் இறந்து விடுவாரா? இந்த நூலை இவர் தொடர்ந்து வாசித்துக் கொண்டிருக்கிறாரா அல்லது இன்று திடீரென்று இந்தப் பக்கத்தைத் திறந்து வாசித்தாரா? எல்லாவற்றையும் துறந்த துறவி இலக்கியத்தில் எதைத் தேடுகிறார்?

குரு நன்றாக உறங்கி விட்டார். தொடர்ந்த இருமலின் காரணமாக ஏற்பட்ட களைப்பாக இருக்க வேண்டும். கௌதம்

புத்தகத்தை வைத்துவிட்டு வெளியே வந்தான். வாயிலில் ராகுல் நின்றிருந்தான். புன்னகையுடன், ‘‘இன்றிரவு முழுதும் இங்கேயே இருப்பேன். குருவுக்கு எந்நேரமும் உதவி தேவைப்படக் கூடும்,’’ என்றான். கௌதம் அவனிடம் குரு சொன்ன கண்ணன் வாக்கியத்தைச் சொல்லி அதன் பொருள் என்ன என்று வினவினான். ராகுல் தலைதூக்கி சற்று நேரம் சிந்தித்த பின், ‘‘உனக்கு எது விருப்பமோ அதைச் செய் என்கிறான் கண்ணன்,’’ என்றான்.

✸

அறைக்குத் திரும்பியவுடன் (இப்போது வாயிலில் குரங்கு இல்லை) அலைபேசியில் தகவல்களைப் பார்த்தான். அறியாத எண்ணிலிருந்து பதினேழு தவறிய அழைப்புகள். உள்ளே குறுஞ்செய்தியில் அவனது நண்பன் அமெரிக்காவிலிருந்து உடனே அழைக்கவும் என்றிருந்தான். கௌதமின் வாட்ஸப் பழுதுபட்டிருந்தது. நீ என்னை அழை என்று நண்பனுக்கு மின்னஞ்சல் அனுப்பினான். அடுத்த நிமிடத்திலேயே அழைப்பு வந்தது.

‘‘டேய், எத்தன தடவடா கூப்பிடறது. எங்க தொலஞ்சு போயிட்டே!’’

‘‘என்ன விஷயம் அதச் சொல்லு! அதான் நாளைக்கு கிளம்பி வரேன்ல, அதுக்குள்ள என்ன அவசரம்?’’

‘‘நீ இங்க வந்து சேர ரெண்டு நாளாயிடும். இப்போ அவசரம் என்னன்னா சிட்டாடல் யுனிவர்சிடி ஹாப் இன் அப்பிளிகேஷன்ல ஒரு பிரச்னை. அவங்க ஸ்டேஜ்ல, செஷன்ஸ்ல இருக்கும்போது யுனிவர்சிடிய சாராத ஆளுங்க உள்ள வந்திடறாங்க.

நெட்வொர்க்கிங்க்குள்ளகூட பூந்துட்டாங்க. மஸ்ட் பி ஹேக்கர்ஸ். இப்ப ஒரு வொர்க்ஷாப் நடக்குது. நாளைக்கு துவக்கம். உன்னால் இதுக்கு ஒரு ஃபயர்வால் கிரியேட் பண்ண முடியுமா? எர்லாங்குல ப்ரொக்ராம் பண்ண உன்னவிட்டா எனக்கு யாரடா தெரியும்? பண்ணிட முடியுமா உன்னால?''

''எதுக்கு இவ்வளவு அவசரப்படுத்துற? நான்தான் நாளைக்கு கிளம்பி வர்றேன்ல?''

''இல்லடா இத முடிச்சுக் குடுத்தோம்னா அடுத்த ப்ராஜக்டுக்கு அஸ்திவாரம் போட்டுறலாம். த்ரீ மில்லியன் டாலர்றா!''

''இன்னும் எவ்வளவு நேரம் இருக்கு?''

''பதினாறு மணிநேரம். நான் கூப்பிட்ட உடனே எடுத்திருந்தா பதினெட்டு.''

''சரி, பார்க்கிறேன்.''

''முயற்சி பண்ணு. முடிஞ்சா சந்தோஷம். இல்லன்னாலும் ஓகே. ஆனாலும் நீ முடிச்சுருவே! நாளைக்கு உன்னால ட்ராவல் பண்ண முடியாட்டி பரவால்ல. ரெண்டு நாள் கழிச்சு டிக்கெட் போட்டுடறேன்.''

அலைபேசியை வைத்து விட்டு ஆடைகளைக் களைந்தான். அறைக்குள் புழுக்கம். அவனது நிர்வாணமே அவனிடத்து காமத்தைத் தூண்டிற்று. குளியலறை சென்று வேகமாகக் குளித்து முடித்து இரவு உடைகளுக்கு மாறினான். படுக்கையில் அமர்ந்து மடிக்கணினியை விரித்தான். மணி பதினொன்று ஆகியிருந்தது. இரவுகளில் இணையத்தின் தடையற்ற வேகம் அவனுக்கு நம்பிக்கையளித்தது. இன்னும் பதினாறு மணி நேரம். நாளை

மதியம் மூன்று மணிக்குள் முடிக்க வேண்டும். இந்தப் ப்ரோகிராமை எழுத அவ்வளவு நேரமாகாது. தடையின்றி எழுதினால் பத்து மணிநேரங்கள் போதும். சில நேரம் இடையில் கோடிங்கில் சிக்கல் ஏற்பட்டால் நாட்கணக்கில் கூட இழுத்து விட்டு விடும்.

நண்பன் அனுப்பிய மின்னஞ்சலில் இருந்து தகவல்களைச் சேகரித்துக் கொண்டான். ஹாப் இன்னின் இயங்கு அமைப்பின் கூடாரத்துக்குக் கீழே எளிதாகச் சென்று விட்டான். சற்று நேரம் அதன் இயங்கு முறையைக் கண்காணித்துக் கொண்டிருந்தான். அதன் இயக்கத்தை நிறுத்தாமலேயே சில குறியீடுகளை புதுப்பித்து இடைச்செருகினான். ஒரு தனிக்கட்டளையாக சிட்டாடல் மின்னஞ்சல் கொண்டிருக்கும் அனைவருக்கும் தொகுக்கப்பட்ட குறியீடுகளை அனுப்பினான். இயக்கநேர பிழைதிருத்திகளுக்கான நிரலிகளைப் புதிதாக எழுதிச் சேர்த்தான். தலைக்கு மேல் இரைச்சலோடு ஓடிக்கொண்டிருந்த மின்விசிறி வெம்மைக் காற்றை கீழே தள்ளிக் கொண்டிருந்தது. தொடர்ந்த காற்று வீசுதலில் அவனுக்கு மூக்கடைத்தது. படுக்கையில் இருந்து விலகி தரையில் அமர்ந்து, சுவரில் சாய்ந்து கொண்டான். ஏற்கனவே எழுதப்பட்டிருந்த குறியீடுகளில் ஐந்தில் ஒரு பகுதி காலாவதியாகியிருந்தது அல்லது ஆதரவற்றதாக இருந்தது. அவை அனைத்தையும் நீக்கி அவற்றுக்குப் பதில் புதிய குறியீடுகளை எர்லாங்க் மொழியில் பின்னோக்கிப் பொருந்தும் தன்மையுடையதாக மாற்றி எழுதினான். இனி மீண்டும் மீண்டும் குறியீடுகளை மாற்றி எழுத வேண்டிய அவசியமிருக்காது. சிறிது நேரம் அவ்வமைப்பை ஓடவிட்டுப் பார்த்தான். சிறுநீர் கழிக்க எழுந்தபோது கடிகாரத்தில் மணி இரண்டரை காட்டியது. மெல்லப்

புன்னகைத்துக் கொண்டான். இதற்குப் பதினாறு மணிநேரம் எதற்கு? இதோ இப்போது முடித்து விடுகிறேன். மீண்டும் வந்தமர்ந்து பரிசோதித்துப் பார்த்தபோது புதிதாக எழுதப்பட்டிருந்த குறியீடுகள் அவ்வமைப்பை அதி தீவிர பிழைகையாளும் வகையில் மாற்றியிருந்தன. ஏதேனும் தவறு நிகழுமாயின், அது உடனே களையப்பட்டு அதற்கான க்ளோன் உடனுக்குடன் உருவாக்கப்பட்டு விடும். நிகழ்ந்த பிழை குறித்து உடனுக்குடன் புகாரளிக்கும், பதிவு செய்யும் வசதியையும் ஏற்படுத்தினான். அமைப்பின் ஒரு குறிப்பிட்ட பகுதியின் பயன்பாடு முடிந்தவுடன் அதை ஒரு முனையிலிருந்து இன்னொரு முனைக்கு ஒரு புதிய கிளஸ்டருக்குள் தானாக நகர்த்தும் தானியங்கிப் பயன்பாட்டு இடப்பெயர்வை ஏற்படுத்தினான். மீண்டும் ஒரு முறை அமைப்பை ஓட்டி சரி பார்த்தான்.

அதற்குள் வியர்வையில் தொப்பலாக நனைந்து விட்டிருந்தான். மீண்டும் மீண்டும் பல்வேறு முனைகளில், இடுக்குகளில், மூலைகளில் குறியீடுகளைச் சரி பார்த்தான். எல்லாமே சரியாக வந்திருந்தன. கணினிக் குறியீடுகளை எழுதி எவ்வளவு நாட்களிருக்கும்? மாதங்கள்? ஆனால் எல்லாமே இப்போது விரல் நுனியில் வந்து விட்டமாதிரித் தெரிந்தது. அல்லது எப்போதுமே விரல்களிலேயே இருந்து கொண்டு வடிவம் பெறுவதற்காகக் காத்திருக்கின்றனவோ? நீண்ட நாட்கள் கழித்து கேள்விகளற்ற வெறுமை அவனை நிரப்பியது. இது உறக்கம் தவிர்த்த களைப்பின் காரணமாகவா? இல்லை. அந்தப்பணி அவ்வளவு விரைவில் முடிந்து விட்டதே, இன்னும் சிறிது நேரம் விளையாடி இருக்கலாமே என்று ஏக்கமாக இருந்தது. மின்னஞ்சலைத் திறந்து வேலை முடிந்து விட்டது என்றும், எல்லாம் சரியாக இருக்கிறதா என்பதைச் சரி

பார்க்கும்படியும் நண்பனுக்குச் செய்தி அனுப்பினான். எழுதிய குறியீடுகளில் மீண்டும் ஒருமுறை திருத்தம் பார்த்தான். ஒரு திடுக்கிடலாக மனம் அப்பணியிலேயே தோய்ந்திருப்பதை, அதையே நாடிக்கொண்டிருப்பதை உணர்ந்தான். மணி மூன்றரை ஆகியிருந்தது. வழக்கமாக ஐந்து மணிக்கு எழுந்து, ஐந்தரை மணி வாக்கில் தியானப்பயிற்சியை மேற்கொள்வான். உறக்கம் இழந்திருந்ததில் கண்கள் எரிந்து கொண்டிருந்தன. உறக்கமும் வரவில்லை. இனி உறங்க முடியாது. வயிற்றில் மெல்லிய பசியும் எரிந்து கொண்டிருந்தது. பாட்டிலில் இருந்து சிறிது தண்ணீர் குடித்தான்.

அறைக்கு வெளியே வந்து ரிஷிகேசத்தின் வானத்தைப் பார்த்தான். நட்சத்திரங்களோடு இருண்டிருந்தது. கட்டிடங்களின் சாளரங்களில் ஆங்காங்கே விளக்கொளிகள். எங்கோ எவரோ இருமும் ஒலி குருவை நினைவுபடுத்தியது. செருப்புகளை அணிந்து கொண்டு மெல்லக் கீழிறங்கினான். குருவின் அறையில் இரவு விளக்கு மட்டும் எரிந்து கொண்டிருந்தது. வாயிலில் கயிற்றுக்கட்டில் ஒன்றில் ராகுல் படுத்து உறங்கிக்கொண்டிருந்தான். ஆசிரமத்துக்குள் மரங்களின் தலையசைப்பு தவிர வேறு ஒலிகள் இல்லை. பூனைகளும், நாய்களும் கூட உறங்கிக் கொண்டிருந்தன.

இந்த நேரத்தில் ரிஷிகேஷின் தெருக்கள் எப்படியிருக்கும் என்றறியும் ஆவல் தோன்றியது. இரவுக் காவலரின் வியப்புப் பார்வைக்கு ஒரு புன்னகையைப் பதிலிறுத்து விட்டு ஆசிரமத்தைவிட்டு வெளியேறினான். அதே குறுக்குச் சந்துகள்; கடைத்தெருக்கள். எவ்விடமும் அமைதியில், துயிலில் திளைத்திருந்தது. தெருவோரத்தில் மக்களும், நாய்களும்

அருகருகே உறங்கியபடி இருந்தனர். இருட்டு கனத்த போர்வையாக எல்லாரையும் போர்த்தியிருந்தது. மெதுவாக நடந்தபோதிலும், விரைவாகவே ராம் ஜூலாவை அடைந்து விட்டதாக உணர்ந்தான். பாலத்தின் இருபுறமும் ரிக்‌ஷாகள், தள்ளுவண்டிகள், அதிலுறங்கும் மனிதர்கள்.

பாலத்தில் ஏறி மெல்ல ஒவ்வொரு அடியாக வைத்து நடந்தான். குளிரில் ஊறிய காற்று நாசியில் புகுந்து திகைக்க வைத்தது. அவனது சட்டையும், பாண்டும் படபடவென்று அடித்துக் கொண்டன. பொங்கும் பெருவெள்ளம் போன்ற இரைச்சல் பாலத்தின் கீழிருந்து. இரவு நின்றிருந்த அதே பகுதிக்கு வந்து நின்றான். கிட்டத்தட்ட பாலத்தின் மையப்பகுதி. பாலத்தின் விளிம்பில் கைகளை வைத்து நின்றான். யாருமற்ற பாலம். கீழே விசை குறையாது பெருகும் நதி. பாலம் அப்போதும் அசைந்து கொண்டிருந்தது. அதன் அசைவைக் கண் மூடி அனுபவித்தான். யாருமேயில்லாமல் பாலம் ஏன் ஆடிக்கொண்டிருக்கிறது? அதன் ஆட்டம் ஒரு தாலாட்டைப் போல அவனைக்கொஞ்சியது. அவன் முகத்தில் ஒரு சின்னப் புன்னகை தோன்றியது. கண்களைத் திறந்து கீழே நதியைப் பார்த்தான். நதியின் பெருக்கே பாலத்தில் அதிர்வுகளையும், ஆட்டத்தையும் ஏற்படுத்துகின்றன என்று தெரிந்தது. வானம் மெல்ல வெளுத்து ஒளியைப் பரப்பும்வரை, பாலத்தின் அந்நாளின் முதல் மனிதன் கால் பதிக்கும்வரை, நீண்ட நேரம், பாலத்தின் அசைவுக்கு இசைந்தபடி, கீழே பெருகும் நதியைப் பார்த்தபடி நின்றிருந்தான்.

நாணயம்

காற்றில் மல்லிகை மணம் தவழ்ந்தபடி இருந்தது. பெண்கள் பரபரப்பாக இருப்பதாகக் காட்டிக் கொள்ள பட்டுப்புடவை சரசரக்க அங்குமிங்கும் நடந்தனர். டம்ளர் நிறைய சூடான காஃபியுடன் பொறுமையின்றி அமர்ந்திருந்தேன். ஓடியாடி விளையாடிக் கொண்டிருக்கிற குழந்தைகளில் ஒன்றின் பாதையில் காஃபியை வைத்து விடலாமா என்று யோசித்தேன். தண்ணீர் போன்ற இந்தக் காஃபியைக் குடித்து முடிக்கிற வலி அகலும். விருந்தினர் வீட்டில் தரப்படுகிற காஃபியை முடிக்காமல் வைத்து விடக்கூடாது; குறிப்பாக அந்த விருந்தினர் உங்கள் மாமனாராக இருக்கும்போது. அது மரியாதையில்லை. விருந்தினர் தரும் எதையும் மகிழ்வோடு ஏற்றுக்கொள்ளவே மரபு வலியுறுத்துகிறது. குப்பைத் தொட்டிக்குள் குப்பையை வீசுகிற மாதிரி உங்கள் திசையில் வருகிற எல்லாவற்றையும் தொண்டைக்குள் வீசி விட வேண்டியதுதான்.

இந்த ஒரு மணி நேரத்தில் நான்காவது முறையாக பாண்ட் பாக்கெட்டில் என் அலைபேசி அதிர்ந்தது. ஒரே விழுங்கில் காஃபி குடிப்பதற்குண்டான சூடு உள்ளதென்பதை உறுதி செய்துகொண்டு தொண்டையில் சரித்துக் கொண்டு அவசரமாக அலைபேசியை எடுத்தேன். என் முன்னாள் மேலாளர் ராமகிருஷ்ணன் அழைத்துக் கொண்டிருந்தார்.

அலைபேசியின் அதிர்வைக் கொன்றுவிட்டு, நான் இப்போது வேலையாக இருப்பதாகவும், இன்னும் இருபது நிமிடங்களில் அவரைச் சந்திப்பதாகவும் குறுஞ்செய்தி அனுப்பினேன். அலைபேசியை உள்ளே வைத்துவிட்டு காயத்ரி எங்கிருக்கிறாள் என்று தேடினேன். ஒரு குண்டுப் பெண்மணியுடன் தீவிரமான உரையாடலில் ஈடுபட்டிருந்தாள். திடீரென்று உள்ளுணர்வால் தூண்டப்பட்டதைப் போல என் பக்கம் திரும்பி அவளது முத்திரைப் புன்னகையொன்றை வீசினாள். அவள் எனக்கு வேண்டும் என்பதைக் கண்களின் வாயிலாகத் தெரிவித்தேன். செய்தி சென்று சேர்ந்திருக்க வேண்டும். குண்டுபெண்மணியுடனான உரையாடலை உடனே முடித்துக் கொண்டு என் பக்கம் நோக்கி நடந்தாள். பட்டுபுடவையில், சில ஆண்டுகளுக்கு முன் நான் காதலில் விழுந்த போதிருந்த அதே பள்ளிச் சிறுமியைப் போலிருந்தாள்.

''காஃபி குடிச்சிட்டீங்களா, இல்லை நான் கொண்டு வரவா?'' என்றாள் இடுப்பில் கைகளை வைத்து என் முன் நின்றபடி.

'இப்பதான் குடிச்சேன். காயூ, நான் மேனேஜர் ராமகிருஷ்ணனை இப்பவே பாக்கப் போகணும்' என்றேன்.

‘‘மஹேஷ், இது கொஞ்சம் கூட நல்லால்ல. சடங்கு இன்னும் முடியல. விருந்தாளிங்க எல்லாம் இங்கதான் இருக்காங்க. நீங்க இப்படி திடீர்னு வெளிய போனா மரியாதையா இருக்காது. உங்க கூட யாராவது பேசணும்னு நினைச்சா என்ன பண்றது?’’

‘‘புரிஞ்சுக்கோ காயூ, அவர் இன்னிக்கி மட்டும்தான் ஊர்ல இருப்பாரு. ராத்திரி அவங்க ஊருக்கு போறாரு. நான் அவரைப் பார்த்துப் பல வருஷமாச்சு. என்னோட வளர்ச்சிக்கு முக்கியமான காரணம் அவர்னு உனக்குத் தெரியும். என்ன சொல்லி அவரை நான் தவிர்க்கறது?’’

‘‘உண்மையச் சொல்லுங்க. வீட்டில முக்கியமான ஃபங்க்ஷன் நடந்துட்டிருக்கு, விருந்தாளிங்கல்லாம் இருக்காங்க; இப்ப வீட்டை விட்டு வந்தா அவங்களுக்கு மரியாதையா இருக்காதுன்னு சொல்லுங்க. அவரும் ஒரு குடும்பஸ்தர்தானே. புரிஞ்சுக்குவார். வருத்தப்பட மாட்டார்.’’

‘‘வருத்தம் இருந்தாலும் அவர் காமிச்சுக்க மாட்டார். பாயிண்ட் என்னன்னா நான்தான் அவரைப் பாக்கணும்னு நெனைக்கறேன். அவர் எனக்குச் செஞ்சதுக்கு நன்றிக்கடனாவாவது.’’

காயத்ரி என்னைக் கோபப்பார்வை பார்த்தாள். உடனே அந்தப் பார்வை மாறி இவன் ஒரு திருத்தமுடியாத முட்டாள் என்று சொல்வதைப் போலிருந்தது. ‘‘சரி, போயிட்டு வாங்க,’’ என்றாள் வேறு திசையில் பார்த்துக் கொண்டு.

‘‘வண்டி எடுத்துட்டுப் போகட்டுமா? பஸ்ல போனா ரொம்ப நேரமாகும்.’’

''உங்களைத் திருத்த முடியாது. பெரியவங்க பஸ் ஸ்டாண்ட் போகணும்னா கொண்டு போய் விடறதுக்கு வண்டி வேண்டாமா? வண்டியெல்லாம் ஒண்ணும் கெடையாது. கௌம்புங்க.''

அதுவே இறுதித் தீர்ப்பு என்பதை அறிந்தேன். வீட்டை விட்டு மெதுவாக நழுவி வெளியே வந்தேன். வாயிலில் என்னைப் பார்த்துச் சில முகங்கள் நட்பாகப் புன்முறுவல் புரிந்தன. அவர்கள் யாரென்று எனக்குச் சுத்தமாகத் தெரியவில்லை. இருப்பினும் நானும் புன்னகை புரிந்து வைத்தேன். யாராவது முன் வந்து நான் வெளியே போவதைத் தடுத்திருந்தால் கூட ஆச்சரியப்பட்டிருக்க மாட்டேன். அது போன்ற எதுவும் நிகழ்ந்து விட வாய்ப்பளித்து விடா வண்ணம் அங்கிருந்து உடனே நடக்க ஆரம்பித்தேன்.

✱✱✱

பேருந்து பிடித்துச் செல்லலாமா என்று தோன்றிய யோசனையை உடனே கைவிட்டேன். பேருந்து நிறுத்தத்தை அடைய பத்து நிமிடங்களாவது நடக்க வேண்டும்; பேருந்துக்காகக் காத்திருப்பது வேறு கணிசமான நேரத்தை எடுத்துக் கொள்ளும்; பவானி பேருந்து நிலையத்திலிருந்து ராமகிருஷ்ணன் தங்கியிருக்கும் இடத்துக்குச் செல்லுதலும் அவ்வளவு எளிய விஷயம் அல்ல. வேகமாக நடந்தால் முப்பதிலிருந்து நாற்பது நிமிடங்களுக்குள் அவரை அடைந்து விட முடியும் என்று தீர்மானித்தேன்.

பவானிக்கும், கொமாரபாளையத்துக்கும் இடையில் காவேரி ஆறு ஓடியது. இந்த இடத்தில் அதற்குக் குறிப்பாக பவானி ஆறு என்றே பெயர். மூன்று பெரிய பாலங்கள் வெவ்வேறு இடங்களில்

இரண்டு குறு நகரங்களையும் இணைத்தன. பேருந்து நிலையத்துக்கு அருகிலிருந்த மூன்றாவது பாலம் மூன்று ஆண்டுகளுக்கு முன்புதான் கட்டப்பட்டது. இன்னும் முறைப்படி திறப்பு விழா நடைபெறாததால், நான்கு சக்கர கனரக வாகனங்கள் இந்தப் பாலத்தில் அனுமதிக்கப்படுவதில்லை. ஆனால் இரு சக்கர வாகனங்கள் ஓடிக் கொண்டிருந்தன. கொமாரபாளையத்தின் ஜவுளி நெசவாலை மற்றும் பதனிடும் தொழிற்சாலைகளில் பணிபுரியும் பவானிக்காரர்கள் இந்தப் பாலத்தைப் போக வர உபயோகிப்பதன் மூலம், தங்கள் பயணச் செலவைக் குறைத்துக் கொண்டார்கள். மேலும் ஈரோட்டில் இருந்து வரும் பேருந்துகள் கொமாரபாளையத்தை அடைவதை விட வேகமாக பவானியை அடைந்தன. எனவே பெரும்பாலான கொமாரபாளையம் மக்கள் ஈரோட்டில் இருந்து பவானி பேருந்து பிடித்து, பவானி வந்து புதுப்பாலம் வழியாக தங்கள் ஊருக்குச் சென்று விடுவார்கள்.

மாலை ஆறுமணியை நெருங்கிக் கொண்டிருந்தது. சூரிய ஒளி இன்னும் இருக்கும் போதே தெரு விளக்குகளும் எரிய ஆரம்பித்து விட்டதால் பாலத்தைச் சுற்றிலும் ஒரு கிறக்கமான சூழ்நிலை நிலவியது. நான் பாலத்தின் நடைபாதையில் நடந்தபடி, போகப்போக என் வேகத்தை அதிகரித்தபடியிருந்தேன். மாலை நேரத்துக் குளிர் காற்று என் முகத்தைச் செல்லமாக வருடியது. ஆற்றின் பரப்பில் பயணம் செய்தபடி இருப்பதால் காற்றுக்கு ஒரு விநோதமான மிருதுத்தன்மை இருந்தது. தூய காற்றை ஆழமாகச் சுவாசிக்க விரும்பினேன். என் நுரையீரல்களுக்குள் ஒரு டன் காற்றைச் செலுத்தினேன்; புத்துணர்ச்சியுடையவனாகவும், ஓய்வான மனநிலை கொண்டவனாகவும் ஆனேன். மெல்ல என்

சுற்றுப்புறத்தை நோட்டம் விடலாமென்ற எண்ணத்தில் வேகத்தைக் குறைத்தேன். ஆற்றுக்குள் எட்டிப் பார்த்தேன். ஆற்றுக்குள் நீர் பார்க்கமுடிகிற அதிர்ஷ்டகரமான மாதங்களில் ஒன்று அது. நிறைய பாறைகளை நீர் விழுங்கியிருந்தது. அவற்றின் சிகரங்கள் மட்டும் நீரின் பரப்பில் தெரிந்தன. மறுகரையில் சில பெண்கள் பாறைகளில் துணி துவைத்துக் கொண்டிருந்தார்கள்; கொஞ்ச தூரத்திலேயே சில ஆண்கள் குளித்துக் கொண்டிருந்தார்கள். என் பார்வையை விலக்கி பாலத்தைக் கடக்க இன்னும் எவ்வளவு தொலைவு இருக்கிறதென்று கணிக்க முற்பட்டேன். இன்னும் சில நிமிடங்கள் எடுக்கும். மக்கள் பணி முடிந்து வீடு திரும்பிக் கொண்டிருந்தார்கள். அருகிலிருந்த சந்தையிலிருந்து பெண்கள் தலையில் பெரிய கூடைகளைச் சுமந்தபடி ஒரு தீவிர தாள லயத்தோடு நடந்து கொண்டிருந்தார்கள். தனியார் பள்ளிகளிலிருந்து மாணவர்களும், மாணவிகளும் (அரசு பள்ளிகள் முன்னதாக முடிந்து விடும்) தங்கள் மிதிவண்டிகளை உல்லாசமாக மிதித்துக் கொண்டிருந்தார்கள். பையன்கள் கிரிக்கெட்டையும், திரைப்படத்தையும் பற்றி உரையாடினார்கள்; பெண்கள் படிப்பையும், திரைப்படத்தையும் பற்றி உரையாடினார்கள். பையன்கள் கேட்கும் தொலைவிற்கு அப்பால் சென்று விடும் போது, பெண்கள் பையன்களைப் பற்றிப் பேசினார்கள்; பெண்கள் கேட்கும் தொலைவிற்குள் வரும் போது பையன்கள் பெண்களைப் பற்றிப் பேசினார்கள். அவர்களிடத்தில் இளமையின் ததும்பலைக் கண்டு என் உதடுகள் புன்முறுவல் பூத்தன. பாலம் முழுவதும் ஒரே இரைச்சலாக இருந்தது. இரு சக்கர வாகனங்கள் தேவையே இல்லாமல் ஹாரன் ஒலி எழுப்பின; மக்கள் அவசியமின்றிப் பேசிக் கொண்டும், கத்திக் கொண்டும், சபித்துக் கொண்டும், துப்பிக் கொண்டுமிருந்தார்கள். தெருவோர

உணவகங்கள் தமிழ்த் திரைப்படப் பாடல்களை சத்தமாக ஒலிபரப்பி, தங்கள் தொழில் துவங்கி விட்டதை அறிவித்தன. பாலத்தின் மறுமுனையை அடைந்த போது, இரண்டு காவலர்கள் இருசக்கர வாகனங்களை நிறுத்தி அவற்றின் ஓட்டுனர்களிடம் முறையான உரிமம் இருக்கிறதா என்று பரிசோதித்தபடியிருந்தனர். மாதக்கடைசியாகையால் இது எதிர்பார்த்த ஒரு நிகழ்வுதான். ஒரு மாதத்திற்குக் குறைந்தது ஒரு குறிப்பிட்ட எண்ணிக்கையிலான வழக்குகளைப் பதிவு செய்ய வேண்டிய கட்டாயம் அவர்களுக்கு.

பேருந்து நிலையம் பாலத்தின் முடிவிலேயே இருந்தது. நிலையத்தை அடைந்த உடனேயே அங்கு ஈரோடு செல்லும் பேருந்து ஒன்று நிற்பதைக் கண்டு மகிழ்ந்தேன். இப்போது நான் பேருந்தைப் பிடித்தால், கூடுதுறைக்கு அருகிலிருக்கிற ராமகிருஷ்ணனின் வீட்டை விரைவில் அடைய இயலும். ஓடிச்சென்று பேருந்தில் ஏறினேன். கூடுதுறையை இன்னும் பத்து நிமிடங்களுக்குள் அடைந்து விடலாம். நான் உற்சாகமானேன்.

***

கூடுதுறை பேருந்து நிலையத்தில் இறங்கியபோது, நாங்கள் சந்தித்துக் கொள்வதாக முடிவு செய்திருந்த தேநீர் கடையில் ராமகிருஷ்ணனைக் காணவில்லை. கடையின் உள்ளேயும் அவர் இருப்பதற்கான அறிகுறிகள் தென்படவில்லை. கடைக்கு வெளியே நின்றபடி அலைபேசியில் அவரை அழைத்தேன்.

போக்குவரத்து ஏற்படுத்திய இரைச்சல் காரணமாக அவரது குரலைப் புரிந்து கொள்வது சிரமமாக இருந்தது. ஒரு சாயப் பட்டறையில் மாட்டிக் கொண்டதாகவும், இன்னும் இருபது

நிமிடங்களில் என்னைச் சந்திப்பதாகவும், அதுவரை தேநீர் கடையிலேயே காத்திருக்கும்படியும் சொன்னார். கிளம்புவதற்கு முன்னமே அவரைத் தொடர்பு கொள்ளாததற்கு என்னயே சபித்துக் கொண்டேன்.

என் அதிர்ஷ்டத்தை நொந்தபடி கடையின் வெளியில் காத்துக் கொண்டிருக்கையில் (கடையின் உள்ளே ஓர் இருக்கை கூடக் காலியாக இல்லை.) என்னிடத்தில் ஒரு விருந்தினர் வந்தார். அந்த மனிதன் முதலில் தேநீர் கடையின் முதலாளியிடமும், உள்ளே இருந்தவர்களிடமும் தன் அதிர்ஷ்டத்தைப் பரிசோதித்திருக்க வேண்டும்; அவன் நின்ற கோலமே, நான் அவனுக்கு என் பாக்கெட்டிலிருந்து ஏதேனும் எடுத்துத் தரவேண்டும் என்று சொல்வதைப் போலிருந்தது. சில நிமிடங்கள் அங்கு அமைதியாக நின்றபடி என்னையே உற்று நோக்கிக் கொண்டிருந்தான். என் உள்ளார்ந்த பண்புகளை எடை போடுவதைப் போலிருந்தது அவன் பார்வை. அவனது இடது உள்ளங்கை என்னை நோக்கி நீட்டப்பட்டிருந்தது.

ஒரு பிச்சைக்காரனாகத் தோன்றினாலும், அவனது தோற்றம் எனக்குள் ஒரு விரும்பத்தகாத தந்தியை மீட்டி விட்டிருந்தது. தந்தியின் அதிர்வுகள் அவன் என்னை விட்டுச் சென்றபின்னும் சில நிமிடங்கள் தங்கியிருந்தன. கிழிந்து, அழுக்குப் படிந்த உடையை அணிந்திருந்தான். அவனது தலை தேனிக் கூட்டைப் போலிருந்தது. ஏதோ கருந்திரவம் அவன் உடல் முழுவதும் பூசப்பட்டதைப் போலிருந்தது. வலது காலில் உறையின்றி ஒரு ஷூவை அணிந்திருந்தான். ஷூவின் முன்புறம் ஒரு பெரிய ஓட்டை இருந்தது. எலும்பாக இருந்தாலும் உறுதியான சட்டகம்

கொண்டவனாக இருந்தான். அவன் என் முன் என்னிடம் ஒரு ரூபாய் நாணயத்தை எதிர்பார்த்து நிற்பதாகத் தோன்றினாலும், அவனது பார்வை வேறு ஏதோ கதை சொல்வதாகத் தோன்றியது. அவனது கண்கள் நெருப்புப் பந்துகளைப் போல் ஒளி வீசிக் கொண்டிருந்தன; எந்நேரமும் அக்கண்கள் நெருப்பை உமிழ்ந்து விடுவன போலிருந்தன. அவனை அளக்க, அளக்க நான் பதற்றமடைந்தேன். சக மனிதனின் மேலுள்ள கருணையினால் அல்ல, அவனை அவ்விடத்திலிருந்து நீக்கி விட வேண்டுமென்ற குறையாத ஆவலினால் அவனுக்கு எதையாவது கொடுத்து விடுவது என்று முடிவு செய்தேன். சட்டைப்பைக்குள் உலோகம் ஏதேனும் தட்டுப்படுகிறதா என்று துழாவிய போது ஒன்று கிடைத்தது. ஆனால் வெளியில் எடுத்து ஓர் ஐந்து ரூபாய் நாணயத்தைக் கண்டபோது மனம் தளர்ந்தேன். இலக்கற்றுத் தெருவில் திரிகிற ஒரு பிச்சைக்காரனுக்கு ஐந்து ரூபாயைத் தானமளிக்கும் எண்ணம் ஏதும் எனக்கில்லை. அந்தப் பணத்துக்கு ஒரு டீ குடிக்கலாம்; திரும்பி வீட்டுக்குப் பேருந்தில் செல்லலாம். ஐந்து ரூபாய் என்பது மிக்க மதிப்புடையது. ஆனால் என் சூழலில் இருந்து இவனைத் துடைத்தெறிந்தாக வேண்டும். மன்னிக்கவியலாத குற்றம் செய்தவனைப் போல இவன் என்னைப் பார்த்துக் கொண்டிருப்பது என்னால் அமைதியாக நிற்கக்கூட முடியாத அளவுக்குக் கொடுமையாக இருக்கிறது. அரை மனதோடு அவனது உள்ளங்கையில் நாணயத்தைப் போட்டேன். அவன் எனக்கு நன்றி சொல்லவில்லை; நான் அதை எதிர்பார்க்கவுமில்லை. அதே துளைக்கும் பார்வையோடு அங்கேயே நின்றிருந்தான். அந்த வெளிப்பாடு மாற வேண்டும் என்று நான் எதிர்பார்க்காமல்

இருந்ததற்கு என்ன காரணமென்றும் என்னால் விளக்க முடியவில்லை. எதனாலோ அவன் எதிர்பார்ப்பை பூர்த்தி செய்யக்கூடிய நிலையிலேயே இருந்தேன். என்னை விட்டு விலகவே மாட்டானோ என்று அஞ்சினேன். ஒருவேளை என்னை அவனுடன் அழைத்துச் செல்ல அவன் பிரியப்படலாம். எனக்கு ரஜினிகாந்த் நடித்த ஒரு தமிழ்த் திரைப்படம் நினைவுக்கு வந்தது. நாயகனை ஒரு பிச்சைக்காரன் ரகசிய வழிகளினூடாக இமாலயத்துக்கு அழைத்துச் செல்வான். அங்கு நாயகன் ஞானிகளையும், ரிஷிகளையும் சந்திப்பான். அவனுக்குப் பல வரங்கள் அளிக்கப்படும். இதை நினைக்கையில் எழுந்த புன்னகையை என்னால் அடக்க முடியவில்லை. என் புன்னகையைக் கண்டதும் அவனது பார்வை தீவிரமடைந்தது. நானே அவனைக் கூவி விரட்டிவிடலாமா என்று எழுந்த எண்ணத்தைக் கைவிட்டு, அவனுக்கு எதிர்த்திசையில் நோக்கினேன். கூடுதுறைக் கோயில் கோபுரம் பார்வையில் பட்டது. கோபுரத்தின் 'சிவ சிவ' எழுத்துக்கள் பிரதானமாகத் தெரிந்தன. இன்னமும் அவன் என்னைத்தான் உற்று நோக்கிக் கொண்டிருக்கிறான் என்பதை என்னால் உணர முடிந்தது. அந்த இடத்தை விட்டு விலகி விடலாமா என்று யோசிக்க ஆரம்பித்தேன்.

★★★

"என்னப்பா, எப்படி இருக்குற?" ராமகிருஷ்ணனின் தவிர்க்கமுடியாத குரல் பின்னாலிருந்து எதிரொலித்தது. சட்டென்று திரும்பிப் பார்த்தபோது ராமகிருஷ்ணன் என்னை நோக்கி வேகமாக வந்து கொண்டிருந்தார். அவர் என் அருகில் வந்ததும், பிச்சைக்காரன் என்னை விட்டு உடனே விலகினான். நான் என்

அலைபேசியை வெளியே எடுத்து அணைத்தேன். எங்கள் உரையாடலுக்குக் குறுக்கே யாரும் வருவதை நான் விரும்பவில்லை.

"சார், வணக்கம். நல்லா இருக்கீங்களா?" ஒரு புன்னகையுடன் அவரை வரவேற்றேன்.

"ம்ம்., நல்லா இருக்கேன். நீதான் எங்கள எல்லாம் மறந்துட்ட போல இருக்கு. எங்களையும் கொஞ்சம் நெனச்சுப் பாருப்பா. பழச மறந்துறாத."

நான் தயக்கமாய்ப் புன்னகைத்தேன். "அப்படியில்ல சார். எங்க மாமனார் வீட்டில ஒரு விஷேசம். கொஞ்சம் பிஸியா இருந்துட்டேன்."

"எதாவது சாப்பிட்டியா? வா, டீ சாப்பிடலாம்," என்றார். என் இடது தோளில் கை போட்டபடி டீக்கடையின் உள்ளே இழுத்துச் சென்றார். டீ மாஸ்டரிடம் உரத்த குரலில் தன் தேவையைச் சொன்னார்; இரண்டு கோப்பை பால் கலந்த தேநீர், அதில் ஒன்று சர்க்கரை குறைவாக, மற்றும் இரண்டு பருப்பு வடைகள். உள்ளே இருந்த கொஞ்ச இடத்தில் நெருக்கி நின்றபடி தேநீருக்காகக் காத்திருந்தோம்.

தேநீரின் மேற்பரப்பில் குறைந்தது கால் இன்ச் அளவுக்கு நுரை நின்றது. ஊதி ஊதித்தான் தேநீரைக் கண்டுபிடிக்க வேண்டியிருந்தது. ராமகிருஷ்ணனும் அதையேதான் செய்து கொண்டிருந்தார். தமிழ்நாட்டில் பெரும்பாலானோர் அதைத்தான் செய்ய வேண்டும். நுரையில்லாத தேநீர் வேண்டுமென்றால்

முன்னமே சொல்லியிருக்க வேண்டும். சில புத்திசாலிகள் அப்படிச் செய்வதுண்டு. வடை காலையில் சுட்டதாக இருக்க வேண்டும். சில்லென்றும், தோல் போல முரடாகவும் இருந்தது.

தேநீர் கடையில் இடம் இல்லாததாலும், அறையில் நண்பர் ஒருவர் இருப்பார் என்பதாலும், கூடுதுறை கோயிலுக்குள் சென்று விட்டால் உரையாடலுக்கு வசதியாக இருக்கும் என்று ராமகிருஷ்ணன் கருதினார். எட்டு மணி கடைசிப் பூஜைக்குப் பிறகு கோயிலை மூடி விடுவார்கள். இருந்தாலும் கோயில் வராந்தாவில் உட்கார்ந்து உரையாட முடியும் என்றார்.

கூடுதுறைக் கோயிலுக்குள் சென்ற உடனேயே ஞாபகங்கள் அலையலையாக என்னை வந்தடைந்தன. இதே கோயிலில்தான் காயத்ரியிடம் என் காதலைச் சொல்லி, மதுரை மீனாட்சி அம்மனால் மட்டுமே ஈடு செய்ய முடிகிற ஒரு புன்னகையைப் பதிலாகப் பெற்றேன். சுமார் ஒண்ணரை ஆண்டுகளுக்கு இந்தக் கோயில்தான் நாங்கள் வருகை புரியும் இடமாக இருந்தது. என் வருகைக்குக் காரணம் அவளைச் சந்திப்பதும், அவளோடு மகிழ்வாக உரையாடுவதுமேயாகும். அவளுக்கோ அழிவின் இறைவன் சிவனின் சன்னதியே முதல் விருப்பம். கோயிலுக்குள் ஸ்தாபிக்கப்பட்டிருந்த எண்ணற்ற லிங்கங்களுக்குள், வில்வ மரத்தடியில் அமர்ந்திருக்கும் ஒரு சிறிய லிங்கமே அவளது முழு கவனத்துக்கும், திருநீறும், வில்வ இலைகளின் அர்ச்சனையுடனும் கூடிய கால்மணி நேர அமைதியான வழிபாட்டிற்கும் உரித்தானதாக இருந்தது; அதற்கும் முன் பிரதான தெய்வமான சங்கமேஸ்வரரை தரிசிப்பது கட்டாயம். இந்தத் தருணங்களிலெல்லாம் நான் அவளைப் பின் தொடர்ந்தபடியே,

அவளது விருப்பமான சடங்குகளுக்குப் பின் என்னுடன் நிகழ்த்தப் போகிற இனிமையான உரையாடல்களுக்காகக் காத்திருப்பேன்.

❋❋❋

அன்று மாலையும் ராமகிருஷ்ணன் பேசத் துவங்குவதற்காக குறுகுறுப்புடன் காத்திருந்தேன்; சரியாகச் சொல்வதானால் அவர் என்னை விட்டு எப்போது விலகுவார் என்று காத்திருந்தேன். என்னவோ எனக்கு இந்தச் சந்திப்பு குறித்து ஒரு விருப்பற்ற உணர்வு ஏற்பட்டது. மேலும் என்னால் அந்தப் பிச்சைக்காரனை மனதிலிருந்து விலக்க முடியவில்லை.

கோயில் கடையிலிருந்து பிரசாதம் வாங்கி வருவதற்காக ராமகிருஷ்ணன் சென்றிருந்தார். திரும்பி வந்தபோது அவர் முகம் பிரகாசமாக இருந்தது. 'இங்க விக்கற புளிசாதம்தான் ஊர்லயே பெஸ்டு' என்றபடி என்னருகில் அமர்ந்து ஒரு புளிசாதப் பொட்டலத்தை என்னிடத்தில் நீட்டினார்.

புளிசாதப் பொட்டலத்தைத் திறந்தபடியே அவர் முகத்தில் நிலவிய குழந்தைமையைக் கண்டு வியந்தேன். எனக்குள் குற்றவுணர்வின் இழை ஒன்று நெளிவதை உணர்ந்தேன்.

"சார், அந்த டினோபால் மேட்டரை இன்னும் ஞாபகம் வச்சிருக்கீங்களா?" என்றேன் தயக்கத்தோடு.

"ஓ, யெஸ். கிட்டத்தட்ட லைஃபையே மாத்தின அந்த விஷயத்தை எப்படி மறக்க முடியும்?"

"ரொம்ப சாரி சார்," என்றேன் குற்றவுணர்வு பொங்கியபடி இருந்தது. "எல்லாம் என் தப்புதான்."

''சே, சே. அப்படியெல்லாம் சொல்லாத. உன்னால முடிஞ்சத நீ செஞ்ச. அந்த லாட்ல தப்பா டினோபாலைச் சேர்த்தவுடனேயே நீ என்னக் கூப்பிட்டுச் சொல்லிட்ட. நீ பண்ண தப்ப மறைக்கவோ, இன்னொருத்தர் மேல சுமத்தவோ நீ நெனக்கல. அது ரொம்ப உயர்ந்த குணம்பா. நீ பண்ண ஒரே தப்பு என்னோட இன்ஸ்ட்ரக்ஷனை மறந்ததுதான். அது வொயிட் லாட் இல்ல, அதுல டினொபால் சேர்க்கக் கூடாதுன்னு எத்தன தடவ சொல்லிருப்பேன். சரி, உனக்கு அப்ப அனுபவம் பத்தல. ஒரு வாரம் முன்னாடிதான் லேப்ல இருந்து ப்ளீச்சிங்க் டிபார்ட்மெண்டுக்கு மாத்திருந்தாங்க. கொஞ்சம் எச்சரிக்கையா இருந்துருக்கலாம். சரி அத விடு. எல்லாம் நடந்து முடிஞ்ச கதை.'' என்றார். அவரது கவனம் பேச்சை விட புளிசாதத்தின் மேல்தான் இருந்தது மாதிரி பட்டது.

✸✸✸

நான் என்னை முழுமையாக வெளிப்படுத்திக் கொள்ள விரும்பினேன், அது முடியாது என்று நன்கு அறிந்திருந்தும் கூட. ''சார், அன்னிக்கு நைட் ஷிஃப்ட். வொர்க்கர்கிட்ட கெமிக்கல் இண்டென்ட் கொடுத்தவுடனேயே நான் தூங்கிட்டேன். மறதியா இண்டென்ட்ல இரண்டு கிலோ டினோபாலை எழுதிட்டேன். வொர்க்கரும் நான் எழுதிக் கொடுத்ததையே செஞ்சுட்டான். நான் பாட்டுக்கு சுகமா தூங்கிட்டிருந்தேன். நான் மட்டும் தூங்காம முழிச்சிகிட்டு இருந்திருந்தா, அந்த அசம்பாவிதத்தை தடுத்திருக்க முடியும். பர்கண்டி கலர் போட வைச்சிருந்த லாட்டுக்கு வைட்டனிங்க் ஏஜன்டை சேர்த்து அதை மேலும் டை பண்ண முடியாதபடி பண்ணிட்டேன். பத்தாயிரம் மீட்டர் துணி சார். பையருக்கும், கம்பெனிக்கும் பெரிய நஷ்டத்தை

ஏற்படுத்திட்டேன். ஆனா குத்தத்தை நீங்க உங்கமேல ஏத்துகிட்டீங்க. என்னை வார்ன் பண்ணதோட விட்டுட்டாங்க. ஆனா நிறைய பட்டது நீங்கதான். உங்க வேலை போச்சு; பிராவிடண்ட் ஃபண்ட் இல்லன்னுட்டாங்க. நீங்க சொன்ன மாதிரி அந்த சம்பவம் உங்க வாழ்க்கையையே மாத்திருச்சு. எல்லாம் என்னால. உங்களையும், கம்பெனியையும் பத்தி நினைக்கும் போது எனக்கு ரொம்ப குற்ற உணர்வா இருக்கு. இதுக்கு முன்னாடி நீங்க என்ன பார்க்கணும்னு விரும்பிய போதெல்லாம் உங்கள நான் அவாய்ட் பண்ணினதுக்குக் காரணம் இதுதான்.''

''மஹேஷ். நீ அப்ப ரெசிக்னேஷன் கொடுத்துருந்த. நீ குத்தத்த ஒப்புத்துக்கிட்டிருந்தீன்னா, எம்.டி உன்ன சும்மா விட்டுருக்க மாட்டார். உனக்கு அந்த மாச சம்பளமும் கெடைச்சிருக்காது. அந்த வருஷ போனசும் கெடைச்சிருக்காது. பொங்கல் நெருங்கிட்டிருந்தது, நினைவிருக்கா? அந்த நேரத்துல் உன் குடும்பம் இருந்த நெலைமைக்கு, போனஸ் பணம் வரலைன்னா நீ திண்டாடிப் போயிருப்ப. நீ புதுசா சேர இருந்த கம்பெனி நம்ம எம்.டிக்கு ரொம்ப பழக்கமானது. நீ வாழ்க்கையில மேல வர்றதுக்கான எல்லா வாய்ப்புகளையும் அவர் பாழாக்கிருப்பார்.''

''ஆனா, இதுல கடுமையா பாதிக்கப்பட்டது நீங்கதான்.''

''அப்படியா நினைக்கற? சே, சே. சொல்லப்போனா அது எனக்கு ப்ளெஸ்ஸிங்க் இன் டிஸ்கைஸ். இந்த கெரகம் புடிச்ச வேலையை விடணும்னு நானும் ரொம்ப நாளா முயற்சி பண்ணிட்டிருந்தேன். ஆனா அதுக்கு தைரியம் இல்லாம இருந்தது. அது இயற்கையாவே நடந்தப்ப, முதல்ல அதிர்ச்சியா இருந்தாலும் அப்புறம் விடுதலையா இருந்தது. என் வாழ்க்கையை நிதானமா

திரும்பிப் பார்க்கறதுக்கான ஒரு வாய்ப்பு. வாழ்க்கையில சில முக்கியமான முடிவுகளை எடுக்கறது அந்த நிலைமையில எளிதா இருந்தது. ஒரு வகையில இந்த மாதிரி நடந்தது எனக்கு மகிழ்ச்சிதான்.''

''நீங்க இப்ப உண்மையிலேயே மகிழ்ச்சியா இருக்கீங்களா சார்.''

''அப்படிச் சொல்லலாம். வாழ்க்கையில எந்தத் தருணத்திலயும் ஒருத்தர் தன் வாழ்க்கை குறித்து மகிழ்ச்சியா இருக்கறான்னு சொல்லிட முடியாது. ஆனா நிறைய பாரங்கள் என்னை விட்டு நீங்கிட்டதுன்னு மட்டும் சொல்ல முடியும். என் பாக்கெட் காலியா இருக்கு; என் பாதை தெளிவா இருக்கு; அல்லக்கைகள் யாரும் இல்லை; எஜமானர்களும் யாரும் இல்லை,'' என்றார் சத்தமாகச் சிரித்தபடி.

✸✸✸

நான் ஒரு நிமிடம் அவரையே ஆழ்ந்து நோக்கியபடி இருந்தேன். அவர் என்னிடம் அப்போது சொன்னவற்றைப் பற்றிச் சிந்தித்தபடியிருந்தேன். அவர் குரல் நாடோடியைப் போல் ஒலித்தாலும், அதிலிருந்த மெல்லிய நடுக்கம் அவரது பணி வாழ்க்கையின் மாலைப் பொழுதின் எதிர்பாராது நிகழ்ந்து விட்ட திருப்பங்களால் அவர் பட்டிருந்த காயங்களைப் பறை சாற்றுவதாக இருந்தது. அவருக்கு கிடைத்துக் கொண்டிருந்த கொழுத்த சம்பளத்தோடு மட்டுமின்றி, நல்ல தரத்தோடு குறித்த நேரத்தில் துணியை உற்பத்தி செய்து தருவதற்காக வாடிக்கையாளர்களிடம் பெற்றுக் கொண்டிருந்த கமிஷனையும் நிர்வாக இயக்குனரிடம் நிகழ்த்திய சில நிமிட உரையாடலிலேயே இழந்து விட்டார்.

இப்போது தன் அவலத்தை நியாயப்படுத்திக் கொண்டிருப்பதாகத்தான் பட்டது. வாழ்க்கையில் அவருக்கென்று தேர்வுகள் இல்லையென்பது எனக்குத் தெரியும். அரிசி மண்டியில் மொத்த வியாபாரம் செய்யும் விற்பனையாளர் ஒருவரிடம் வாங்கிய 86 ஆம் வருடத்திய பஜாஜ் ஸ்கூட்டரைத்தான் இன்னும் ஓட்டிக் கொண்டிருந்தார். அவர் அணிகிற ஆடைகள் பதினைந்து வருடங்களுக்கு முன்பு வாங்கியவை. ஒரு எளிய உணவில் அவரால் திருப்தி அடைந்து விட முடியும். ஆனால் அவர் குடும்பத்துக்குச் செய்கிற எல்லாவற்றையும் குறை சொல்கிற ஒரு கல்வியறிவற்ற மனைவியும், அவர் பணத்தை அழகு சாதனங்களில் ஊதாரித்தனமாகச் செலவழிக்கிற இரு பதின்பருவ மகள்களும் இருந்தனர். ஆடை பதனிடும் தொழிற்சாலையில் உள்ள என் நண்பர்கள் மூலமாக அவர் கையில் ஒன்றும் அவ்வளவு பெரிய இருப்பு இல்லை என்றும் தெரிந்து கொண்டேன். சிறிய ஆலைகளிலிருந்து சில ஆர்டர்களை எடுத்திருந்தார். அவற்றைப் பல்வேறு பதனிடும் நிலைகளினூடாகத் தொடர்வதன் மூலம் வரும் வருமானம் அவரது அன்றாடச் சொந்தச் செலவுகளுக்கே போதாது. இதில் குடும்பச் செலவுகளுக்கு எங்கே காணும்?

நான் சிந்தனையில் ஆழ்ந்திருப்பதைப் பார்த்து, ''எனக்குப் பொருளாதார ரீதியா கொஞ்சம் சிரமம்தான். நான் உன்னைத் தொடர்பு கொள்ளணும்னு நினைச்சேன்; உனக்கு மெயில் அனுப்பினேன்; உன் நம்பருக்குப் பல தடவை கூப்பிட்டுப் பார்த்தேன். நீ அசையல. உன் காரீயர்ல நீ கவனம் செலுத்திட்டு இருந்திருப்பேன்னு நினைக்கிறேன்.''

நான் வேலை மும்முரத்தில்தான் இருந்தேன். ஒரு தரக்கட்டுப்பாட்டு அலுவலனாக இருந்ததில் இருந்து

பங்களூருவில் உள்ள புகழ் பெற்ற ஒரு கல்வி நிலையத்தின் விரிவுரையாளனாக என் தொழிலை மாற்றிக் கொண்டேன். அந்த வேலை போதுமானது என்று சொல்வதற்கும் மேலான பணம் கொடுத்தது. ஐந்து வருடத்தில் நான் முற்றிலும் மாறிய மனிதனாகி விட்டேன். என் சொந்த ஊரில் வீடு கட்டிவிட்டேன். என்னிடம் செவர்லே காரும், வங்கியின் நிரந்தர சேமிப்புத் திட்டத்தில் கொழுத்த பணமும் இருந்தன. ராமகிருஷ்ணன் என்னைத் தொடர்பு கொள்ள முயன்றது என்னிடம் பொருளாதார உதவி எதிர்பார்த்துதான் என்று எனக்குத் தெரியும்; அந்தக் காரணம் பற்றியே நான் அவருடன் தொடர்பு கொள்வதைத் தவிர்க்க முயற்சித்தேன். துணி ஆலையிலிருந்து ஒரு நண்பர் என்னைத் தொடர்பு கொண்டு, ராமகிருஷ்ணன் தனியாக ஒரு சந்தைப்படுத்தும் நிறுவனம் துவங்க எண்ணம் கொண்டுள்ளதாகவும், அதற்கென தேவைப்படும் பெரிய தொகையை என்னிடம் கேட்க வாய்ப்புண்டு என்றும் தகவல் கொடுத்தார். வீடு கட்டும் சுமை மட்டும் இல்லாதிருந்திருந்தால் நான் அவருக்கு உதவியிருக்க முடியும். ஆனால் நம் நிலையை நாம் எப்போதுமே நியாயப்படுத்திக் கொண்டிருக்க முடியாது, குறிப்பாக ராமகிருஷ்ணனிடம்.

"உங்க கை கொஞ்சம் நடுங்கற மாதிரி இருக்கு!" என்றேன், அவர் உடல் முழுக்க அவஸ்தையான பலவீனத்தில் இருப்பதை உணர்ந்தபடி.

"ஓ, யெஸ்," என்றார் தன் உள்ளங்கைகளைப் பார்த்தபடி. "என் கனவுக் கடலில் குதிக்கறதுக்கான நேரம் வந்துடுச்சு."

"எனக்குப் புரியல."

''இப்பல்லாம் நான் அடைக்கலம் தேடிக்கறது மதுவிடம்தான். அது எனக்கு நல்லா உதவி பண்ணுது. இந்த வீணாப் போன உலகத்தை மறக்கடிச்சு இன்னொரு பரிமாணத்துக்கு என்னை அழைச்சுட்டுப் போயிடுது. நீ குடிப்பியா மஹேஷ்?''

''எப்பயாவது. யாருக்காவது ஃபேர்வெல் பார்ட்டி வந்ததுன்னா ஒண்ணோ, ரெண்டோ பெக் அடிப்பேன்.''

''நான் குடிக்க ஆரம்பிச்சி நாலு வருஷமாச்சு மஹேஷ். ஒண்ணு தெரியுமா? குடிக்கறதுல நான் ரொம்ப ஒழுக்கமானவன். ஒரு நாளைக்கு ஒரு குவார்ட்டர். அவ்வளவுதான்.''

நான் குலுங்கி விட்டேன். ராமகிருஷ்ணன் அவரது சுத்தமான நடத்தைக்குப் பெயர் போனவர். அவர் எந்த வேண்டாத பழக்கங்களும் இருந்ததில்லை. வெற்றிலை, பாக்கு போடுதல் கூட. மிகவும் மரியாதையானவர் என்று எல்லோராலும் மதிக்கப்பட்டவர் அவர்.

''இத்தனை வருஷமா என்ன பண்ணிட்டிருந்தீங்க சார்?'' என்றேன்.

''முதல்ல என் ஆஃபிஸ் திறக்கறதுக்கு ரொம்ப கஷ்டப்பட்டேன். இன்னும் கஷ்டப்பட்டுட்டுத்தான் இருக்கேன். இப்ப அதுல வித்தியாசம் என்னன்னா நான் என் கஷ்டங்களைக் கண்டுக்கறதில்லை. ஒரு ஏழு லட்ச ரூபாய் இந்தத் தொழில்ல தொலைச்சிருப்பேன். இத்தன வருஷத்தில சம்பாதிச்சத கணக்கு பண்ணினா பன்னிரண்டு லட்ச ரூபாய் வரும். அத விடு! இடம் பார்த்து அடிச்சேன்னா இந்த வருஷம் பத்து லட்சத்துக்குக் குறையாம பார்த்துடுவேன். ஒரு ஆஃப்ரிக்கன் பையரோடு

தொடர்பு வச்சிட்டுருக்கேன். பேரம் ஆரம்பமாயிடுச்சு. ஒரு கண்டெய்னர் பிரிண்டிங்க் ஆர்டர் தரேன்னு சொல்லியிருக்கான். ரெண்டு பர்செண்ட் கமிஷன் கிடைக்கலாம். எனக்கு நம்பிக்கையிருக்கு.''

அவரது நம்பிக்கை முரட்டுத்தனமானதென்று நான் அறிந்திருந்தேன். ஆனால் இம்முறை அவரது நம்பிக்கை நிறைவேற்ற முடியாதது மட்டுமல்ல, கற்பனையானது என்பதையும் அறிந்தே இருந்தேன். தென் ஆஃப்ரிக்காவின் கண்டெய்னர் ஆர்டர்கள் சீனாவுக்குச் சென்று விட்டன என்பது எனக்கு உறுதியாகத் தெரியும். சீனத்தொழிலாளர்களின் குறைந்த ஊதியம் காரணமாக சீனர்கள் அந்த ஆர்டர்களைக் குறைந்த மதிப்புக்கு எடுக்க முடிந்தது. இந்தியப் பதனீட்டாளர்களுடன் இந்தப் பரிமாற்றம் எப்போதும் பிரச்சனையாகவே இருந்து வந்திருக்கிறது. உச்சபட்ச தரமும் நேரத்துக்கு ஆர்டரை முடித்துக் கொடுத்தலும் ஒரு வாடிக்கையாளரை திருப்திப்படுத்த இன்றியமையாதவை. இந்தப் பரப்புகளில் இந்தியர்கள் சொதப்புவது வாடிக்கையாளர் மத்தியில் பிரசித்தம். குழந்தைத் தொழிலாளர்களை பணிக்கமர்த்துதல், மாசுக்கட்டுப்பாட்டு வாரியத்தின் தர நிர்ணயங்களை நிறைவேற்றத் தவறுதல், மத்திய சுங்க இலாகாவை ஏமாற்ற முயற்சித்தல் ஆகியன வாடிக்கையாளரை சீற்றம் கொள்ளச் செய்யும் இதர காரணிகள். இவ்வெல்லாக் காரணிகளும் நீண்ட காலமாகக் குவிந்து இந்திய மண்ணிலிருந்து கண்டெய்னர் பிரிண்டிங்க் ஆர்டர்களை நிரந்தரமாக அழித்து விட்டன.

''நீ அமைதியாக இருக்கறதப் பார்த்தா என்னைப் பார்த்துப் பரிதாபப்படற மாதிரி இருக்கு,'' என்றார் ராமகிருஷ்ணன்,

என்னைப் பார்க்காமலேயே. ''அதுக்கு அவசியமில்லை. ...'' திடீரென்று அவரது பேச்சு நின்றது. லட்சுமி நரசிம்மன் பிரகாரத்துக்கு எதிரில் இருந்த சாப்பாட்டு மண்டபத்தைப் பார்த்துக் கொண்டிருந்தார். அவர் எதைப்பார்க்கிறார் என்று நானும் திரும்பிப் பார்த்தேன். கருப்பு வேட்டி அணிந்த சபரிமலை பக்தர்கள் குழு ஒன்று எங்களைக் கடந்து போயிற்று. சரணம் ஐயப்பா என்ற கோஷம் எழுந்து காதைப் பிளந்தது. அந்த நாளின் இறுதிப் பூஜை துவங்குவதன் காரணமாக காட்சிகள் பரபரப்பாக இருந்தன. எனக்குக் கிளம்புவதற்கான நேரம் வந்து விட்டதெனத் தோன்றியது. அலைபேசியை வெளியில் எடுத்து உயிர் கொடுத்தேன் ராமகிருஷ்ணனைத் திரும்பிப் பார்த்தேன். அவர் கூட்டத்தின் பரபரப்பைப் பார்த்துக் கொண்டிருக்கவில்லை. சாப்பாட்டுக் கூடத்தின் ஓரத்தில் இருந்த குடிநீர்க்குழாயின் மீதுதான் அவரது பார்வை விழுந்திருந்தது. அங்கே நின்றிருந்தது என் சித்திரவதைக்காரன். குழாயிலிருந்து தண்ணீர் குடித்தபடி, சுற்றி நிகழ்வனவற்றோடு தொடர்பற்று நின்றிருந்தான். இதற்கு முன்பு உணர்ந்த அதே சங்கடத்தை மீண்டும் உணர்ந்தேன்.

என் அலைபேசி அதிர்ந்தது. காயத்ரி; அலட்சியம் செய்தேன். இன்னொரு பதினைந்து நிமிடங்கள் அவள் காத்திருப்பதில் தவறில்லை.

''அந்தப் பிச்சைக்காரனைப் பார்த்தியா?'' என்றார் ராமகிருஷ்ணன். நான் ஆமென்று பதிலிறுத்தேன். அவன் ஆந்திராவிலிருந்து வந்திருப்பதாக ராமகிருஷ்ணன் சொன்னார். மூன்று வருடங்களுக்கு முன்பு வந்திருக்கிறான். அவனது மாநிலத்தில் நகைத்தொழில் செய்து வந்திருக்கிறான். சந்தேகமின்றி

ஒரு கோடீஸ்வரன்தான் அவன். தொழில்ல கொஞ்சம் அகலக்கால் வச்சுட்டான். வர்த்தகச் சிக்கல்களினால எல்லாச் சொத்தையும் இழந்தான்; அவன் பொண்டாட்டி தற்கொலை பண்ணிக்கிட்டா; அவனுக்குப் பித்து பிடிச்சுட்டுது. இங்க வந்து சேர்ந்த நாள்ல இருந்து தான் இழந்த சொத்தை அடுத்தவங்க பாக்கெட்டில தேடிட்டு இருக்கான்.'' ராமகிருஷ்ணன் சிரித்தார்.

கோயில் வாயிற்காவலன் ஒரு குச்சியை வைத்துக் கொண்டு பிச்சைக்காரனை வெளியே தள்ள முயன்று கொண்டிருந்தான். அது அவ்வளவு சுலபமான காரியமாக இருக்கவில்லை. அவர் பிச்சைக்காரனை மறந்து விட்ட மாதிரித் தோன்றியது. அவரது திட்டங்கள் குறித்து விறுவிறுப்பாகப் பேசிக்கொண்டு போனார். ஐக்கிய அமெரிக்க நாடுகளில் பணிபுரியும் ஒரு மென்பொருள் பொறியியலாளருக்கு அவரது முதல் மகளைத் திருமணம் செய்து தருவாராம். அடுத்த ஆண்டு இந்நேரம் அவரது சொந்த ஊரான திருச்சியில் சொந்த வீடு கட்டி முடிக்கப்பட்டிருக்கும். அவரது தற்போதைய தேவையைச் சமாளிக்க ஒரு முப்பதாயிரம் தேவைப்படுகிறது. அவர் அந்தப் பணத்தை என்னிடம் கேட்கவில்லை. எப்படியோ அவரே அதை ஏற்பாடு பண்ணி விடுவார். என் வாழ்க்கையில் மிக வேகமாக முன்னேறியதற்கு தன் மகிழ்ச்சியைத் தெரிவித்தார்.

அவரது உரையைக் கேட்டுக் கொண்டிருக்கையிலேயே, அவர் இந்த நிலைக்கு வந்ததில் என் பங்கு எவ்வளவு இருக்கிறது என்பதை வியப்போடு யோசித்துக் கொண்டிருந்தேன். பேச்சின்போது காயத்ரியை இருமுறை அலட்சியம் செய்தேன்.

ஆனால் காயத்ரி நான்காவது முறையாக அழைத்தபோது,

அவரது அனுமதி கேட்டு பேச்சை நிறுத்த வேண்டியதாயிற்று.

''ஏன் செல்ஃபோனை ஆஃப் பண்ணி வச்சிருந்தீங்க?'' என்றாள் எடுத்தவுடன். அவள் குரலில் எரிச்சலை இனங்கண்டு கொள்ள முடிந்தது.

''அவரோட நிம்மதியா பேசணும்னு நினைச்சேன், அதனாலதான். என்ன ஆச்சு? இதுக்குத்தான் முன்னாலயும் என்னைக் கூப்பிட்டயா?''

''விடாமக் கூப்பிட்டுகிட்டு இருக்கேன். வண்டி சாவி எங்க? உங்ககிட்டயா இருக்கு? நான் இங்க சல்லடை போட்டுத் தேடிட்டேன்.''

நான் கால்சராய் பாக்கெட்டுகளில் துழாவி வலது பாக்கெட்டில் மோட்டார் சைக்கிள் சாவியைக் கண்டுபிடித்தேன்.

பொற்குகை ரகசியம்

வெளிப்புறத்தில் சுண்ணாம்பு பூசப்படாமல் சொரசொரப்பான சுவர்கள் கொண்ட கட்டிடமாயிருந்தது அது. பக்கவாட்டுச் சுவற்றுக்கு அருகில் ஒரு பெரிய வண்டியில் உடைந்த ரம்பங்களும், துருப்பிடித்த குதிரை லாடங்களும், பழுதாகிப் போன தொலைபேசிப் பெட்டிகளும் குவித்து வைக்கப்பட்டிருந்தன. அந்த வண்டியின் மீது ஏறினால் முதல் ஜன்னலில் கால் வைத்து, இரண்டாவது ஜன்னலைப் பற்றி விட முடியும். கட்டிடத்தின் முன்னும், பின்னும்தான் ஆட்கள் நின்றிருந்தனர். இந்தச் சுவர்ப்பக்கம் தரையில் குடித்து வீசப்பட்ட மது பாட்டில்களும், எச்சில் இலைகளும், வாழைமட்டைகளும் சிதறிக்கிடந்தன. அவை கலவையாகச் சேர்ந்து எழுப்பிய நாற்றம் பாலுவுக்குப் பிடித்திருந்தது. இரும்புச்சாமான் வண்டி மீது ஏறி ஒரே தாவில் முதல் ஜன்னலைப் பிடித்து விட்டான். அங்கிருந்து இரண்டாவது

ஜன்னலை எம்பிப் பிடிப்பதுதான் சிரமமாயிருந்தது. கொஞ்சம் தவறினால் உடைந்த ரம்பங்கள் மீதுதான் விழ வேண்டும். பத்து நிமிட முயற்சிக்குப் பின் இரண்டாவது ஜன்னலுக்குப் போய்விட்டான். ஜன்னல் வழியே மாலை வெளிச்சத்தில் காயத்ரி குட்டைக்கை வைத்த பூப்போட்ட சட்டையும், பாவாடையும் அணிந்து, குத்த வைத்து உட்கார்ந்திருந்ததைப் பார்த்தான். வென்டிலேட்டர் வழியே பாய்ந்த ஒளிப்பட்டையில், அறைக்குள் தூசு நிரம்பிக் கிடந்தது தெரிந்தது. செல்லரித்த மர மேஜைகளும், மரச்சட்டகங்களும் ஆங்காங்கே குவித்து வைக்கப்பட்டிருந்தன. தன்னைக் குறுக்கிக் கொண்டு அமர்ந்திருந்த காயத்ரிக்கு இவனைப் பார்த்ததும் கண்கள் விரிந்தன. பாலுவுக்கு இது கனவா அல்லது மனம் மட்டும் விழிப்புற்று உடல் விழிப்புறாத நிலையில் தானே வரவழைத்துக் கொண்ட கற்பனையா என்று புரியவில்லை. வேறு யாரும் வருவதற்கு முன் தானே வந்து அவளை மீட்க முடிந்ததை நினைத்து ஆனந்தப்பட்டான். ஜன்னல் வழியே உள்ளே குதித்து, அவளருகே சென்று அமர்ந்தான். அவள் அவன் பக்கம் பார்வையைச் செலுத்தாது அமர்ந்திருந்தாள். உடல் மெலிதாக நடுங்கிக் கொண்டிருந்தது. அவளைத் தோளோடு சேர்த்து அணைத்து இறுக்கிக் கொண்டான். காயத்ரி அவன் மீது பட்ட இடங்களிலெல்லாம் மிருதுவாக இருந்தாள். அவளுக்கென்றே இருந்த அந்தத் தனிப்பட்ட வாசனையை நுகர்ந்தான். திருடன் போலீஸ் விளையாடும் போதெல்லாம் ரகசியத் திட்டம் போடுவதற்காக அவள் இவன் தோள் மீது கை போட்டுத் தனியே அழைத்துச் செல்லுகையில் நுகர்ந்தது இதே வாசனையைத்தான்.

அணைப்பு இறுக்கமாகவும், கதகதப்பாகவும் இருந்திருக்க வேண்டும். அவளது நடுக்கம் நின்று விட்டது. இருந்தாலும்

அவனுக்கு அணைப்பின் பிடியை விட விருப்பமில்லை. இது மாதிரிப் பலமுறை நிகழ்த்திப் பார்த்திருக்கிறான். ஆனால் அதற்கும் மேல் கற்பனை ஓட்டுவதற்கு தைரியம் இருந்ததில்லை. இதற்கு மேல் எல்லை மீறினால் அவளிடம் தான் உருவாக்கி வைத்திருக்கிற பிம்பம் உடைந்து போய்விடுமோ என்று அஞ்சினான். மேலும், கற்பனையை வளர்த்துக் கொள்ள அவனுக்கு நேரம் இடம் கொடுப்பதேயில்லை. இரவு உறங்கப் போகையில் துவக்கினால் கற்பனையைத் தொடர முடியாதபடித் தூங்கிப்போய் விடுகிறான். அதிகாலையில் விழிப்பு வந்தவுடன் படுக்கையில் கிடந்தபடி யோசித்தால் பாட்டி எழுப்பி விட்டு விடுகிறாள்.

இப்போதும் பாட்டி எழுப்பி விட்டு விட்டதால் காயத்ரியை அணைத்தபடி அமர்ந்திருக்கும் சித்திரம் அப்படியே உறைந்து விட்டது. எழுந்தவுடன் பாட்டி கொடுத்த தூக்கையும், பணத்தையும் கையில் பிடித்தபடி டீக்கடைக்குக் கிளம்பினான். சாலையில் இன்னமும் இருட்டு போர்த்தியிருந்தது. கீரைக்கூடைகளோடும், மார்கெட்காரிகளோடும் இருபத்திநாலாம் நம்பர் கடந்து போனது. ஒன்றிரெண்டு வீடுகளில் வாசல் தெளித்துக் கோலம் போட ஆரம்பித்து விட்டனர். அதிகாலைக் காற்று சிலுசிலுவென்று உடைகளுக்குள் புகுந்த நேரத்தில் டெக்ஸ்டூலில் இருந்து இரவு ஷிஃப்ட் தொழிலாளர்களுக்கு காலைத் தேநீர் நேரத்துக்கான சங்கு ஊதியதால் பாலுவுக்கு மயிர் கூச்செறிந்தது.

சோகையாய் எரிந்த மெர்க்குரி விளக்கின் மஞ்சள் வெளிச்சத்தில் நனைந்து கொண்டிருந்த டீக்கடை ஒன்றிற்குள் நுழைந்தான். உள்ளே சென்று டீ மாஸ்டர் கவுண்டரில் தூக்கைக் கொடுத்து நாலு ரூபாய்க்கு டீ சொன்னான். பிறகு கல்லாவுக்கு வந்து

பாட்டிலிலிருந்து ஒரு நெய் பிஸ்கட் எடுத்துக் கொண்டான். இந்தக் கடையில் டீ வாங்கினால் தாத்தாவுக்குப் பிடிப்பதில்லை. அளவு கொஞ்சமாய்ப் போட்டு விடுகிறான் என்று புலம்புவார். மதீனா ஸ்டோருக்கு எதிரிலுள்ள கடையில் தூக்கின் கழுத்து வரை போட்டுத் தருவான். ஏழுபேர் குடிக்க தாராளமாக இருக்கும். பாலுவுக்கு அந்தக் கடை வரை நடந்து செல்ல சலிப்பாக இருந்தது. தூக்கம் கண்களிலேயே தேங்கியிருக்க இந்தக் கடை வரை நடந்து வருவதற்கே பெரும்பாடாயிருக்கிறது. தவிரவும் அந்தக்கடையில் தேங்காய் பன்தான் வைத்திருப்பான். அதிகாலையில் எழுந்து டீ வாங்கிக் கொண்டு வருவதற்கு உபகாரமாக வீட்டில் கொடுக்கும் ஒரு ரூபாய் முதலீட்டைத் தேங்காய் பன்னில் இழக்க அவன் தயாராயில்லை.

பாலு நெய் பிஸ்கட்டை டீயில் தொட்டுத் தின்று முடிப்பதற்குள் ஆறுமுகம் சித்தப்பா குளித்துத் தயாராகி விட்டார். அவனிடம் தன் கைப்பையைக் கொடுத்து விட்டு, அவன் தோளைப் பிடித்துக் கொண்டார். இருவரும் வெளியில் வந்து நடக்க, சித்தப்பாவின் தள்ளாட்டத்துக்கும், தடுமாற்றத்துக்கும் ஈடு கொடுத்து மெதுவாக நடப்பது பாலுவுக்குக கடினமான காரியமாக இருந்தது. பத்து நிமிடம் இப்படியே நடந்து பேருந்து நிலையத்தில் நிழற்குடையினருகில் வந்ததும், பெட்டிக்கு மேல் படுத்து உறங்கிக் கொண்டிருந்த பிச்சைக்காரனை வசைச்சொற்களால் ஏசியபடி அடித்து எழுப்பினார் சித்தப்பா. சிக்குப்பிடித்த தலையோடு இருந்த அவன் அழுக்கு மண்டி நார்நாராகி கிழிந்து தொங்கிக் கொண்டிருந்த ஆடைகளைச் சுருட்டி கொண்டு எழுந்து தூணோரம் சென்று தரையில் படுத்துக் கொண்டான். பாலு பெட்டியின்

பக்கவாட்டுக் கதவைத் திறந்து உள்ளிருந்து ஸ்டூல், ஸ்டாண்டு, கிளிப்புப்பை எல்லாம் வெளியே எடுத்தான். பெட்டியைத் தூணோடு இணைத்துக் கட்டியிருந்த சங்கிலியின் பூட்டைத் திறந்து, சங்கிலியைக் கழற்றி உள்ளே போட்டான்.

பலபலவென்று விடிந்து கொண்டு வந்தது. சாலையின் மறுபுறம் சந்தைக்காரிகள் காய்கறிக்கூடைகளை விரித்து வைத்துக் கொண்டு கூவ ஆரம்பித்து விட்டார்கள். டெம்போவில் குவிக்கப்பட்டு வந்திறங்கிய மீன்களின் நாற்றம் காலைக்காற்றில் தவழ்ந்து பாலுவை வந்தடைந்தது. பேருந்து நிலையச் சாலையை இரண்டாகப் பிரிக்குமிடத்தில் அமைந்த பிள்ளையார் கோயிலின் ஒலிபெருக்கியில், 'வினாயகனே வினை தீர்ப்பவனே' ஆரம்பித்து விட்டது. பாலு ஸ்டாண்டை எடுத்துப் பெட்டிமேல் வைக்க, இவனும், சித்தப்பாவும் சேர்ந்து கிளிப்பு மாட்ட ஆரம்பித்தார்கள். இறுக்கமாக இருந்த சில கிளிப்புகளை மாட்டுவதற்கு பாலு மிகவும் சிரமப்பட்டான். இரண்டுகைகளாலும் சேர்ந்து கிளிப்பை அழுத்த, அது கைகளிலிருந்து பிதுக்கிக்கொண்டு தரையில் விழுந்தது. மீண்டும் எடுத்து மிகுந்த முயற்சிக்கிடையில் கிளிப்பை மாட்டி விட்டுக் கைகளைப் பார்த்தான். இரண்டு கைகளிலும் கட்டை விரலும், ஆள்காட்டி விரலும் ரோஜா நிறத்தில் சிவந்திருந்தன. இனி திரும்ப இந்தக் கிளிப்புகளில் பரிசுச் சீட்டுகளை மாட்டுகையிலும் இதே பிரச்னைதான்.

சித்தப்பா கைப்பையைத் திறந்து லாட்டரிச் சீட்டுக்கட்டை இவனிடம் கொடுத்தார். இன்றைய குலுக்கல் நாகாலாந்தைக் கீழ்வரிசையில் பத்துப் பத்தாக மாட்ட வேண்டும். ஒரு செட் பத்து ரூபாய். தனியாக வாங்கினால் ஒன்று ஒரு ரூபாய் இருபது காசுகள்.

நடு வரிசையில் நாளைய குலுக்கல் பூட்டான் ஐந்து ஐந்தாக மாட்ட வேண்டும். பூட்டான் டிக்கட்டுகள் எந்தத் தேதி குலுக்கலாயிருந்தாலும் நிறையப் போகும். அம்மாநில பரிசுச்சீட்டுகளுக்கு வரிவிலக்கு அளிக்கப்பட்டிருப்பதால் அவற்றுக்கு விழும் பரிசுக்கு சித்தப்பா கமிஷன் எடுத்துக்கொள்ள மாட்டார். மேல்வரிசையில் குபேரும், தமிழ்நாடு அரசும், கேரளா பம்பர் குலுக்கலும் கட்டுக்கட்டாகவே வைத்து விடலாம்.

முதல் வரிசையை மாட்டி முடிப்பதற்குள்ளாகவே நேற்றைய குலுக்கல் முடிவுகள் பார்க்கக் கூட்டம் வந்து விட்டது. சித்தப்பா பாலுவிடம் மூன்று ரூபாயைக் கொடுத்து அதிர்ஷ்டமும், தினமலரும் வாங்கிவரச் சொன்னார். இவன் நிழற்குடை தாண்டி தாஜ்மஹால் ஓட்டல் அருகில் இருந்த பெட்டிக்கடைக்குப் போனான். செய்தித்தாளும், பான்பராக்கும், வார இதழ்களும் வாங்குவதற்காக ஒரு சிறு கூட்டம் கடை முன் நின்று கொண்டிருந்ததனால் இவன் சிறிது நேரம் காத்திருக்க வேண்டியதாயிற்று. வாழைப்பழக் குலைகளுக்குப் பின்னால் முத்து காமிக்ஸ் புத்தகங்கள் நீளவாக்கில் தொங்கவிடப்பட்டிருந்தன. இவன் படிக்காத கதையாகத் தெரிந்தது. அன்றைக்குத்தான் வந்திருக்கும் போலிருந்தது. மீனா அக்கா வீட்டில்தான் இரும்புக்கை மாயாவி கதைகளும், குற்றச் சக்ரவர்த்தி ஸ்பைடர்கதைகளும், - ஸ்பைடர் முதலில் வில்லனாக இருந்தபோது செய்த சாகசங்கள் அவனுக்கு மிகவும் பிடிக்கும் - கருமலைத்தீவு, கோமாளியின் கொலைகள், மற்றும் இன்னபிற இந்திரஜாலக் கதைகளும் தவறாமல் வாங்குவார்கள். அவற்றைப் படிப்பதற்காகப் பள்ளி விட்டதும் மீனா அக்கா வீட்டிற்கு நேராகச்

சென்று விடுவான். அவன் வந்தவுடனேயே அக்கா அவனுக்கு ஏதாவது ஒரு புத்தகத்தை எடுத்துக் கொடுத்து விடும். தின்பதற்கும் ஏதாவது கொடுக்கும். அவர்கள் வீட்டிலேயே உட்கார்ந்து முழுவதையும் படித்துவிட்டு வீடு திரும்ப மணி ஆறாகி விடும். வீட்டுக்கு எந்தப் புத்தகத்தையும் எடுத்துப் போக மீனா அக்கா அனுமதிக்காது. ஆறுமணிக்கு வீடு திரும்பினால் 'எங்கடா ஊரை சுத்திட்டு வர்றே?' என்று கேட்பார் தாத்தா. இந்த மாதம் முழுக்கவே அப்படி எதையும் படிக்க முடியாமலாகிவிட்டது. மீனா அக்கா கல்யாணமாகி நெய்வேலிக்குப் போய்விட்டது. ஊருக்குப் போகும்போது ஒருமுறை அவனையும் நெய்வேலிக்குக் கூட்டிச் செல்வதாகச் சொல்லிவிட்டுச் சென்றிருக்கிறது.

''அது எவ்ளங்கண்ணா?'' என்றான் கைகாட்டி. கடைக்காரர் படக்கென்று கிளிப்பிலிருந்து ஒரு புத்தகத்தை உருவி, ''இந்தா, மூன்று ரூபாய்,'' என்றார். ''இல்ல. காசு இல்ல. அப்புறம் கொண்டு வந்து வாங்கிக்கிறேன்,'' என்றான். கடைக்காரர் அவனை வைதபடி அவன் கேட்ட செய்தித்தாள்களைக் கொடுத்தார். அவற்றை வாங்கிக் கொண்டு சில நிமிடங்கள் அங்கேயே நின்றிருந்தான். அட்டைப்படத்தில் ஷெரீஃப் பழுப்பு நிற முழுக்கை சட்டையும், பாண்டும் அணிந்திருந்தார். சட்டை, பாண்ட் இரண்டிலும் எண்ணற்ற பாக்கெட்டுகள். கௌபாய் தொப்பி அணிந்தபடி இரண்டு தொடைகளிலும் செருகி நிற்கிற துப்பாக்கி ஸ்டாண்டுகளில் ஒன்றிலிருந்து ஒரு துப்பாக்கியை உருவி உயர்த்தியிருந்தார். அவர் அமர்ந்திருந்த குதிரை பிடரி சிலிர்த்தபடி இரண்டு கால்களையும் உயரத்தூக்கி நின்றிருந்தது. பின்னால் ஓர் இளம்பெண்ணும், தலையில் கோழி இறகுகள் செருகின, பரந்த

முகம் கொண்ட செவ்விந்தியர் ஒருவரும் வரையப்பட்டிருந்தனர். பின்புலத்தில் பாலைவனமும், வறண்ட மலைகளும் தெரிந்தன. சூரியன் கொளுத்திக் கொண்டிருந்தது. 'பொற்குகை ரகசியம்' என்று தலைப்பிடப்பட்டிருந்தது. நின்றபடியே மனக்கண்ணில் கதையை யூகிக்க முயற்சி செய்தான். யூகிக்க யூகிக்க கதையை வாசிக்க வேண்டும் என்ற ஆவல் மேலிட்டு மூன்று ரூபாய்க்கு என்ன செய்வது என்ற திட்டம் வலுப்பெற ஆரம்பித்தது. ''அங்க என்னடா பண்ணிட்டிருக்கே? சீக்கிரம் வாடா?'' என்று சித்தப்பாவின் குரல் கேட்டது.

குலுக்கல் முடிவு பார்த்து விட்டுப் பரிசு விழுந்திருந்ததால், பாதிபணத்துக்குப் பரிசுச் சீட்டு வாங்கவேண்டும் என்று சித்தப்பா வற்புறுத்திக் கொண்டிருந்தார். அவர் கடையில் வாங்கிய சீட்டாக இருந்தால் முழுப்பணமும் கொடுப்பார். சித்தப்பா பரிசுச் சீட்டுகளை மொத்தவிலைக்கடையிலிருந்து டி.சி போட்டுத்தான் வாங்குவதால் அவர்களிடமிருந்து கமிஷன் கிடைத்து விடும். வாரத்தின் செவ்வாய் மற்றும் வெள்ளிக்கிழமைகளில் எஸ்.எஸ்.மணியன் லாட்டரி சென்டரிலிருந்தோ, சேகர் கடைக்கோ பாலுதான் போய் பரிசுச்சீட்டுகளை மொத்த விலைக்கு வாங்கி வருவான். வாங்கிய சீட்டுகளை அன்றிரவே கட்டுகளின் பின்களை உருவி, ஒவ்வொரு சீட்டின் பின்புறமும் தேவமைந்தன் லாட்டரி சென்டர் என்கிற சித்தப்பா பெயர் கொண்ட சீல் குத்த வேண்டும். வாரத்தில் இரண்டாயிரம் சீட்டுக்காவது பாலு சீல் குத்துவான். தேவமைந்தனும், அவனது தாயும் சித்தப்பாவுக்கு இரு கண்கள். கால் சரியாக வேண்டும் என்று வருடாவருடம் வேளாங்கண்ணிக்குப் போய் வருவார். வரும்போது ஏசு, மேரி

படம் போட்ட மோதிரங்கள், செயின், வேளாங்கண்ணி மாதாவின் உருவச்சிலை போன்றவற்றை வாங்கி வருவார். ஒருமுறை அவர் வாங்கி வந்த மாதா சிலை இருளில் கூட ஒளிர்ந்து கொண்டிருந்தது.

சித்தப்பாவின் இந்த ஏசு பக்தியால் பாலுவின் வாழ்க்கையில் விருப்பமற்றதாக ஒன்றும், விருப்பமானதாக ஒன்றுமாக இரு மாற்றங்கள் விளைந்தன. சகல வல்லமைகளும் கொண்ட, சங்கு சக்ரதாரியான மஹாவிஷ்ணுவுக்கும், மாதஜோதிடம் இதழின் பின் அட்டையில் வருகிற புராணப்படக்கதைகளின் மூலம் அவனது சமீபத்திய கதாநாயகனாகி விட்ட வினாயகருக்கும் நடுவில் முள்முடி அணிந்து, நெஞ்சில் கைவைத்து, பரிதாபப் பார்வை பார்க்கிற ஏசுவும் இடம் பிடித்து விட்டார். முதலில் பாலுவால் இதை ஜீரணித்துக் கொள்ளவே முடியவில்லை. ஆனால் வீட்டில் யாரும் இந்த வரவேற்கத்தகாத மாற்றத்தைக் கண்டு கொண்டதாகத் தெரியவில்லை. அமாவாசையன்று தேங்காய் உடைத்து, கடவுளர்களுக்குக் காட்டுகிற தீபத்தை இப்போது ஏசுவுக்கும் சேர்த்துக் காட்டி விடுகிறார்கள். இரண்டு வருடமாக சுவரெல்லாம் வண்ணக்காகிதம் ஒட்டி, பலூன் ஊதி கிறிஸ்துமஸ் கொண்டாட ஆரம்பித்து விட்டார்கள்.

ஆனாலும் சித்தப்பாவின் புதிய ஏற்பாடும், அவருக்கு எங்கிருந்தெல்லாமோ வந்து சேர்கிற குட்டிக் குட்டி நல்வழிக்கதைகள் புத்தகங்களும், பாலுவின் இந்த ஏமாற்றத்துக்கு ஆறுதல் அளிப்பதைப்போல் அமைந்திருந்தன. 'வருத்தப்பட்டுப் பாரஞ்சுமக்கிறவர்களே. எல்லோரும் என்னிடத்தில் வாருங்கள். நான் உங்களுக்கு இளைப்பாறுதல் தருவேன்' என்று ஏசு சொல்வது இவனுக்காகவே என்று பட்டது. புதிய ஏற்பாடு அறுபது

பக்கங்களுக்கொருமுறை ஒரே மாதிரி திரும்பத் திரும்ப வந்து கொண்டிருந்தது. புதிய ஏற்பாட்டின் சம்பவங்களே குட்டிப் புத்தகங்களில் படம் போட்டு கதையாகச் சொல்லப்பட்டிருந்தாலும் பாலுவுக்கு ஸ்வாரசியமாகத்தான் இருந்தது.

இருசக்கர வாகனங்களின் உதிரிபாகங்கள் விற்கும் கடை முன்பாக ரமேஷ் திடீரென்று பிரசன்னமாயிருந்தான். இவனைப் பார்த்து, ''ஊய்'' என்றான். பாலு உடனே முகம் மலர்ந்து, ''சித்தப்பா, இன்றைய குலுக்கல் டிக்கெட் குடுங்க. நான் போய் வித்துட்டு வர்றேன்,'' என்றான்.

''முதல்ல போய் டீ வாங்கிட்டு வாடா,'' என்றார் சித்தப்பா. விடுவிடுவென்று கடைக்குப் போய் டீ வாங்கி வந்த பிறகு, அவனது பங்கு ஒரு ரூபாயைக் கையகப்படுத்திக் கொண்டான். சித்தப்பா இவனிடம் ஒரு முப்பது டிக்கெட்டுகளைக் கொடுத்து அனுப்பினார். வாங்கிக் கொண்டு ரமேஷைப் பார்த்து சைகை செய்தான். இருவரும் விடுவிடுவென்று ஓடி, சாலையைக் கடந்தார்கள். மூணாம் நம்பரில் ஏறி, ஜிப்பா அணிந்து, கைத்தடி வைத்திருந்த பெரியவரிடம் பரிசுச்சீட்டுகளை நீட்டினான். 'போடா, அங்கிட்டு, வந்திட்டானுங்க காலங்கார்த்தால' என்றார். வேகமாக அங்கிருந்து நகர்ந்து ஜோடியாக அமர்ந்திருந்த ஓர் இளம்பெண்ணையும், இளைஞனையும் பொருட்படுத்தாது நகர்ந்தான். டிரைவரிடம் கேட்கலாமா என்று முன்பக்கம் சென்றபோது பானட் பக்கம் உட்கார்ந்திருந்த குண்டுப் பெண்மணி வாயோரம் வழிந்த வெற்றிலைச் சாற்றை வழித்து வெளியே துப்பிவிட்டு, ''இன்றைய குலுக்கலா?'' என்று கேட்டாள்.

இருபது டிக்கெட்டுகளையும் அவளே வாங்கிக்கொண்டதால் பாலுவுக்கு இரண்டு ரூபாய் லாபம். மீதி டிக்கெட்டுகளை சித்தப்பாவிடம் கொடுத்துக் கணக்குக் காட்டியதும், பெட்டிக்கடையில் பொற்குகை ரகசியத்தை வாங்கிக் கொண்டு வீடு திரும்பியதும் பாலுவைப் பொறுத்தவரை மின்னல் வேகத்தில் நடந்து முடிந்து விட்டன.

ஷெரீஃப் எதற்கும் கவலைப்பட்டவர் மாதிரித் தெரியவில்லை. பொற்குகையின் இருப்பிடம் தெரிந்த தொல்பொருள் ஆராய்ச்சியாளர் கடத்தப்பட்டிருப்பதாக அவரது பெண் வந்து முறையிட்டிருக்கிறாள். அவருக்கு உதவுவதாக செவ்விந்தியத் தலைவர் சொல்லியிருக்கிறார். மேலும் தொடர்வதற்குள் அடுப்படியிலிருந்து 'கௌம்பலயாடா?' என்றாள் பாட்டி.

பாலு பொற்குகை ரகசியத்தை மூடி விட்டு, தமிழ்ப் பாடநூலைக் கையிலெடுத்தான். இம்முறை காயத்ரி குதிரை மேல் முன்பக்கமாகப் பக்கவாட்டில் அமர்ந்திருக்கிறாள். பாலு குதிரையின் லகானைப் பிடித்துக் கொண்டு ஆறுதலாக அவள் தோள் மீது கை வைத்துக் கொண்டிருக்கிறான். அவள் கண்ணில் படலமிட்ட கண்ணீரைக் கண்டு நெஞ்சு கரைந்து விடுகிறது அவனுக்கு. 'வானாகி, மண்ணாகி, வளியாகி, ஒளியாகி..' படிக்கப் படிக்க செய்யுள் ஏற்கனவே நன்றாகவே நினைவில் இருப்பது புரிந்தது. பக்கங்களைப் புரட்டப் புரட்ட எதையும் படிக்கத் தோணவில்லை. அதற்குள் குளிக்கப் போகச் சொல்லி பாட்டி கூப்பிட ஆரம்பித்து விட்டாள்.

குளித்து உடை மாற்றியபின் அட்டையை எடுத்துக் கொண்டான். "வர்றேன், பாட்டி," என்றான் வாசல் தாண்டியவுடன்.

ஜெகதீஷ் குமார்

அவள் வெளியே வந்து, ''சாப்பிடலாயாடா? பழைய சோறும், தேங்காய்த் துண்டும் இருக்கு...'' என்றாள். வேண்டாம் என்று தலையை ஆட்டியபடி முன்னேறினான்.

''எங்க பாலுவுக்கு ஊசித்தொண்டை. சாப்பாடே இறங்கறதில்லை. ஆனா படிக்காமலேயே ஃபர்ஸ்ட் ரேங்க் வந்துடுவான். படிப்பில படு சுட்டி,'' என்று எதிர் வீட்டு மைதிலி அக்காவிடம் சொல்லிக் கொண்டிருந்தாள் பாட்டி.

அப்பாவின் மேஜை

அறைக்குள் மெல்லிய வெண்ணிறப் படலமாக இன்னமும் சுழன்று கொண்டிருந்த சிகரெட் புகையால் சண்முகநாதனுக்கு மூச்செடுப்பது சற்று சிரமமாகத்தான் இருந்தது. வீட்டுக்காரம்மா மகன் கீழே சென்று இருபது நிமிடங்களாவது ஆகியிருக்கும். சிகரெட் படலம் போலவே அவன் கொடுத்துச் சென்ற அதிர்வால் ஏற்பட்டு விட்ட நெஞ்சுப் படபடப்பும் இன்னும் அடங்கவில்லை. முகத்துக்கு நேரே புகை விடாத குறைதான். உரையாடலின் ஒவ்வொரு வாக்கியத்தின் முடிவிலும் வாயில் சிகரெட்டைப் பொருத்தி, உதடு குவித்து, நிதானமாய் உறிஞ்சி மூன்று துவாரங்களிலும் புகையை அவிழ்த்து விட்டபின்புதான் மறுவாக்கியத்தைத் தொடங்குகிறான். நாற்பத்தெட்டு வயதான மனிதனின் முன்னிலையில் புகைபிடிப்பது மரியாதைக்கும், நாகரிகத்துக்கும் உகந்த காரியமல்ல என்று அறிவுக்கு எட்டாதவன்

மேற்படிப்பு படித்து அயல்நாட்டில் உத்தியோகம் பார்த்து என்ன பிரயோஜனம்?

நாற்பத்தெட்டு வயதுதான் என்றாலும் உடலும், மனமும் சோர்ந்து போய் ஐம்பத்தெட்டு மாதிரி தோற்றம் கொண்டிருந்தார் சண்முகநாதன். தாடையைக் கைவிரல்கள் தடவியபோது இரண்டு நாள் தாடி சொரசொரவென்று உறுத்தியது. உப்பும், மிளகும் கலந்து போட்டதைப் போலாய் விட்டது தலையும் மீசையும் தாடியும். நாள் தவறாமல் சவரம் செய்து கொள்கிற பழக்கம் நின்று மூன்று வருடங்களாகி விட்டது. பிளேடின் பக்கங்களை மனதில் குறித்து வைத்து நாலு நாளைக்கு சவரம் செய்த பின்புதான் அடுத்த பிளேடு வாங்குகிற அளவுக்குக் கையிருப்பு. இப்போது சவரம் செய்து கொள்ளுவதில் பிடிப்பு இல்லாமல் போய் விட்டது. காபியில் முக்கி எடுத்த வெள்ளைக்காகிதம் போலாகி விட்டது அணிந்திருக்கிற வேட்டியும், சட்டையும். எத்தனைத் துவைத்தும் அவரிடமிருந்த நாலு செட் துணிகளாலும் மறந்து போன வெண்ணிறத்தை நினைவுக்குக் கொண்டுவரவே முடியவில்லை.

உண்மையிலேயே நாம் வீட்டைக் காலி பண்ண வேண்டிய நேரம் வந்து விட்டதோ என்று சிந்தித்தார் சண்முகநாதன்.

வீட்டை விட்டு வெளியேற வேண்டிய நிலை ஏற்பட்டால் கையோடு கொண்டு போவதற்கு இரண்டே இரண்டு பொருட்கள்தாம் அவருக்கென்று சொந்தமாக இருந்தன. ஒன்று அவரது ட்ரங்குப்பெட்டி. மற்றொரு பொருள். . . அதுதான் அவர் கூட வருமா என்பது கேள்விக்குறியாய்க் கிடக்கிறது. அறைக்குள் இருந்த இரண்டு பிளாஸ்டிக் நாற்காலிகளும், வலைக்கம்பிகளில் கயிறு கயிறாய் ஒட்டடை படிந்திருக்கிற மேஜை விசிறியும், குடிநீர்

வைத்துக் கொள்வதற்கென்றிருந்த ஒடுக்கு விழுந்த அலுமினிய அண்டாவும், அதை மூடி வைத்திருக்கிற தாம்பாளமும், துணிகளைத் தொங்கப் போடுவதெற்கென்று ஜன்னல் கம்பியிலிருந்து, வாயிற்கதவின் தாழ்ப்பாள் வரை இழுத்துக் கட்டப்பட்டிருந்த நைலான் கயிறும் கூட வீட்டுக்காரம்மாவுக்குத்தான் சொந்தம். நெடுநாள் அங்கே தங்கியிருந்ததன் விளைவாகத் தாமும், தமது ட்ரங்குப் பெட்டியும், தம் ஆத்மாவுக்கு மிக நெருக்கமான அப்பாவின் மேஜையும் கூட அவளுக்குச் சொந்தமான பொருட்களின் பட்டியலுக்குள் வந்து விட்டோமோ என்ற ஆழமான ஐயம் சண்முகநாதனுக்குள் எழுந்திருந்தது.

வீட்டுக்காரம்மா மகன் தன்னை அறிமுகப்படுத்திக் கொண்டபோது சொன்ன பெயர் சண்முகநாதனுக்கு நினைவில் இல்லாதிருப்பினும், அவனது மெருகு குலையாத உடையும், திருத்தமான உடல் மொழியும் அவர் ஞாபகத்தில் நன்கு பதிந்து விட்டன. உள்ளே நுழைந்த சிறிது நேரத்துக்குள்ளாகவே எதிராளியின் அசைவுகளைக் கட்டுப்படுத்துபவனின் இருக்கையில் ஆரவாரமின்றி அமர்ந்து கொண்டான். அவர்களுக்குத் தர வேண்டிய சொற்பத்தொகைக்காக, அவ்வீட்டின் உறுப்பினர்கள் முன்னிலையில் குறுகி நிற்க வேண்டிய தன் அவல நிலையை எண்ணி நொந்து கொண்டார் சண்முகநாதன்.

எத்தனைக் கோணங்களில் வாதங்களைத் தன்னால் முன் வைத்து நிலைமையைச் சமாளித்திருக்க முடியும்? ஆனாலும் வாய் பேசாமல்தானே நின்றிருக்க முடிந்தது. இந்த ஊத்தை உடம்பில் கொஞ்ச நஞ்சம் ஒட்டியிருக்கிற உயிரை காப்பாற்றிக்

கொள்ளத்தான் எத்தனைப் பாடு? தனது சுயமரியாதை அப்பாவின் மேஜை போல இன்னொரு புராதனப்பொருளாகத்தான் பாவிக்கப்பட இயலுமா என்று சண்முகநாதன் அங்கலாய்த்துக் கொண்டார்.

அப்பாவின் தலைமுறையில் எஞ்சியிருந்த ஒரே உயிர் சண்முகநாதன். அவர் தலைமுறை அவருக்கு விட்டுச் சென்ற ஒரே பொருள் அந்த மேஜை. மற்ற எல்லாமும் ஒரே நாளில் விதியாலோ வேறெந்தச் சூனியசக்தியாலோ துடைத்துச் செல்லப்பட, தொலைக்காட்சி அணைக்கப்பட்ட பின்னரும் நிழல்களாக எஞ்சி நிற்கிற பிம்பம் போல, இந்த மேஜை மட்டும் சண்முகநாதனிடம் நின்றுவிட்டது. அவரும் எங்கு சென்றாலும் அந்த மேஜையை தூக்கிக் கொண்டுதான் போனார். தான் மண்ணுக்குள் சென்ற பின் தான் அந்த மேஜை மீது பிறர் கைப்பட வேண்டும் என்ற தீர்மானத்தில் உறுதியாக இருந்தார். அப்பாவின் சுபாவத்தையும், ஆளுமையையும் அந்த மேஜை அப்படியே சுவீகரித்துக் கொண்டதைப் போலத்தான் சண்முகநாதனுக்குத் தோன்றியது.

அப்பா தர்மனைப் போல் வாழ்ந்தார். மனைவி பிள்ளைகளை அடகு வைத்துச் சூதாட முடியாத யுகத்தில் வாழ்ந்ததால், அசையும் மற்றும் அசையாச் சொத்துக்கள் மட்டும் ஆடிய சூதில் பணயமாக வைக்கப்பட்டு இழக்கப்பட்டன. வெறும் மூன்று சீட்டு ஆட்டத்தில் ஒரு தலைமுறைச் சொத்தையே இழக்க முடியும் என்ற அறிதல் சண்முகநாதனுக்கு எரிச்சலை விட வியப்பையே அதிகம் தந்தது. இருபத்து நாலுமணி நேரங்களுக்குள் அப்பாவின் மேஜை நாற்காலி தவிர வீடு முழுக்கத் துடைத்தாற்போல் ஆகி விட்டது.

தான் நிர்மாணித்த சாம்ராஜ்யத்தைச் சிதைத்துத் தரை மட்டமாக்குவதற்கு அப்பா எடுத்துக் கொண்ட கால அவகாசம் மிக அற்பமே. மனப்பிறழ்வைக் காரணம் காட்டி மருத்துவர் அறிவுறுத்தியதால் ஓய்வுக்காக வீட்டிலேயே அமர்ந்து நிகழ்வுகளை வேடிக்கை பார்த்திருந்த அந்தச் சில நாட்கள் அவருக்குக் கொடுமையானதாக இருந்திருக்க வேண்டும். அவர் பேச்சிலிருந்த தோரணையும், கம்பீரமும் குறைந்து கொண்டே வந்து கடைசியில் பேச்சும் குறைந்து விட்டது. நெடுநாள் நண்பருடன் இயல்பாக உரையாடிக் கொண்டிருக்கும் ஒருவர் திடீரென்று அவர் கண்களைச் சந்தித்ததும் உடனே அறுந்து போய் விடுகிற சிந்தனை மாதிரி, அப்பாவின் தினசரி வாழ்க்கை நிகழ்வுகள் அப்படியே உறைந்து போய்விட்டன. எல்லாரையும் வெறிக்க வெறிக்கப் பார்ப்பார். எதிரில் நிற்பவர் மௌனம் கூட தன் நிலையை உத்தேசித்துத் தன்னை அவமதிப்பதாய்த் தோன்றும். சொந்த வீட்டிலேயே அன்னியப்படுத்தப்பட்டதாய் உணர்ந்து, நாற்காலி மேஜையோடேயே ஐக்கியமாகி விட்டார். யாரையும் சந்திக்க விருப்பமில்லை; தன்னைச் சந்திக்க யாரையும் அனுமதிக்கவும் இல்லை. அவர் சதா தனக்குள் மூழ்கிக் கிடந்ததை மோன நிலை என்று நிச்சயம் சொல்லிவிட முடியாது.

பிறகு ஒருநாள் அவரது பால்யகால நட்பு அவரைத் தேடி வந்தது. நட்பைப் பார்த்ததும் அப்பாவின் முகத்துக்கிடையேயிருந்த சுருக்கங்களுக்கிடையில் பூக்கள் பூத்துவிட்டன. பால்யகால நட்பு அவரை வெளியில் அழைத்துப் போயிற்று. உயர்குடிக்கென்று இருந்த மனமகிழ் மன்றத்தில் இணைந்து சூதாட ஆரம்பித்தார் அப்பா. வீட்டுக்குத் திரும்பி வரும் நேரம் நள்ளிரவு தாண்டியது. ஒவ்வொரு இரவு வீட்டுக்குத் திரும்பி

வரும்போதும் இந்தியப் பாமரன் கிழக்கிந்தியக் கம்பெனியாரிடம் தன் தேசத்தைத் துண்டு துண்டாக இழந்ததைப் போல, தன் சொத்துக்களின் ஒவ்வொரு அங்கமாக இழந்து கொண்டே வந்தார் அப்பா.

திடீரென்று வேட்டியும், முண்டாசும் கட்டிய ஆட்கள் வீட்டுக்குள் நுழைந்து பொருட்களையெல்லாம் ஒவ்வொன்றாக வெளியில் தூக்கிச் சென்ற போதுதான் சண்முகநாதன் உட்பட வீட்டில் அனைவருக்கும் அப்பாவின் நிலைமை தெரியவந்தது. அப்பாவின் நிலை அந்தக் குடும்பத்தின் நிலை. குடும்பம் என்பது அவரைச் சார்ந்திருந்த அம்மாவும், சண்முகநாதனும் மட்டும்தான். பிறரெல்லாம் பணியாளர்கள். தங்கை திருமணமாகிப் போய் ஐந்து வருடங்களாகி இருந்தது. அண்ணன் அமெரிக்காவின் டெக்சாஸ் மாகாணத்தில் அப்பா சொத்துக்களின் ஆதாரமின்றியே சர்வ போகத்தோடும் வாழ்ந்து வந்தான். குடும்பமும் அங்கேயே. தகவல் சொன்ன பிறகு அவனது தொலைபேசி இணைப்பு துண்டிக்கப்பட்டு விட்டது. அப்பா போன செய்தி கூட அவனுக்கு இதுவரையிலும் தெரிவிக்கப்படவில்லை.

அருணாச்சலம் செட்டியார் கொடுத்தனுப்பியதாகச் சொல்லி ஓர் ஆள் வந்து துண்டுச் சீட்டு ஒன்றை நீட்டினான். அப்பா அவருக்குத் தரவேண்டியிருந்த நானூறு ரூபாய்க்கு பதிலாக அவருடைய நாற்காலியைத் தருமாறும், அதை அந்த ஆளே தூக்கிக் கொண்டு வந்து விடுவான் என்றும் அந்தச் சீட்டில் குறித்திருந்தது. இது அப்பாவுக்கு எதிர்பாராத தாக்குதலாக இருந்தது.

அப்பாவிடம் யாரும் இதுவரை பணம், பொருள் தொடர்பான காரியங்களில் கட்டளை இடும் அதிகாரத்தைப்

பெற்றிருக்கவில்லை. தன் சொந்த மற்றும் தொழில் வாழ்க்கை தொடர்பான நிர்வாகத்திலும், மேலாண்மையிலும் அவரே இயக்குனராக இருந்து வந்திருக்கிறார். ஆஸ்திரேலியாவிலிருந்து கனரக வாகனங்களின் உதிரிப் பாகங்களை அனுப்பித் தரும் எலியட் கூட தான் வியாபார நிமித்தம் அனுப்பும் கடிதங்களில் பொருட்கள் பற்றிய விபரங்களைக் குறித்தபின் நலம் விசாரித்திருப்பானே ஒழிய, தொகையைத் தருவதற்குண்டான கால அவகாசத்தையோ, தொகையை எதிர்பார்த்துள்ள தன் நிலையைக் குறித்தோ ஒருவரி எழுதியதில்லை. இந்த அறிவிக்கப்படாத ஒப்பந்தம் அப்பாவோடு தொழில் செய்கிறவர்கள், தொடர்பு கொள்கிறவர்கள் அனைவரும் கால இடைவெளியின்றி அறிந்து கொள்கிற செய்தியாக இதுவரை இருந்து வந்திருக்கிறது. தன்னிடமிருந்து செல்ல வேண்டிய எந்தச் செய்தியும், எந்தப் பொருளும் எப்போது செல்ல வேண்டும் என்ற நேரம், தேதியை அப்பாவே குறிப்பார். தன்னால் இயற்றப்பட்ட, யாராலும் மாற்ற இயலாத விதிகள் அடங்கிய சாம்ராஜ்யத்தின் சக்ரவர்த்தியாக முப்பத்தைந்து வருடங்களாகத் திகழ்ந்திருந்தார் அப்பா.

அருணாச்சலம் செட்டியார் அனுப்பிய ஆள் அப்பாவின் நாற்காலியைத் தூக்கித் தலையில் வைத்துக் கொண்டு சென்ற அன்றிரவே அப்பாவின் உயிர் போய்விட்டது. அவன் சென்ற பிறகும் அப்பா இருந்த இடத்தை விட்டு அகலாமல் நின்று கொண்டே இருந்தார். மூன்று மணி நேரமாவது நின்றிருப்பார். அம்மா உள்ளே வந்து படுங்கள் என்று விரித்த பாயைக் காட்டினாள். அவர் நகரவில்லை. யாரிடமும் பேசவுமில்லை. இரவு எட்டு மணியைப் போல மேஜை மீது ஏறி குறுக்கிப் படுத்துக்

கொண்டார். அப்படியே தூங்கி விட்டார். பதினோரு மணிபோல தொண்டையை நசுக்கிக் கொண்டு வருவது போல நீண்ட கேவல் சத்தம் கேட்டது. அம்மாவும் சண்முகநாதனும் அடுப்படியை ஒட்டிய அறைக்குள் படுத்திருந்தார்கள் இருவருமே விழித்திருந்தாலும் அப்பாவைப் போய்ப் பார்க்க அச்சம். அதுவும் அப்பா அழுதுகொண்டிருக்கையில் அவரைப் போய்ப் பார்த்து அவரது பிம்பத்தை இன்னும் சிதைக்க வேண்டாமே என்று இருவருக்குமே தோன்றியிருந்தது.

அப்பாவிடமிருந்து கடைசியாக எழும்பிய ஒலி அந்தக் கேவல்தான் என்று மூன்று மணிக்குச் சிறுநீர் கழிப்பதற்காக எழுந்து வந்த சண்முகநாதனுக்குத் தெரிந்து விட்டது. தூங்கும் நேரத்தில் அவரருகே சென்று வாஞ்சையோடு அவர் முகத்தை ஒருமுறை பார்க்க வேண்டுமென்று விரும்பியிருந்தார் சண்முகநாதன். கைகளை மார்புக்குக் குறுக்காகக் கட்டியபடி கால்களைக் குறுக்கி ஒருக்களித்துப் படுத்திருந்த அப்பாவின் முகத்தைப் பார்த்ததுமே சண்முகநாதனுக்குத் தெரிந்து போயிற்று. கண்களும், வாயும் அரைகுறையாகத் திறந்து கிடக்க, மூச்சு நின்றிருந்தது.

காலையில் பத்து மணிக்குள் உறவினர்களும், நண்பர்களும் கூடி விட்டனர். அருணாச்சலம் செட்டியாரும் வந்திருந்தார். சண்முகநாதனைத் தனியே அழைத்துப் போய் அப்பாவின் அகால மரணத்துக்கு மிகுந்த வருத்தத்தைத் தெரிவித்த பிறகு, அப்பாவின் இரண்டாவது பிராமிசரி நோட்டு தற்போதுதான் கைக்குக் கிடைத்ததாகவும், அதன்படி அப்பா மேலும் எழுநூறு ரூபாய் தர வேண்டியிருப்பதாகவும், ஆனால் தற்போதுள்ள நிலையில் அந்தத் தொகையைத் தருமாறு நிர்பந்திப்பது உசிதமான

காரியமல்லாததால், ஒருவாரம் பத்துநாள் கழித்து ஆள் அனுப்பி தொகைக்கு பதில் மேஜையை எடுத்துக் கொள்வதாகவும் கூறினார்.

அப்பா அந்த மேஜையிலேயே உயிர் விட்ட விஷயம் தெரிய வந்த பிறகு அருணாச்சலம் செட்டியாருக்கு மேஜை மீதிருந்த கவர்ச்சி போய்விட்டது. மேஜை தப்பி விட்டது.

சண்முகநாதனுக்கு அப்பா என்றால் உயிர். அப்பாவின் வேஷ்டி, அப்பாவின் மூக்குப்பொடி டப்பா, அப்பாவின் குண்டு மசி பேனா, அப்பாவின் அகன்ற தேகம், அவரது உருண்டு திரண்ட விரல்கள்; அவர் தொடர்பான ஒவ்வொன்றும் அவருக்குப் பிடித்தமான விஷயங்கள்தாம். தன்னைச் சுற்றி அப்பா உருவாக்கி வைத்திருந்த ஒளிவட்டத்துக்குள் திரும்பத் திரும்ப ஈர்க்கப்படும் விட்டில் பூச்சி போல மாறிவிட்டோமோ என்ற சந்தேகம் சண்முகநாதனுக்கு ஏற்பட்டிருந்தது.

என்ன ஆனாலும் சரி அப்பாவின் கடைசி எச்சமாய் நிற்கும் இந்த மேஜையை மட்டும் இழக்கவே போவதில்லை என்று முடிவு செய்து கொண்டார் சண்முகநாதன். அப்பா இறந்த அன்றே கைவிட்டுப் போக வேண்டிய மேஜை. அப்பாவே அதன் மேல் உயிரை விட்டு அதைக் காப்பாற்றி விட்டார். சடலம் கிடந்த மேஜையைத் தனதாக்கிக் கொள்ள மனம் வரவில்லை அருணாச்சலம் செட்டியாருக்கு.

அப்பாவோடு தொடர்புடையது என்ற விஷேச அந்தஸ்து தவிர்த்தும் பல்வேறு குணாதியங்கள் அந்த மேஜைக்கு உண்டு. ஈட்டி மரத்தால் செய்யப்பட்டிருந்தது அந்த மேஜை. அதனால் தேக்கால் செய்யப்பட்டது போல் மொழுமொழுவென்றல்லாமல்

சற்றுச் சொரசொரப்பாகவே காணப்படும். மேற்பக்க விளிம்புகளில் பதினெட்டாம் நூற்றாண்டு மர வேலைப்பாடுகள் அடங்கியது. முன்பக்கம் இருந்த இரண்டு ட்ராயர்களும் இழுப்பதற்குச் சற்றுக் கடினமாகி விட்டாலும், உள்ளே பேனாக்கள் வைப்பதற்கு, மைப்புட்டி வைக்க, கோப்புகள், சிறுபுத்தகங்கள் வைக்க தனித்தனி அறைகள் கொண்டிருந்தது. உள்ளேயும் குட்டிக் குட்டியாய் சிற்பங்கள். நடனப்பெண் சிற்பங்கள்; எரிதழலில் நின்று தவம் புரியும் யோகியர் சிற்பங்கள், கல்லாலின் புடையமர்ந்து சின்முத்திரையில் ஆத்மஞானம் தரும் தக்ஷிணாமூர்த்தி சிற்பம் அனைத்தும் நுணுக்கமாகச் செதுக்கப்பட்டிருந்தன. மேஜையின் நான்கு கால்களும் அலங்கார விளக்குகளைப் போலச் செய்யப்பட்டிருந்தன.

மேஜையின் மதிப்பு கூடிப்போனதற்கு அது வந்த வழியும் காரணம். சிக்கிம் சமஸ்தானத்தின் ராஜாவாக இருந்த சோக்யல் வாங்க்சுக் நம்க்யலிடமிருந்து அவரிடம் கணக்கராக உத்தியோகம் பார்த்திருந்த பகதூர் பண்டாரிக்கு இனாமாக வழங்கப்பட்டது. பண்டாரி சண்முகநாதனின் கொள்ளுத்தாத்தாவுக்கு நண்பர். வியாபார விஷயமாக சிக்கிம் சென்றிருந்த அவருக்கு பிரம்மச்சாரியாயிருந்த பண்டாரி துறவறம் ஏற்று ரிஷிகேசத்துக்குச் செல்லும் முன் இந்த மேஜையை அன்புப் பரிசாக வழங்கியிருக்கிறார்.

இந்த விபரங்களெல்லாம் தெரியாமலேயே வீட்டுக்காரம்மா மகனுக்கு மேஜையை இரண்டு முறை நேரில் பார்த்தே மகத்துவம் தெரிந்து விட்டது. கொடுக்கவேண்டிய எட்டு மாத வாடகை பாக்கி, கைமாற்றாக வாங்கி வைத்திருந்த ஆயிரத்து எழுநூற்று நாற்பது

ரூபாய் எல்லாவற்றையும் கழித்துக்கொண்டு கையில் பத்தாயிரம் ரூபாய் கொடுத்து விட்டு எடுத்துக் கொள்வதாய்ச் சொல்கிறான். அவன் வேலை பார்க்கும் ஊரில் ஏலம் விட்டு நல்ல தொகை பார்க்க முடியுமாம். மேஜையின் சரித்திரப் பின்னணியை அவர் வாயிலிருந்தே கேட்டுத் தெரிந்து கொண்டான்.

படுத்தால் தூக்கம் வருமா தெரியவில்லை. இருந்தாலும் படுத்தால் பரவாயில்லை என்று தோன்றியது சண்முகநாதனுக்கு. கிழிந்த பாயை விரித்து மல்லாக்கப் படுத்தார். விட்டம் பார்த்தபடி சிந்தனையைத் தொடர்ந்தார். மேஜையைத் தன்னிடமிருந்து பிரித்து கற்பனை செய்து பார்ப்பதே கொடுமையாக இருந்தது. இருந்தாலும் வீட்டுக்காரம்மா மகன் போட்டு விட்டுப் போன கல் நிறைய அலைகளைக் கிளப்பி விட்டபடியே இருக்கிறது. அவனிடம் மேஜையைக் கொடுத்து விட்டால் தன்னைப் பிடித்திருக்கிற சனியன் ஒழிந்து விடும். ஆனால் ஏதோ உடலுறுப்பு ஒன்றை விற்றுக் காசாக்குவதைப் போலிருந்தது அப்படி நினைப்பது. மேஜையை ஏலம் எடுக்கிறவன் தான் வைத்திருப்பதை விட கவுரவமான இடத்தில் மேஜையை வைத்திருப்பான் என்பது வாஸ்தவம்தான். ஆனால் அதன் பரப்புகளில் ஒட்டியிருக்கிற அப்பாவின் வாசனையைக் காப்பாற்றி வைக்க முடியுமா அவனால்?

சண்முகநாதன் சிந்தனையைத் தீவிரமாக்கினார். விடிவதற்குள் ஒரு முடிவு எடுக்க வேண்டும். மேஜையை வீட்டுக்காரம்மா பையனிடம் கொடுத்துவிட்டால் பத்தாயிரம் கிடைக்கும். மேஜையும் பத்திரமாய், அதற்குப் பாந்தமான இடத்தில் இருக்கும். இல்லையென்றால் மேஜையைத் தூக்கிக் கொண்டு வெளியேற வேண்டும். அதைக் கொண்டு போக வண்டி வாடகைக்குப் பணம்

இருக்கிறதா தன்னிடம் என்று தெரியவில்லை. அதற்கு முன் வீட்டு வாடகை பாக்கி?

மோட்டுவளையின் உத்திரத்தின் பிசிறுகள் விளிம்பாகத் தெரியும் வரை யோசித்ததில் மேஜையைக் கொடுத்து விடுவதுதான் சரி என்று அவருக்குப் பட்டது. அப்படியே தன்னையும் ஒரு விலை கொடுத்து வாங்கிக் கொண்டால் மேஜையுடனே சென்று அதனருகில் சமாதியாகி விடலாம். சரி கொடுத்து விடலாம் என்று படக்கென்று முடிவெடுத்தார். முடிவெடுத்த கணமே நெஞ்சு படபடவென்று அடித்துக் கொண்டது. எடுத்த முடிவு சரியில்லை என்று உடனே தெளிவாகி விட்டது. புத்திக் கயிறு கொண்டு மனக்குரங்கைக் கட்டவேண்டியிருந்தது சண்முகநாதனுக்கு. எடுத்த முடிவு எடுத்ததுதான். இந்தச் சடலம் நடமாடும் வரை அப்பாவின் ஞாபகங்கள் இதற்குள் இருந்து விட்டுப் போகட்டும்.

மேற்கூரையில் சலசலப்புச் சத்தம் கேட்டது. முட்டைக் கண்ணியாகத்தான் இருக்கும். இன்றைக்கு அவளுக்கு ஏதாவது சாப்பிடக் கொடுத்தோமா என்பது நினைவில் இல்லை. ஏதாவது மிஞ்சி இருக்கிறதா பார்க்கலாம் என்றெண்ணியபடி எழுந்து உட்கார்ந்தார். சட்டென்று வீட்டுக் கூரையில் நட்சத்திரங்கள் தெரிந்தன. இரண்டு ஓடுகள் வெகு வேகமாகப் பிரிக்கப்பட்டிருந்தன. நட்சத்திரங்களை நிழல் மறைத்தது. பொத்தென்று மூட்டையைப் போல் ஓர் உருவம் உள்ளே குதித்தது.

ஏய் ஏய் என்று கத்தியபடியே பதறி எழுந்தார் சண்முகநாதன். மின் விளக்கின் இயக்கு பொத்தான் அவன் தலைக்குப் பின் இருந்தது. ஓடு பிரிந்த ஓட்டை வழியே வழிந்த நிலா வெளிச்சத்தில் அவன் உருவம் தெளிவாகத் தெரிந்தது. கிராமத்தான் மாதிரி

தெரிந்தான். நெஞ்சு விரிந்து, வயிறு ஒட்டி, கருத்த தேகத்துடன் கள்ளர் பரம்பரைத் தலைவன் மாதிரி இருந்தான்.

அவன் கையில் இருந்ததைக் கத்தி என்று சொல்லி விட முடியாது. ராணுவ வீரர்கள் உபயோகிக்கிற குறுவாள் மாதிரி இருந்தது. முன்னோக்கிக் குனிந்திருந்தான். இருளுக்கு அவன் கண்கள் பழக்கப்பட்டிருக்க வேண்டும். அவன் கண்கள் துருதுருவென்று அறையை அலசின. சண்முகநாதன் அவன் அசைவுகளைப் பின் தொடர்ந்தார். அவன் கையிலிருந்த ஆயுதத்தைப் பார்த்ததும் அவருக்குப் பேச்சு எழவில்லை. பதட்டம் உள்ளுக்குள்ளேயே துடித்துக் கொண்டிருந்தது.

அவன் ஏதாவது பேசுவான் என்று எதிர்பார்த்தார். அவனோ கத்தியால் எடு எடு என்று சைகை செய்தான். அவன் எதை எடுக்கச் சொல்கிறான் என்று அவருக்குப் புரிந்து விட்டது. அதுதான் தன்னிடம் இல்லையே. ட்ரங்குப் பெட்டிக்குள் ஏதேனும் ஐந்து, பத்து இருக்கலாம். அவனிடம் இரு என்று கைகாட்டி விட்டுத் திரும்பினார். வேகமாய்த் திரும்பியதில் அவரது பதட்டமான கையொன்று தண்ணீர் அண்டாவைத் தட்டி விட்டு விட்டது. பலத்த சத்தம் திருடனைத் துணுக்குற வைத்தது. சினங்கொண்டு கத்தியால் மேஜை மீது ஓங்கிக் குத்தினான். சண்முகநாதனின் இதயம் விம்மி வீங்கி விட்டது. அடுத்தவிநாடி வெடித்து விடும் என்று தோன்றியது சண்முகநாதனுக்கு. திருடன் கத்தியை மேஜையிலிருந்து பிடுங்க முயற்சித்துக் கொண்டிருந்தான். கத்தியின் ஒவ்வொரு அசைவுக்கும் மேஜையின் பிளவு நீண்டு கொண்டே போனது. சண்முகநாதனின் இயல்பான பதற்றம் அவரது உடலைக் குலுக்கி முன்னகர வைத்தது. திருடன் தாக்கப்பட்டு விடுவோமோ என்ற

அனிச்சை உணர்வின் தூண்டுதலால், கத்தியைக் கைவிட்டான். குனிந்து மேஜையின் காலைப் பற்றினான். பலமாய் இழுத்ததில் மேஜையின் கால் முறிந்து அவன் கையோடு வந்து விட்டது. எழுந்து சண்முகநாதனை மேஜைக்காலால் தாக்கினான். தாடையில் விழுந்த அடியில் தடுமாறி விழுந்தார். திருடன் சரிந்து கிடந்த மேஜை மேல் கால் வைத்து ஒரே எம்பில் கூரையைப் பற்றினான். அறைக்குள் சில விநாடிகள் இருள் பரவி, மீண்டும் நட்சத்திரங்கள் கூரையில் தோன்றியதை வெறித்துப் பார்த்தபடி தரையில் கிடந்தார் சண்முகநாதன்.

விடிந்ததும் நடந்தவை இரவில் நடந்தவைக்குச் சற்றும் குறைந்தவையல்ல. முப்பது நிமிடங்களில் தெருவுக்குள் தள்ளப்பட்டார் சண்முகநாதன். மேஜையைப் போலத் தான் ஓர் உபயோகமற்ற பொருளாய் மாறி ஆண்டுகள் கழிந்துவிட்டன என்று நினைத்துக் கொண்டார். ட்ரங்குப் பெட்டியும், புராதனச் சின்னத்துக்குரிய தகுதிகளைச் சமீபத்தில் இழந்து விட்ட அப்பாவின் மேஜையும் அவரது அடுத்தகட்ட தீர்மானத்துக்காகக் காத்திருந்தன. தற்கொலை புரிந்து கொள்வது தன்னைப் பொறுத்தவரை ஒரு ஆடம்பரமான முடிவாகத்தான் இருக்கும் என்று பட்டது சண்முகநாதனுக்கு. தொழில் அடங்கி வீட்டுக்குள் முடங்கிப் போன அப்பாவைப் போலவே தானும் உறைந்து நின்று கொண்டிருப்பதாய்ப் பட்டது அவருக்கு.

தெரு வெறிச்சோடியிருந்தது. ஐந்தாறு வீடுகள்தாம் தெருவில். அதுவும் காம்பவுண்ட் சுவர் கொண்டவை. வெளியில் யாரும் இந்நேரம் வர வாய்ப்பில்லை. மேஜையைத் தானே தலையில் தூக்கிக் கொண்டு நடந்து விடலாமா என்று நினைத்தார். எங்கு

போவது? அது தெரியவில்லை. ஆனால் இங்கிருந்து நகர்ந்து விட வேண்டும்.

பத்தடி தூரத்தில் இருந்த புளியமரத்தடியில் ஒருவன் குத்தவைத்து அமர்ந்திருப்பது தெரிந்தது. யாராக இருக்கும் என்று கண்களைச் சுருக்கிக் கொண்டு பார்த்தார். தன்னைப் பார்ப்பது தெரிந்தவுடன் அவன் எழுந்து அவரை நோக்கி வந்தான். கூரையில் கசிந்த நட்சத்திர ஒளியில் மட்டுமே பார்த்திருந்தாலும், அருகில் வந்ததுமே அவனை அடையாளம் தெரிந்து விட்டது. சண்முகநாதனுக்குத் தனக்குள் பொங்கியது கோபமா, அச்சமா என்று தெரியவில்லை. அவன் கைகளை உயர்த்திக் குவித்தபடி அவர் கால்களில் விழுந்தான்.

சண்முகநாதனுக்கு பெயர்களை நினைவில் வைத்துக் கொள்வது என்றுமே சிரமமாகத்தான் இருந்திருக்கிறது. அவன் பெயர் முனியப்பனா, முனுசாமியா என்பதை யோசித்துக் கொண்டிருந்தார். அப்பாவின் உடைந்த மேஜையை அவனே சுமந்து வந்திருந்தான். சண்முகநாதன் தன் தற்போதைய புகலிடமான அவன் வீட்டைப் பார்த்தார். தாழ்வான குடிசை வீடு. இவர்கள் உள்ளே நுழைந்தவுடன் மல்லாந்து படுத்திருந்த அவன் மனைவி திடும்மென்று எழுந்து அமர்ந்தாள். முகம் நிறைய மஞ்சள் அப்பியிருந்தாள்.

இருவரும் சண்முகநாதனிடம் திரும்பத் திரும்ப மன்னிப்பு கேட்டபடியே இருந்தனர். திருடனின் மனைவிதான் அவனைத் திரும்பவும் சண்முகநாதனிடம் அனுப்பியிருக்கிறாள். ஈட்டி மரம் அவர்கள் குலதெய்வத்துக்கு இணையானதாம். மேஜையை உடைத்த பின், காலை வீட்டில் கொண்டு வந்து வெளிச்சத்தில்

பார்த்தபின் தான் அவர்களுக்குத் தெரிந்திருக்கிறது. பல ஆண்டுகளுக்கு முன் அவர்களின் குலத்தொழில் மரப்பாச்சி பொம்மை செய்வதாம். மரப்பாச்சி பொம்மைகள் ஈட்டி மரத்திலேயே செய்யப்பட்டு வருகின்றன. தன் குழந்தைப் பருவத்தில் தனக்களிக்கப்பட்ட மரப்பாச்சி பொம்மைகளைக் கொண்டு உறவு முறைகளைக் கற்றுக் கொண்டதை நினைவு கூர்ந்தார் சண்முகநாதன். ஈட்டி மரம் மருத்துவம் கொண்டது. அதைக் கையாள்வதால் குழந்தைகளுக்கு எந்தத் தீங்கும் ஏற்படாது என்று விளக்கினான் அவன். இப்போது அந்தத் தொழிலைத் தான் நிறுத்திப் பல வருடங்களாகி விட்டதாகவும், திருப்பதியிலோ, மதுரை மீனாட்சி கோவிலிலோ நேர்த்திக் கடன் செய்யவும், தொட்டில் கட்டவும் தேவைப்படுகிற நேரங்களில் மட்டுமே மரப்பாச்சி பொம்மைகள் செய்கிற வாய்ப்பு தனக்கு அமைவதாகவும் சொன்னான். தன் குலதெய்வத்துக்கு நிகரான மரத்தால் செய்யப்பட்ட மேஜையைச் சிதைத்தற்கு மீண்டும் மீண்டும் மன்னிப்பைக் கோரிக்கொண்டிருந்தான்.

சண்முகநாதனுக்கு மிகுந்த ஆச்சரியமாக இருந்தது. எல்லாருக்குமே போற்றிப் பாதுகாக்கிற விஷயம் என்று ஏதோ ஒன்று இருக்கத்தான் செய்கிறது. அவனைப் பார்த்து உடைந்தகாலைக் கொண்டு தனக்கு ஒரு மரப்பாச்சி பொம்மை செய்து தரமுடியுமா என்று கேட்டார். குடிசைக்கு வெளியில் இருந்த மண்திட்டில் அமர்ந்து நெகுநெகுவென்று மர இழைகளைச் சீவித்தள்ளியபடி அவன் கைகள் பொம்மையை உருவாக்குவதைப் பார்த்தபடியிருந்தார்.

அவன் அவர் கையில் பொம்மையைக் கொடுத்ததும்,

பொம்மையைச் சற்று நேரம் உற்று நோக்கியபடி இருந்தார். பிறகு அவனிடம் அந்த மேஜையை அவனே வைத்துக் கொள்ளும்படிச் சொன்னார். எந்தெந்த பகுதிகளை பொம்மைகளாக இழைக்க முடியுமோ அவற்றை உபயோகப்படுத்திக் கொள்ளும்படிச் சொன்னார். பொம்மைகளைக் கோயில்களில் சென்று விற்கும் படிச் சொன்னார். திருடனும், அவன் மனைவியும் கண்ணீர் விட்டார்கள்.

மேஜையை அவர் கண் முன்னாலேயே பாகங்களாகப் பிரித்தான். ஒரு இழுப்பறை வெகுநாட்களாகத் திறக்கப்பட முடியாமல் இருந்தது. மேஜையின் பிற இழுப்பறைகள் காலியாகவே இருந்தபடியால், அந்த இழுப்பறையும் காலியாகத்தான் இருக்க வேண்டும் என்று யூகித்திருந்தார் சண்முகநாதன். ஆனால் மேஜையின் பாகங்கள் பிரிக்கப்பட்டபோது அந்த இழுப்பறை திறக்கப்பட்டு, உள்ளிருந்து அப்பாவின் குண்டுப் பேனா கீழே விழுந்தது. திருடன் எடுத்து அவர் கையில் கொடுக்க அவர் தன் சட்டைப்பைக்குள் வைத்து அழுத்திப் பிடித்துக் கொண்டார். திருடனின் மனைவி அவருக்கு ஓர் அலுமினியத் தட்டில் பழைய சோறும், பச்சை மிளகாயும் கொண்டு வந்து வைத்தாள். சண்முகநாதன் குடிசைக்கு வெளியே பார்த்தபோது மெதுவாக மழை தூற ஆரம்பித்திருந்தது.

நல்ல சிவம்

தேர்வு முடிந்து மதியம் வீட்டுக்கு வந்தபோது சைன்டிஸ்ட் மாதேஸ் வீட்டுக்கு வரச்சொன்னதாக அம்மா சொன்னாள். பரீட்சை அட்டையை வைத்து விட்டு சீருடையை மாற்றாமல் அவன் வீட்டிற்கு ஓடினேன். மாதேஸ் அன்று தேர்வுக்கு வரவில்லை. ஏதாவது சுவாரசியமான விஷயம் வைத்திருப்பான்.

அவன் வீட்டை அடைந்தபோது உள்ளே யாரும் இல்லை. குடிசை வீடு. பின்னாலிருந்து, "இங்கேயிருக்கேன் வாடா!" என்று குரல் கேட்டது. நான் வந்த அரவம் கேட்டிருக்க வேண்டும். கொல்லையில் மாதேஸ் குத்த வைத்து உட்கார்ந்திருந்தான். அவனுக்கு முன்னால் மணல் குவித்து ஒரு காலி பாட்டில் கவிழ்த்து வைக்கப்பட்டிருந்தது. அருகில் நாலைந்து எலுமிச்சம்பழங்களும், இரண்டு எவரடி பேட்டரிகளும், சில தாமிரக் கம்பிகளும் கிடந்தன. யாருக்காவது பில்லி சூன்யம் வைக்கப் போகிறானா? அவனது சித்தப்பா சின்ன வயதில் அவனது ஞாபக மறதிக்காக அவனை

அடித்துக் கொடுமைப்படுத்தியதாகச் சொல்லியிருக்கிறான். வளர்ந்து பெரிய ஆளானதும் அந்த ஆளைக் கட்டிவைத்து உடம்பு பூரா ஊசியால் குத்த வேண்டுமென்று நாங்கள் தனியாகச் சந்திக்கும்போதெல்லாம் சொல்லிக் கொண்டிருப்பான். ஏழாவது வகுப்பிலேயே பழிவாங்கல் முயற்சியில் ஈடுபடுவதற்கு சாத்தியங்கள் குறைவுதான்.

''என்னடா விஷயம்?'' என்றேன்.

''இப்போ இந்த எலுமிச்சம்பழத்திலிருந்து மின்சாரத்தை எடுத்து இந்த பேட்டரிகள்ல சேமிச்சு வைச்சா எப்படி இருக்கும்?'' என்றான் தன் ஆராய்ச்சிக் கூட அமைப்பை வியந்துகொண்டே.

''இதைக் காண்பிக்கத்தான் என்னைக் கூப்பிட்டயா? அய்யா இதுக்குத்தான் லீவு போட்டிங்களோ?'' என்றேன்.

''இல்லடா, இன்னிக்கு மார்கெட்ல நல்லசிவத்தைப் பார்த்தேன். அவனைப் பத்திப் பேசத்தான் கூப்பிட்டேன்.''

''ஏண்டா, நீயே ஒரு வெட்டி, நீ அந்த வெட்டிப் பயலோட என்ன உலக விஷயம் பேசுன?'' என்றேன். நல்ல சிவம் பத்து நாட்களாக பள்ளிக்கு வரவில்லை. என்னவாக இருக்கும் என்று நாங்கள் இருவரும் தினம் பேசிக்கொள்வோம். ''என்னவாம், ஏன் பள்ளிக்கூடத்துக்கு வர்லியாம்?''

''அவன் வீட்ல பெரிய பிரச்னையாண்டா, ஸ்கூலுக்கெல்லாம் போவேண்டாம், காட்டு வேலையப்பாருன்னு அவங்க அண்ணன் சொல்லிட்டாராம். நம்மகிட்ட நிறையப் பேசணும்னான். இன்னிக்கு சாயங்காலம் உரம் வாங்க வரும்போது வீட்டுக்கு வரேன்னிருக்கான். இங்கேயே இரு. இப்ப வந்துருவான்,''

என்றான் மாதேஸ். எலுமிச்சம்பழங்களில் ஊசி குத்தி அவற்றிலிருந்து ஒயர் இழுத்து பேட்டரிகளில் சொருகியிருந்தான். அந்த ஹார்லிக்ஸ் பாட்டிலை வைத்து என்ன செய்யப்போகிறான் என்று தெரியவில்லை.

''அவன் வர்றதுக்குள்ள முடிச்சுருவேன்னு நினைக்கிறேன். பாட்டில இறுக்க மூடி சூடுபடுத்தினா உள்ளே வாக்குவம் ஏற்பட்டு ஒரு காந்தவிசை உண்டாகும்,'' என்றான். அவன் என்னிடம் பேசிய மாதிரித் தெரியவில்லை. தனக்குள்ளேயே பேசிக்கொண்டிருந்த மாதிரி இருந்தது. எனக்கு சற்று பதட்டம் ஏற்பட்டது. அவன் வீடு பற்றி எரியும் போது அங்கிருக்க வேண்டுமா என்று தோன்றியது. ''சீக்கிரம் வந்துருவானாடா?'' என்றேன்.

பாட்டிலை வைத்து அடியில் சுள்ளிக்குச்சிகளைப் போட்டு பற்றவைத்து விட்டான். ''இருடா, உள்ளே போய் கொஞ்சம் சீமெண்ணெய் எடுத்துட்டு வந்துடறேன். இதைப் பார்த்துக்கோ,'' என்றபடி உள்ளே போனான். அவர்கள் வீட்டின் குட்டி நாய் உள்ளே இருந்து துள்ளி வெளியே ஓடியது. எனக்கு அதன் சப்பை முகத்தைப் பார்த்துப் பரிதாபமாக இருந்தது. ஒரு நாள் இந்த நாயைப் பறக்க வைக்கிறேனென்று சொல்லி பெட்ரோலைக் குடிக்க வைத்து வாயை பற்ற வைக்கப் போகிறான்.

பாட்டில் சூடேறி உள்ளேயிருந்து வினோதமாய் சத்தம் வர ஆரம்பித்தது. நான் ஒரு ஐந்தடி தள்ளி நின்று கொண்டு உள்ளே எட்டிப்பார்த்தேன். மாதேஸின் அண்ணன் கண்ணாடி முன் நின்று கோபால் பல்பொடியால் உதட்டுக்கு லிப்ஸ்டிக் போட்டுக் கொண்டிருந்தான். மெலிதான சிகரெட் வாசனை வீசிக்கொண்டிருந்தது.

மாதேஸ் சீமெண்ணெய் பாட்டிலோடு வந்ததும் அவசரமாக, ''டேய், அம்மா கோதுமை அரைச்சுட்டு வரச்சொல்லிருக்காங்கடா. நான் போகணும். நீ அவன் வந்ததும் எங்க வீட்டுக்குக் கூட்டிட்டு வாயேன்,'' என்றேன்.

''ஒரு பத்து நிமிஷம் இருடா. என் ஆராய்ச்சி முடிவைப் பாக்க வேணாமா?'' என்றான். பாட்டில் டர்க்கென்று லேசாக விரிசல் விட்டது.

''இல்ல, இல்ல வீட்ல அடி வுழும்,'' என்றபடி வீட்டை விட்டு வேகமாக வெளியேறி கிட்டத்தட்ட ஓடினேன். ஒரு பத்து செகண்டு கழித்து 'டப்' என்று லட்சுமி வெடி சத்தம் போலக் கேட்டது.

ஏழு மணிக்கு நன்கு இருண்டவுடன் மாதேஸ் நல்லசிவத்துடன் எங்கள் வீட்டுக்கு வந்தான். நான் குனிந்து அவன் முகத்தை ஆராய்ந்தேன். இருட்டில் சரியாகத் தெரியவில்லை. தெய்வமகன் சிவாஜி போல இருப்பானோ என்று பயமாக இருந்தது.

''டேய், தனியா எங்கியாவது போய் பேசலாம்டா,'' என்றான்.

தெரு முனையிலிருக்கும் தண்ணீர்த் தொட்டியின் மேல் ஏறி மூன்று பேரும் அமரும் போது நல்ல சிவத்தின் கன்னத்தில் உள்ளங்கையளவு தீக்காயத்தைப் பார்த்தேன். வேகமாகத் திரும்பி மாதேசைப் பார்த்தேன். ''இவன் எப்ப உங்க வீட்டுக்கு வந்தான்?''

''அவன் முகத்தைப் பார்த்தியா, அவங்க அண்ணன் தள்ளி விட்டு அடுப்பில போய் விழுந்துருக்காண்டா. அவங்க அண்ணன் அவனைத் தினம் அடி பின்னி எடுக்கறானாம். அவங்க அண்ணி சோறு போட மாட்டேங்குறாளாம்,'' என்றான் மாதேஸ்.

"ஆமாண்டா," என்றான் நல்லசிவம். அவன் கண்களில் முட்டி நின்ற கண்ணீர் தெருவின் சோடியம் விளக்கில் பளபளத்தது. "எங்க அண்ணனுக்கு நான் எப்படியாவது ஒழியணும்டா. காடு, தோட்டமெல்லாம் அவனே எடுத்துக்கணும்னு ஆசை. அண்ணி சோறு சமைச்சு எடுத்து பீரோல வைச்சுப் பூட்டிருறா. எனக்குப் பழைய சோறுதான் தினம்," என்றான்.

"எங்க வீட்ல எல்லாருக்குமே பழைய சோறுதான் தினம்," என்றேன்.

"நாலு நாள் சோறுடா. நாத்தத்தை சகிச்சிகிட்டு அதத்தான் சாப்புடணும்."

நல்ல சிவத்துக்கு அப்பா, அம்மா இரண்டு பேருமே கிடையாது. செந்துறையில் நாலு ஏக்கர் நிலமும், சொந்தமாய் வீடும், பத்துப் பதினைந்து கறவை மாடுகளும் உண்டு. அவனுக்கு மூன்று வயதாக இருக்கும் போது அவன் அப்பா வயலுக்கு தண்ணீர் விட மோட்டார் போடுகையில் மின்சாரம் தாக்கிச் செத்துப் போனார். இரண்டு வருடங்களுக்கு முன்பு வரை அவன் அம்மாதான் நல்லசிவத்தை நல்ல பாம்பிடமிருந்து கோழிக்குஞ்சைக் காப்பதுபோல அவன் அண்ணனிடமிருந்து காப்பாற்றி வந்திருக்கிறாள். அம்மா காமாலை வந்து போனதிலிருந்து வீட்டில் அண்ணன் போக்கு மாறிவிட்டது. வேலைக்காரர்கள் கூட அவ்வளவு துன்புறுத்தப் பட்டதில்லை. சொத்து பாதியாகப் பிரிந்தால் தனக்கு நஷ்டம் என்பது அவன் அண்ணனின் கணக்கு. பக்கத்தில் புதிதாக உருவாகவிருந்த சிமெண்டு ஃபேக்டரிக்கு நிலத்தை விற்றால் இருபது லட்சம் தேறும் என்று மணியக்காரர் வந்து அண்ணனிடம் பேசி விட்டுப் போனதை நல்லசிவம்

கேட்டிருக்கிறான். அன்றிலிருந்து கவனிப்பு இரட்டிப்பு ஆகியிருக்கிறது. தினம் குடித்து விட்டு வந்து மூலையிலே போட்டு ‘செத்து ஒழிடா’ என்று மிதிக்கிறான். பள்ளிக்கூடத்துக்கு அனுப்பாமல் நாளெல்லாம் காட்டு வேலை செய்யச் சொல்லி, இரவில் வீட்டுக்குள் படுக்க விடாமல் மீண்டும் தோட்டத்தைக் காவல் காக்க அனுப்புகிறான். எடுத்ததுக்கெல்லாம் அடி. நிமிர்ந்து பார்த்தால் மிதி. ‘‘என் அம்மா இருந்திருந்தால் இப்படி ஆகியிருக்குமாடா? என்னால தாங்க முடியலடா. சோத்துல விஷம் வைச்சு என்னக் கொன்னுடுவாங்க போலருக்கு,’’ என்றான்.

‘‘உனக்கு சொந்தக்காரங்க யாரும் இல்லியா? மாமா, சித்தப்பா இந்த மாதிரி.’’

‘‘இருக்காங்க. பிரயோஜனமில்ல. சொன்னா நம்ப மாட்டாங்க. எல்லாருக்கும் அண்ணனக் கண்டா பயம். அவன் ஊருக்குள்ள பெரிய ஆளுடா.’’

எங்கள் வீட்டின் வறுமைதான் உலகிலேயே மிகக் கொடுமையான விஷயம் என்று எண்ணிக் கொண்டிருந்தேன். வசதி எல்லாம் இருந்தும் அனுபவிக்க முடியாத நல்ல சிவத்தைப் பார்த்துக் கஷ்டமாக இருந்தது.

மாதேஸ் ‘‘போலீஸ்ல சொல்லிரலாமா?’’ என்றான்.

இரண்டு பேரும் அமைதியாய் இருந்தோம். எங்கள் வரலாறு ஆசிரியரிடம் பேசுவதற்கே எங்களுக்கு டிரவுசருக்குள் தொடை நடுங்கும். போலீஸ் ஸ்டேஷன் இருக்கிற முக்கு திரும்பினாலே மாதேஸ் ஒண்ணுக்குப் போய் விடுவான். நல்ல வேளை, நான் தயாரிச்ச பாம் ஒண்ண உங்கண்ணன் வண்டியில வச்சிரலாமா என்று கேட்காமல் விட்டான்.

"நான் இனி எங்க வீட்டுக்குப் போமாட்டேண்டா. சொத்தெல்லாம் அவனே அனுபவிக்கட்டும். நான் எங்கியாவது ஓடிப்போயிடரேண்டா.''

"அதுதாண்டா சரி. நீ மெட்ராசுக்கு ஓடிப்போயிரு," என்றான் மாதேஸ்.

நல்ல சிவத்தின் பரந்த உடம்பையும், கரகரத்த குரலையும், புறங்கையில் தேன் நிறத்தில் படர்ந்திருக்கிற பூனை ரோமத்தையும் முதலில் காண்பவர்கள் அவன் அருகாமையில் இருப்பதற்குச் சற்று யோசிப்பார்கள். அப்படியும் மீறி அவனோடு பழக முயற்சித்தவர்களில் பலபேருக்கு கசப்பான அனுபவமே ஏற்பட்டிருக்கிறது. இரண்டு, மூன்று நாள் ஒன்றாக சுற்றித் திரிவார்கள். அப்புறம் திடீரென்று மதியச் சாப்பாட்டு இடைவேளையில் பள்ளி மைதானத்தில் அவனோடு கட்டிப் புரண்டு உருண்டு கொண்டிருப்பார்கள். நல்ல சிவம், மாதேஸ், நான் மூவரும்தான் ஆறாவதிலிருந்தே நண்பர்கள். அதற்காக கட்டிப் புரண்டு சண்டை போட்டதில்லை என்று பொருளல்ல.

என்னதான் முரடனென்றாலும் நல்ல சிவம் மனசு அவன் வீட்டிலிருந்து கொண்டு வருகிற எருமைத் தயிர் மாதிரி அத்தனை வெள்ளை. எங்கள் பள்ளிக்கூடத்தின் பின் சுவரில் ஒரு ஆள் குனிந்து நுழையுமளவுக்கு ஒரு ஓட்டை உண்டு. ஆசிரியர்கள் விடுமுறையிலிருக்கும் நாட்களில் வகுப்பிலிருந்து நழுவி அந்த ஓட்டை வழியே நல்லசிவம் எங்களை வழி நடத்திச் செல்வான். அந்த ஓட்டை ஏற்படுத்தியதில் நல்லசிவத்துக்குப் பெரும்பங்கு உண்டு என்று பள்ளியில் ஒரு பேச்சு உண்டு.

மூன்று பேரும் வயல், தோட்டம் என்று ஆட்களில்லாத இடமாய்ப் பார்த்துத் திரிவோம். புளிய மரம், கொடுக்காப் புளி மரம், பனை மரம் எதுவாக இருந்தாலும், அரணாக் கயிற்றில் ட்ரவுசரை சுருட்டிவிட்டுக் கொண்டு விருவிருவென்று மேலேறி விடுவான். எங்கள் இருவருக்கும் நல்ல வேட்டைதான். வீட்டிலிருந்தும் பொரிமாவு உருண்டை, இலந்தை வடை, தூக்கிப்போசியில் இறுக மூடின கம்மங்கூழ் என்று வரிசையாக பைக்குள்ளிருந்து எடுத்துக் கொடுத்துக்கொண்டே இருப்பான். ஒருமுறை பைக்குள் எத்தனை நோட்டு வைத்திருக்கிறான் என்று பார்த்ததில் இரண்டுதான் இருந்தது. ஆனாலும் வாத்தியார்களிடமிருந்து எப்படியும் தப்பி விடுவான். அவன் பைக்குள்ளிருந்து அவர்களுக்கும் ஏதாவது கொடுக்கிறானா என்று எனக்குச் சந்தேகம் இருந்தது. எங்களுக்கு ஏதாவது கொடுத்துவிட்டு அவன் முகத்தில் தெரிகிற வெளிச்சத்தைப் பார்க்கவேண்டுமென்பதற்காகவே அவனிடமிருந்து ஏதாவது வாங்கிக் கொண்டே இருக்கலாமென்று இருக்கும். எங்களது டவுன் கூச்சத்தையும், தயக்கத்தையும் ஒப்பிடும் போது அவனது கிராமத்துச் சுறுசுறுப்பும், எதையும் அநாயசமாக எதிர் கொள்ளும் துணிச்சலும் புத்துணர்ச்சியூட்டுவதாக இருந்தது. ஒருமுறை வீட்டுப்பாடம் முடிக்காததற்காக தமிழய்யா என்னைப் பின்னி எடுத்துவிட்டார். நல்லசிவம் அவர் டிவிஎஸ் புகைக்குழாயில் மண்ணைப் போட்டுவிட்டான். நட்புதான் முதல் அவனுக்கு. படிப்பு இத்யாதி எல்லாம் அப்புறம்தான்.

நீண்ட நேரம் ஆலோசனைக்குப் பின் நாங்கள் இருவரும் சேர்ந்து நல்லசிவத்தை சென்னைக்கு அனுப்பி அவன் அண்ணனிடமிருந்து அவனது உயிரைக் காப்பாற்றுவது என்று

முடிவு செய்தோம். அவனைச் சென்னைக்கு அனுப்ப ரயில் டிக்கெட்டுக்கு, ஏதாவது வேலை கிடைக்கும் வரை அங்கு செலவுக்கு என்று எவ்வளவு பணம் தேவைப்படும் என்று கணக்குப் போட்டோம். போன உடனே ஏதாவது டீக்கடையிலாவது சேர்ந்து விடுவேன் என்றான்.

''எங்கடா தங்குவே?'' என்றேன்.

''பிளாட்பாரத்துல படுத்துக்க வேண்டியதுதான். இங்க மட்டும் என்ன, தினம் காட்டுக்குள்ளதான் படுத்துக்கறேன். குறைஞ்சது அடி இல்லாமயாவது வாழ்க்கை ஓடுமில்ல''

போட்டிருக்கிற துணி தவிர மாற்றுத்துணி ஏதும் கிடையாது. நானும், மாதேஸூம் எப்படியாவது எங்கள் பழைய துணிகளில் ஒன்றிரண்டை எடுத்து ஒரு மஞ்சள் பையில் போட்டுத் தந்துவிடலாம் என்று முடிவு செய்தோம். அடுத்த நாள் மதியம் மூன்று மணிக்கு ரயில் ஏறும் வரை அவனை என் வீட்டில் தங்க வைப்பதற்கு முடிவாயிற்று. அதுவரை நல்லசிவத்தின் அண்ணன் தேடாமல் இருப்பானா?

''அவன் பம்பு வாங்க கோயம்புத்தூர் போயிருக்கான். விவரம் தெரிஞ்சு வர்றதுக்குள்ள நான் கிளம்பிடறேன்.''

திட்டம் ஒரு வடிவத்துக்கு வந்து செயல்படுத்துவதென்று முடிவாவதற்கு பத்தே முக்காலாகி விட்டது. எது நடந்தாலும் இந்த விஷயம் பற்றி வாய் திறப்பதில்லை என்று மூன்று பேரும் கை மேல் கையடித்துச் சத்தியம் செய்து கொண்டோம். மனசுக்குள் நட்புக்காகச் செய்யப்போகும் சாகசம் கிளர்ச்சியை ஏற்படுத்தியது. ''நாளைக்குப் பரீட்சைக்குப் படிக்காம இவ்வளவு நேரம் என்னடா பேச்சு?'' என்றாள் அம்மா. அவளிடம் நல்லசிவம் கதையையும்

எங்கள் திட்டத்தையும் அப்படியே சொன்னேன். ''ஏதாவது வினையாயிடப் போயிடறதுடா,'' என்றாள். ''அதெல்லாம் ஒண்ணுமில்லம்மா. நீ மட்டும் ஏதும் வாய் திறக்காதே,'' என்றேன். அம்மா நான் சொன்னால் கேட்பாள். நான் காரணமில்லாமல் ஒரு காரியத்தில் இறங்க மாட்டேன் என்று அவளுக்குத் தெரியும். அப்பாவுக்கு நைட் ஷிஃப்ட். காலையில் வந்தாரென்றால் மதியம் சாப்பிடக்கூட எழுந்திருக்காமல் தூங்கிக் கொண்டிருப்பார்.

நல்ல சிவம் எங்கள் வீட்டில் படுத்துக்கொண்டான். மறுநாள் காலையும், மதியமும் எங்கள் வீட்டிலேயே சாப்பிட்டான். என் அம்மா சமையலையே ஒருவனால் இப்படி ருசித்துச் சாப்பிட முடியும் என்று அப்போதுதான் கண்டேன். இரண்டு மணிக்கெல்லாம் மாதேஸ் வந்து விட்டான். அவன் வீட்டில் இருந்து சுருட்டிக்கொண்டு வந்தது, வரலாறு புவியியல் கைடு வாங்குவதற்காக நான் வைத்திருந்த பணம் எல்லாம் சேர்த்து நூற்றியிருபது ரூபாய் வந்தது. மஞ்சள் பையோடு ரயில் நிலையத்தில் நல்லசிவம் நின்றிருந்தபோது அவன் கண்ணில் தேங்கி நின்றது ஆனந்தக் கண்ணீரா, பிரிவுத் துயரில் பொங்கிய கண்ணீரா என்று தெரியவில்லை.

''கொஞ்ச நாளைக்கு இவுங்க அண்ணன் கண்ணில படாம இருக்கணும்,'' என்றான் மாதேஸ்.

''நான் ஒழிஞ்சேன்னு நிம்மதியா இருப்பான் அவன். என்னையெல்லாம் தேடி வர மாட்டான். கவலைப்படாதீங்கடா.''

நல்லசிவம் போய் மூன்று நாள் கழித்து அவன் அண்ணன் அவனைத் தேடி வந்தே விட்டான். கடைக்குப் போய்விட்டுத் திரும்பி வருகிற வழியில் என்ஃபீல்டு மோட்டார் பைக்கில்

ஜெகதீஷ் குமார்

தாட்டியாக ஒருத்தன் வந்தான். கிட்ட வந்து நின்று அவன் மூக்கைப் பார்த்ததும் இது நல்லசிவம் அண்ணன் என்று தெரிந்து விட்டது.

''தம்பி, நீ நல்லா சினேகிதன்தானே, நல்லா இங்கே வந்தானா?''

''இல்லீங்களே, நான் அவனப் பார்த்தே பதினைஞ்சு நாளைக்கு மேல் இருக்குமே. ஸ்கூலுக்குக் கூட அவன் வரதில்ல.''

''ஒரு வாரமா ஆளக்காணம். நாலு நாள் முன்னாடி இங்க வந்தான்னு உரக்கடைக்காரர் சொல்றார். அதான் இங்க வந்தேன். நீ அவன்லாம் ஒண்ணாத்தானே சுத்திட்டு இருப்பீங்க. அவன் இங்க வரவே இல்லியா?''

''இல்லீங்க. நான் பரீட்சைக்குப் படிச்சுகிட்டு இருந்தேன். எனக்கு ஒண்ணும் தெரியாது,'' என்றேன். அவனின் முறுக்கின மீசையும், சுருட்டி விடப்பட்ட சட்டைக்குப் பின்னால் புடைத்துத் தெரிந்த புஜங்களும் பார்த்தபோது கால்கள் மெலிதாக நடுங்க ஆரம்பித்தன.

''உங்க குரூப்புல இன்னொருத்தன் இருப்பானே, அவன் வீடு எங்க சொல்லு.''

சொல்லலாமா வேண்டாமா என்ற சந்தேகத்துடன் தான் சொன்னேன். மாதேஸ் எப்படியும் சமாளித்து விடுவான் என்ற நம்பிக்கை இருந்தது.

ஒரு வாரம் கழித்து ராஜ் மாஸ்டர் வகுப்பில் இருக்கும் போது பியூன் சண்முகம் வந்து தலைமையாசிரியர் என்னை அழைத்து வரச் சொன்னதாகச் சொன்னான். ராஜ் மாஸ்டர் கேட்ட கேள்விகளுக்கு பதில் தெரியாதவர்கள் வரிசையில் நானும் நின்று கொண்டிருந்தேன். ராஜ் மாஸ்டருக்கு ஏரோப்ளேன் மாஸ்டர் என்றொரு பெயர் உண்டு. பதில் தெரியாதவர்களை டேபிள் மேல்

குப்புறப்படுக்க வைத்து ட்ரவுசரை முழங்கால் வரை இழுத்துவிட்டு விடுவார். எங்கள் பள்ளியில் எல்லாரும் பசங்கள் என்பதால் அது பற்றிக் கவலையில்லை. ஆனால் அவர் கொடுக்கிற அடிகளுக்கு பிருஷ்ட பாகம் சிவந்து பழுத்து கன்னிப் போய்விடும். மூன்று நாட்களுக்கு கால்களை அகட்டி, அகட்டிதான் நடக்க வேண்டும். அதிலிருந்து என்னைக் காப்பாற்றிய சண்முகத்தைப் பார்த்து நட்பாய்ப் புன்னகைத்தேன். சென்ற மாதம் லால்குடி தமிழ்ச் சங்கம் நடத்திய பேச்சுப் போட்டியில் எனக்கு முதல் பரிசு கிடைத்திருந்தது. இன்னும் கைக்கு வரவில்லை. அதைக் கொடுக்கத்தான் இப்போது ஹெட்மாஸ்டர் கூப்பிடுகிறாரோ? பிரேயரில் வைத்துக் கொடுத்திருந்தால் நன்றாக இருந்திருக்கும்.

ராஜ் மாஸ்டர் என்னைப் பார்த்து விரோதமாய்ப் புன்னகைத்து, ''போய்ட்டு வாங்க மாப்பிள்ளை, உங்களுக்கு ஸ்பெஷல் ட்ரீட்மெண்ட் காத்திட்டு இருக்கு,'' என்றார்.

தலைமையாசிரியர் அறை ரொம்பச் சின்னது. வெளியிலிருந்து பார்த்தபோது அவருக்கு முதுகுகாட்டி நின்றிருந்தவனைப் பார்த்துத் திடுக்கிட்டேன். மாதேஸ். நான் எதற்கு அழைக்கப்பட்டேன் என்று புரிந்துவிட்டது. அனுமதி கேட்டு உள்ளே நுழைந்தேன். உள்ளே நுழைந்ததும் முன்னேறாமல் அப்படியே நின்று விட்டேன். ஓரத்தில் உட்கார்ந்திருந்தது நல்லசிவத்தின் அண்ணன். அவனுக்குப் பக்கத்தில் அழுக்குப் படிந்து போய், பரட்டைத் தலையுடன் நின்று கொண்டிருந்தது நல்லசிவம்.

''ஆக ரெண்டு பெரிய மனுஷங்களும் ஒத்தாசை பண்ணி சாரை மெட்ராஸ் அனுப்பிச்சி வச்சிட்டீங்க. எதுக்கு? ஐயா பெரிய சினிமா நடிகன் ஆகணும்னு சொன்னாரா?''

''சார், சத்தியமா நாங்க எதும் பண்ணல சார். நாங்க அவனப் பாத்தே ரொம்ப நாளாச்சு சார். இல்ல மாதேஸ்?'' என்றேன்.

''நீங்க ஒண்ணும் விளக்கம் சொல்ல வேண்டாம். எல்லாம் நல்லசிவம் சொல்லிட்டான். பரதேசிப்பசங்களா, ரெண்டு பேருக்கும் டீசி கிழிக்கறேன் இரு,'' என்றார் தலைமையாசிரியர். நல்ல சிவம் பக்கம் திரும்பி, 'சொல்லுடா, இவனுங்கதான உனக்கு ஓடிப்போற ஐடியா கொடுத்து அனுப்பிச்சு வச்சது?'

நல்ல சிவம் தலையாட்டியதைப் பார்த்தபோது ஆமாம் என்கிற அர்த்தம் கொடுக்கிற மாதிரிதான் இருந்தது.

''சார், சார், சார், வேணாம் சார், ஒண்ணும் பண்ணிடாதீங்க சார்,'' என்று இரண்டு பேரும் ஒரே நேரத்தில் குமுறிக்கொண்டு அழ ஆரம்பித்தோம்.

''உங்களைப் போலீசுல புடிச்சுக் குடுக்காம உட்டேனேன்னு சந்தோஷப்படுங்க. ஏங்க முத்து, நீங்க உங்க தம்பியக் கூட்டிட்டுப் போய் புத்தி சொல்லுங்க. நான் இவனுங்களப் பாத்துக்கறேன்,'' என்றார்.

நல்லசிவத்தின் அண்ணன் எங்களைப் பார்த்து, ''ஃப்ரண்ட்ஸுன்னா நல்லவிஷயங்கள்ல கூடிக்கணும். அவன் வாழ்க்கையையே கெடுக்கப்பார்த்தீங்களேடா.'' என்று சொல்லிவிட்டு, ''மெட்ராசுல சட்டையில்லாம, ஓட்டை டவுசரோட ஓட்டல்ல டேபிள் துடச்சிட்டிருக்கிறான் சார் என் தம்பி,'' என்றான் அவர் பக்கம் திரும்பி. ''இனி இவனுங்களோட உன்னைப் பார்த்தேன் வெட்டிப் புதைச்சுடுவேன்,'' என்றான் தம்பியைப் பார்த்து.

நல்லசிவம் எங்களைப் பார்த்தான். அவன் முகத்தில் தெரிந்த உணர்ச்சியை என்னவென்று கணிக்க முடியவில்லை. அவன் அண்ணன் நல்லசிவத்தின் கையைப் பிடித்து இழுத்துக்கொண்டு விறுவிறுவென்று வெளியேறி விட்டான்.

டீசி கொடுக்கவில்லை. ஆனால் இரண்டு பேர் வீட்டிலும் கூப்பிட்டுக் கடுமையாக எச்சரித்தார்கள். ஏரோப்ளேன் மாஸ்டரிடம் ரெண்டுபேரையும் கொண்டு விட்டார்கள். மூன்று மாதம் கழித்து நல்லசிவம் மீண்டும் பள்ளிக்கு வர ஆரம்பித்து விட்டான். நானும் மாதேஸும் அவனை விரோதமாய்ப் பார்த்துக் கொண்டு விலகி இருந்தோம். மதிய உணவு இடைவேளைகளில் மைதானத்தில் பார்க்கும்போது நட்பைப் புதுப்பித்துக் கொள்ளும் முயற்சியில் எங்களைப் பார்த்துப் புன்னகைப்பான். கடைசி வரை அவனை மன்னிக்கவே முடியவில்லை என்னால். பத்தாவது முடித்ததும் மேல்நிலைப் படிப்புக்கு ஆளாளுக்கு ஒரு பக்கம் போய்விட்டோம். நல்லசிவம் பத்தாவதுக்கு மேல் படித்தானா என்று தெரியவில்லை. இப்போது அவனை நினைத்துப் பார்க்கும்போது உயிரோடு இருக்கிறானா என்றுகூட சந்தேகமாக இருக்கிறது.

ஒப்பனை

விஜயலட்சுமி தலைக்குக் குளித்து விட்டு, முடி உலர்த்தியைக் கொண்டு கூந்தலைக் காய வைத்தபின் அள்ளி முடிந்து குதிரைவால் போடாமல் அப்படியே விட்டு விட்டாள். பெரிய அளவு தொங்கட்டான்கள் மாட்டிக் கொள்ளும்போது காதுகளைக் கூந்தல் பாதி மறைத்திருந்தால்தான் பாந்தமாக இருக்கும். தன் கூந்தல் மிருதுவாகவும், மினுமினுப்பாகவும், சீவி விட்டபடியே கலைந்தும் கலையாமலும் புரள்வதைக் கண்டு விஜயலட்சுமி கண்ணாடியில் பெருமைப்பட்டுக் கொண்டாள். யாத்ராவுக்கு சுருட்டை முடி. அதை அவள் எவ்வளவு வெறுத்தாள் என்பது கல்லூரியில் அவர்கள் குழுவினரிடையே பிரசித்தம். அழகு நிலையத்துக்குச் சென்று முடியை நேராக்கிக் கொண்டு வந்த பிறகும் சிறிது நாட்களுக்குப் பிறகு சுருண்டு விடுகிறது. கூந்தலைக் குட்டையாக வெட்டிக் கொண்டால் அவள் முகத்துக்குக் கச்சிதமாகவும், நவீனத்துவத்தின்

அடையாளமாகவும் இருக்கும் என்று கிளாரா சொன்னதை இன்றுவரை யாத்ரா ஏற்றுக் கொள்ளவில்லை.

கூந்தல் அமைந்ததில் மட்டும் தான் அதிர்ஷ்டசாலியல்ல என்பதை கண்ணாடியில் தன் முழு உருவத்தையும் பார்த்து அனுமானித்துக் கொண்டாள் விஜயலட்சுமி. உயரம் குறைவாக இருப்பதை ஒரு குறையாகச் சொல்லிவிட முடியாது. கல்லூரியில் ஐந்தேமுக்காலடி உயரத்துக்கு மேல் இருக்கிற ஆண்களை ஒருவர் மேலொருவர் இடிக்காமல் குளியலறை அளவு கொண்ட இடத்தில் நிற்க வைத்து விட முடியும். பிற அம்சங்கள் எல்லாம் பையன்களுடைய மொழியில் சொல்லப்போனால், ''அம்சமாத்தான் இருக்கு,'' என்று நினைத்துக் கொண்டாள்.

விஜயலட்சுமியின் முகம் ஒரு பெரிய வசீகரம். பருக்களற்ற மென்மையான கன்னங்கள். பருக்களோடு போராடுவதற்கு அவளுடைய தோழிகள் என்னென்ன பிரயத்தனங்களை மேற்கொண்டிருக்கிறார்கள் என்று சிந்தித்துப் பார்த்தாள். எண்ணெய் அற்ற உணவுக் கட்டுப்பாட்டிலிருந்து, பற்பல பசைகளும், திரவங்களும் உபயோகப்படுத்தப்படுவது வரை அவர்கள் முகம் சந்தித்த சித்திரவதைகள் இன்றுவரை விஜயலட்சுமிக்கு இல்லை. பதிமூன்று வயதிலிருந்தே வீட்டிற்கு அண்மையிலும், பேருந்து நிறுத்தங்களிலும், பள்ளியிலும் கண்கள் பால்வேறுபாடற்றுத் தன் வனப்பை ஆராதிப்பதை அறிந்தபடியே வளர்ந்து வந்திருந்தாள் விஜயலட்சுமி.

சென்ற ஆண்டு வரையிலிருந்த ஒரே ஒரு குறை, மிகப்பெரிய குறை, இவ்வளவு அழகையும் ஒரு சுமையாகவே சுமக்க வேண்டிய நிர்ப்பந்தம் இருந்ததுதான். பள்ளிச்சீருடையும், எண்ணெய்

சொதப்பிப் படிய வாரிய தலையும் விதிக்கப்பட்டிருந்த வருடங்களவை. அம்மா அப்பி விடுகிற பவுடரும், தீட்டிவிடுகிற மையும் பேருந்திலிருந்து இறங்குவதற்குள்ளாகவே வியர்வையில் கரைந்து விடும். வெள்ளைச்சட்டையின் அக்குள் பகுதி நனைந்து அரைவட்டங்களைக் காட்டி நிற்கும். பேருந்துக் கூட்டத்திலிருந்து பிதுங்கி வெளிவரும்போது - எத்தனை பேர் வேண்டுமென்றே நெருக்குகிறார்கள் என்று உணர்ந்தபடியே - மீண்டும் ஒருமுறை குளித்து அலங்கரிந்துக் கொள்ளவேண்டிய தேவை ஏற்பட்டிருக்கும்.

விஜயலட்சுமி பருத்தியாலான நீலநிற ஜீன்ஸ் அணிந்தாள். பின்புறங்களையும், தொடைகளையும் இறுக்கமாகப் பிடிக்கும் அந்த ஆடை ஆரம்பத்தில் கொடுத்த சிரமத்தை இப்போது தருவதில்லை. வெளிர்மஞ்சள் நிறத்தில் குட்டைக் கை வைத்த சட்டை அணிந்தாள். சட்டையின் நீளம், ஜீன்ஸின் பின்புறப் பாக்கெட்டுகளை காட்டுவதற்கு ஏற்றவண்ணம் குறைவாக இருந்தது. அதே நிறத்தில் மணிகள் கோர்த்த கழுத்தை இறுக்கும் மாலை. இதற்கு choker என்று ஆங்கிலத்தில் பெயர் வைத்தவர்களின் சாதுரியத்தை நினைத்து வியந்து கொண்டாள். முகத்தில் அடித்தளமிட்டபின் பாண்ட்ஸ் பசை; கண் இமைகளுக்கு மஸ்காரா; மெல்லிய பவுடர் பூச்சுக்குப் பின் உதட்டின் இயல்பான நிறத்திலேயே சாயம். உதடுகளைக் குவித்து அழுத்தம் கொடுத்து சாயத்தின் பரவலைச் சமனப்படுத்திக் கொண்டாள். மஞ்சள் நிறத்திலேயே கைப்பை. மூன்றே நோட்டுகள். அவை ஸ்கூட்டியின் முன்புறத்தில் செருகப்பட்டு விடும்.

"அம்மா, நேரமாயிடுச்சு, நான் கிளம்பறேம்மா," என்றாள் உரத்த குரலில்.

அடுக்களையிலிருந்து தூக்கிச் செருகிய சேலையும், புகை படிந்த வியர்வை முகமுமாய் அவள் அம்மா வந்து, ‘‘அப்ப இன்னிக்கும் சாப்பிட்டுட்டு போகப்போறதில்ல?’’ என்றாள் கண்டிக்கும் குரலில். பிறகு தொடர்ந்து, ‘‘என்னடி இது? இவ்வளவு குட்டையான சட்டையைப் போட்டுக்கிட்டு. குனியும் போது இடுப்பு தெரியுமேடி!’’ என்றாள்.

‘‘போம்மா! எப்பப் பார்த்தாலும் இதையே சொல்லிகிட்டு,’’ என்றாள் விஜயலட்சுமி.

பீரோவில் நான் எடுத்துக் கொடுத்த பனிரெண்டு சுடிதாரும் தூங்கிகிட்டிருக்கு. நீ இப்படியே பண்ணிட்டிரு. எல்லாத்தையும் எடுத்து கண் பார்வையற்றோர் சங்கத்துக்குக் கொடுத்துடப் போறேன்’ என்றாள் அம்மா.

‘‘மாம், உனக்கு ஒண்ணு தெரியுமா? சுடிதார் போடறதெல்லாம் டூ தவுசண்ட்லயே வழக்கொழிஞ்சாச்சு. நீ அங்கதான் கொடுக்கணும்,’’ என்றபடி புன்னகையுடன் கிளம்பி வெளிவந்து ஸ்கூட்டியைக் கிளப்பினாள் விஜயலட்சுமி.

கல்லூரி வளாகத்தில் நுழைந்து ஸ்கூட்டியை நிறுத்தி விட்டு மூன்றாவது தளம் நோக்கி நடக்கையில் மணி ஒலித்து விட்டது. வேகமாக நடக்க ஆரம்பித்தாள். ஹீல்ஸ் பாதையில் இடறி, நிலைதடுமாறி கையில் இருந்த கிளட்சைத் தவறவிட்டாள். குனிந்து எடுத்துக் கொண்டு நிமிர்ந்த போது எதிரில் லாவண்யா நின்றிருந்தாள். விஜயலட்சுமியைப் பார்த்துப் புன்னகைத்தாள்.

‘‘காலை வணக்கம் விஜயலட்சுமி. தாமதமாகி விட்டதே?’’

‘‘காலை வணக்கம் மேடம். ஆமாம்.’’

சில விநாடிகள் இடைவெளி கொடுத்து மௌனமாய் நின்று பிறகு, ''விஜயலட்சுமி, இடைவேளையின்போது என்னை என் அறையில் சந்திக்க இயலுமா?'' என்றாள்.

''நிச்சயமாக, மேடம்.''

''நல்லது,'' என்றபடி பருத்திப்புடவை சரசரக்கச் சென்று விட்டாள். கனிம வேதியியல் வருவதற்குள் வகுப்பிற்குள் நுழைந்து விடுவதற்கு அவள் ஓட வேண்டியதாயிருந்தது.

இடைவேளையின்போது உளவியல் துறையின் ஆசிரியர் அறை நோக்கி நடந்த போது விஜயலட்சுமிக்குச் சற்று குழப்பமாக இருந்தது. தனக்குச் சம்பந்தமில்லாத துறையில் இருக்கும் லாவண்யா எதற்காகத் தன்னைச் சந்திக்க விரும்ப வேண்டும் என்பதற்கான சாத்தியக் கூறுகளை வரிசைப்படுத்திப் பார்த்தாள். கல்லூரி கலாசார விழா ஏதாவதில் பங்கேற்பதற்காக இருக்குமோ? ஆனால் அது மொழித்துறைத் தொடர்புடையதாயிற்றே? இல்லை, உளவியல் தொடர்பான ஆய்வுக்கட்டுரை சமர்ப்பித்தலாக இருக்குமோ? உளவியலில் விருப்பம் கொண்டவள் என்பதற்கான அறிகுறிகள் ஏதும் தன்னிடம் தென்படவில்லையே? லாவண்யாவின் பத்தாம் வகுப்பு பயில்கிற தங்கைக்கு வேதியியல் பாடத்தில் உள்ள ஐயங்களை நிவர்த்தி செய்யத் தன் உதவி தேவைப்படுமோ?

வாயிலருகே நின்று அனுமதி கேட்டு, உள்ளே நுழைந்து லாவண்யாவின் புன்னகை முகத்தைப் பார்த்தவுடன் விஜயலட்சுமியின் சிந்தனைத்தொடர் அறுபட்டு விட்டது.

''நவீன வழக்கப்படி ஆடைகள் அணிவதை நீ பெரிதும் விரும்புகிறாய், இல்லையா?'' என்றாள் லாவண்யா எவ்வித முன்னுரையுமின்றி.

விஜயலட்சுமிக்கு உடனே என்ன பதில் சொல்ல வேண்டுமென்று தெரியவில்லை. சற்று சுதாரித்துக் கொண்டு, ''இப்போது எல்லோரும் இவ்வாறு ஆடை உடுத்துவதைத்தானே விரும்புகிறார்கள் மேடம்,'' என்றாள்.

''இன்று நீ குனிந்து கைப்பையை எடுத்தபோது உன் மார்பகப்பிளவு தெரிந்தது. பின்பக்கம் உன் இடுப்புச்சதை தெரிந்திருக்கும் என்பதையும் அனுமானிப்பது கடினமில்லை,'' என்றாள்

விஜயலட்சுமி கண்களை நிலைநிறுத்தி, பின் சுருக்கி, புருவங்களை மேலுயர்த்தி, தோள்களைக் குலுக்கினாள். இந்த உடல்மொழிக்கு அதனாலென்ன என்று அர்த்தம்.

லாவண்யாவின் முகத்தில் புன்னகை மாறவில்லை. தான் அணிந்து வருகிற ஆபரணங்களைப் போல அவளும் புன்னகையை அணிந்து வருவாள் போலும். லாவண்யா ஆழமாக மூச்சை உள்ளிழுத்து நீண்டதொரு பெருமூச்சை விட்டாள். ஒரு நீண்ட பிரசங்கம் துவங்கப் போவதற்கான குறிப்பு அது.

''விஜயலட்சுமி, உன் வயதொத்த பெண்கள் நவீன ஆடைகளையும் அணிகலங்களையும் விரும்பி அணிகிறீர்கள். உங்கள் தோழமைக் கூட்டத்தின் அழுத்தம் காரணமாகவே இவ்வாறு தோற்றங்கொள்வது உங்கள் மீது திணிக்கப்பட்டு விடுகிறது. மேலும் இந்தப் பதின்பருவத்தில் உங்கள் ஆளுமையின்

நிலை குறித்த நிச்சயமின்மை, உங்களுக்கென ஒரு பிம்பத்தை உருவாக்கி அதில் பொருத்திக் கொள்ளுமாறு உங்களைத் தூண்டுகிறது. இதன் விளைவே உங்கள் தோற்றத்தைத் துருத்திக் காட்டுதல் நிகழ்கிறது. இது பிறர் கவனத்தை விரும்புதலன்றி வேறில்லை.''

விஜயலட்சுமிக்கு இந்தச் சொற்பொழிவு எந்தத் திசை நோக்கிப் பயணிக்கிறது என்று புரிந்து விட்டது. அம்மா மாதிரிப் பழமையில் ஊறியவர்களின் கருத்தைத்தான் இவளும் தூய ஆங்கிலச் சொற்றொடர்களில் கருத்துச் செறிந்த விவாதமாக முன்வைக்கிறாள்.

''மேடம், மன்னிக்கவும். உங்கள் வாதத்தை நான் ஏற்றுக் கொள்கிறேன். எங்களது நவீனத் தோற்றத்துக்கு நீங்கள் சொன்ன கருத்துக்கள் காரணங்களாய் இருப்பதில் என்ன தவறு? எங்கள் ஆளுமையை நாங்கள் முன்னிறுத்த விரும்புவது இயல்புதானே?'' என்றாள் விஜயலட்சுமி.

வெயிலடித்து வியர்வை வழிகையில் கலைந்து போகிற ஒப்பனை மாதிரி விஜயலட்சுமியின் கேள்வியைக் கேட்டவுடன் லாவண்யாவின் புன்னகை மறைந்தது. அவளது பெரிய கண்கள் இறுகியதைக் கொண்டு, அவள் எரிச்சலடைந்திருக்கிறாள் என்று அறிந்து கொள்ள முடிந்தது.

''நீங்கள் முன்னிறுத்துவது உங்கள் சொந்த ஆளுமையைத்தானா? யாரோ ஒரு நடிகையிடமிருந்தோ, விளையாட்டு வீரரிடமிருந்தோ விளம்பரங்களின் வாயிலாகக் கடன்பெற்ற பிம்பங்களைத்தானே நீங்கள் தூக்கிக்கொண்டு அலைகிறீர்கள்? ஆக்கபூர்வமான வழிகளில் ஆளுமையை

அமைத்துக் கொள்ள முடியாதா? பதின்பருவத்தவர்களின் முட்டாள்தனத்தைப் பயன்படுத்தி எத்தனை மில்லியன் டாலர்கள் வருமானம் ஈட்டப்படுகிறது தெரியுமா? புறப்பொருட்களில் இல்லை ஆளுமைத்திறன்; அது அகம் சார்ந்த விஷயம்,'' என்றாள் லாவண்யா. பருத்திப் புடவையின் சலவை மொரமொரப்புக்குப் பின்னே நெஞ்சு வேகமாக ஏறித் தாழ்ந்து கொண்டிருந்தது.

எதிர்விவாதத்திற்கான குறிப்புகளை விஜயலட்சுமி மனதில் தேடினாள். நவீன ஆடைகளும், அணிகலன்களும் அணிந்து தோற்றத்தை அழகுபடுத்தியிருப்பினும், அவள் தலைக்குள் இருப்பதொன்றும் காலிஃபிளவர் அல்ல. அறிவுசார் விஷயங்களில் அவளுக்குள்ள ஈடுபாடு மொழித்துறை ஆசிரியர்களிடத்தும், அவளோடு கல்லூரிப் பண்பாட்டு விழாக்களில் பங்கேற்கிற மாணவர்களிடத்தும் பிரபலம். மேலும் தற்போது அனைத்து இளைஞர்களின் பிரதிநிதியாகவும் தான் செயல்பட வேண்டியதன் அவசியத்தை உணர்ந்தாள் விஜயலட்சுமி.

விஜயலட்சுமி கடிகாரத்தைப் பார்ப்பதை லாவண்யா கவனித்து, ''பரவாயில்லை. நான் உன் ஆசிரியரிடம் சொல்லிக்கொள்கிறேன். முதல் வகுப்பு யாருடையது?'' என்றாள்.

சொன்னாள். அவள் அலைபேசியில் பாலிமர் வேதியியலை அழைத்துக்கொண்டிருந்தபோது சற்று நேரம் கிடைத்த மாதிரி இருந்தது. இடைவேளை முடியும் நேரம் நெருங்கி விட்டது. வெளியில் சில பையன்கள் உரத்த குரலில் சிரிப்பது கேட்டது. ஜன்னலுக்கு வெளியே வெயில் எல்லாரையும் சமமாக எரித்துக் கொண்டிருந்தது. தலைக்கு மேல் மின்விசிறி, 'டொர்ரக், டொர்ரக்'

என்று ஓடிக்கொண்டு காற்றை விட ஒலியை அதிகம் உற்பத்தி செய்ததை லாவண்யாவோ, பக்கத்து மேஜையில் கை வைத்துப் படுத்திருந்த ராமானுஜமோ பொருட்படுத்திய மாதிரி தெரியவில்லை.

அலைபேசியை மேஜை மேல் வைத்துவிட்டு இவளைப் பார்த்து, ''ம்?'' என்றாள். மீண்டும் போருக்கு ஆயத்தமாகி விட்ட தளபதியைப் போலிருந்தாள். மேற்சொன்ன கருத்துக்கு எதிர்தரப்பு விவாதத்தை எதிர்நோக்குகிறாள் என்பது புரிந்தது.

''மேடம். எங்கள் கோணத்தில் இந்தப் பிரச்சினையை நோக்க வேண்டுகிறேன். எத்தனைக் காலமாகப் பெண்ணினம் அடுக்களைக்குள்ளேயே சிறைப்பட்டு வந்திருக்கிறது. இந்த நவீனத் தோற்றம் எங்கள் விடுதலையின் குறியீடு. எங்கள் எண்ணங்களை வெளிப்படுத்துவதில் மட்டுமல்ல, எம் வாழ்க்கையை வடிவமைத்துக் கொள்வதிலும் எமக்குப் பரிபூரண சுதந்திரம் உண்டு என்பதற்கான அடையாளமே இது.''

லாவண்யாவின் அலைபேசியில் குறுஞ்செய்தி ஒலித்தது. எடுத்துப் படித்து விட்டு முகத்தில் புன்னகையுடன், ''விஜயலட்சுமி, இந்த விவாதம் சுவாரசியமாகவே இருக்கிறது. நாளை சனிக்கிழமைதானே? நீ என் வீட்டுக்கு வாயேன்! இது பற்றி இன்னும் ஆழமாக உரையாடலாம். இப்போது என் துறைத் தலைவர் என்னை அழைக்கிறார்,'' என்றாள்.

விஜயலட்சுமி விவாதபாவம் கலைய எழுந்தாள். ''இப்படி ஒரு விவாதத்தை திடீரென்று துவக்கியதன் காரணம்? அதற்கு என்னைத் தேர்ந்தெடுத்ததன் காரணம் என்னவென்று நான் அறியலாமா?'' என்றாள்.

''காரணம் உனக்கே தெரியும். உன்னைத்தவிர வேறு யாரிடம் நான் இப்படித் தீவிரமாக வாதாட முடியும்? இளைஞர்களிடம் புதுமை காணும் ஆவல் இருக்குமளவு, அதை ஏற்றுக் கொள்ளும் முதிர்ச்சி இருப்பதாகத் தெரியவில்லை. அது உன்னிடம் இருப்பதாக நம்புகிறேன்,'' என்றாள் லாவண்யா.

✸ ✸✸

செய்முறைக் கூடத்துக்குள் நுழைந்தபோது புகையும் நைட்ரிக் அமிலத்தின் நெடி விஜயலட்சுமியை வரவேற்றது. மூன்றாவது மேஜைக்கருகில் வகுப்பின் பதினைந்து மாணவர்களும் குழுமியிருந்தனர். வேகமாக அவர்களருகில் சென்றாள். வெளி வட்டத்தில் நின்றிருந்த மஞ்சு திரும்பி இவளைப் பார்த்து, விஜே, யாத்ரா தலையில் நைட்ரிக் ஆசிட்டைக் கொட்டிக்கிட்டா.' என்றாள். விஜே என்பது நண்பர்கள் விஜயலட்சுமிக்குக் கொடுத்த பெயர். அவளது முகநூல் முகவரியின் பெயரும் அதுதான்.

மாணவர்கள் விலகி அவளை உள்ளே அனுமதித்தனர். விஜயலட்சுமி வகுப்புப் பிரதிநிதி. நிகழ்ந்த விபத்து குறித்துப் பதிவு செய்யவேண்டியது அவள்தான். யாத்ரா இடது கையால் தலையைத் தாங்கியபடி அமர்ந்திருந்தாள். கூந்தலிலிருந்து நீர் சொட்டிக் கொண்டிருந்தது. முன் நெற்றியில் உள்ளங்கையளவு கூந்தல் பொசுங்கி, நெற்றியில் வெள்ளைத்தோல் தெரிந்தது. யாத்ராவின் முகத்தில் அமிலத்தின் எரிச்சலால் உண்டான வேதனை தெரிந்தது.

பாலிமர் வேதியியல் துறை விரிவுரையாளர் ராஜாராம் அவளருகில் நின்றிருந்தார். ''ஆசிட் பாயில் ஆயிடுச்சான்னு டெஸ்ட் ட்யூபைத் திருப்பிப் பார்த்திருக்கா. நல்லவேளை, கண்ணுல

படல. விஜயலட்சுமி, நீ யாத்ராவோட ஹாஸ்பிட்டல் போயிட்டு வந்துரு. ஆஃபீஸ்ல இருந்து சிவசாமி கூட வருவார். பிரின்சிபால் கார் எடுத்துக்கச் சொல்லியிருக்கார்,'' என்றார்.

யாத்ராவைக் கைத்தாங்கலாக அழைத்துச் சென்று காருக்குள் அமர வைக்கும்போது கல்லூரி வளாகத்துக்குள் மற்றொரு கார் நுழைந்தது.

சிவப்பு நிறத்தில் கொழுத்த பெண்மனி ஒருத்தி காருக்குள்ளிருந்து இறங்கி யாத்ராவை நோக்கி மூச்சிரைக்க நடந்து வந்தாள். அவள் தலை மருதாணி பூசப்பட்டு சிவப்பாக்கப்பட்டிருந்ததை விஜயலட்சுமி கவனித்தாள்.

''யாத்ரா! என்ன ஆயிற்று என் செல்லமே?''

வந்தவள் யாத்ராவின் தாய். யாத்ராவின் விபத்து குறித்த விசாரணைக்குப் பின்னர் சினந்த முகத்துடன் அவளே யாத்ராவை மருத்துவமனைக்கு அழைத்துச் சென்றுவிட்டாள்.

ராஜாராம் வகுப்பை ரத்து செய்துவிட்டார். எல்லாரும் கல்லூரியின் உணவகத்துக்குச் சென்றார்கள். பொசுங்கிப்போன முடியை யாத்ரா எங்ஙனம் சரி செய்யப்போகிறாள் என்று கவலையுடன் ஆலோசனை செய்தார்கள்.

''கவலையை விடும்மா! ஹேர் ட்ரான்ஸ்ப்ளான்டேஷன் டெக்னிக்கெல்லாம் இப்ப ரொம்ப வளர்ந்துடுச்சு. முழு வழுக்கையிலெல்லாம் கருகருன்னு முடி வளர்ற மாதிரிப் பண்ணிடறாங்க. சத்யராஜ் பாத்தீங்கல்ல? நம்ம ஹர்ஷா போக்ளே?'' என்றான் வருண்.

சிறிது நேர உரையாடலுக்குப் பின் முடி பொசுங்கியது பெரிய இழப்பில்லை என்ற முடிவுக்கு வந்தார்கள். முன்நெற்றியில் ஏற்பட்ட காயத்தின் வடுவும் மறைந்துவிட பெரும்பாலும் வாய்ப்புள்ளது. காயம் எந்த அளவுக்கு ஆழமானது என்பதைப் பொறுத்தது அது.

பேச்சு இயல்பாக வேறுபக்கம் திரும்பியது. கிரிக்கெட்டும், இசைநிகழ்ச்சிகளும், திரைப்படமும், சந்தையில் புதிதாக அறிமுகப்படுத்தப்பட்டுள்ள பொருட்களும் அவர்களை ஆக்கிரமித்துக் கொண்டன. விஜயலட்சுமி தன் நண்பர்களைக் கண்களால் அளந்தாள். எல்லாருமே நவீனத்துவத்தின் பிரதிநிதிகளாகத்தான் தோற்றம் கொண்டிருந்தனர். இவர்கள் யாருக்கும் சொந்த பிம்பம் ஒன்று இல்லையா? நான் உள்பட? நான் என்பது எது? என் உருவமும், இளமையும் மாறிவிடும் என்பதால் மட்டும் அவை நான் இல்லையென்றாகி விடுமா? அப்படிப் பார்த்தால் என்னை வடிவமைக்கும் கருத்துக்களும் காலப்போக்கில் மாறுபவைதானே? அதை மட்டும் நானென்று எப்படிச் சொந்தம் கொண்டாட முடியும்?

''ஹே கைஸ், கார்ல்ஸ்,'' என்றபடி சட்டையைக் கழற்றினான் கௌரவ். அவனது புஜத்தில் ஒன்றொடொன்று பிணைந்திருக்கிற டிராகன்கள் படம் பச்சை குத்தப்பட்டிருந்தது. எல்லாப் பையன்களும், சில பெண்களும் ''வாவ்!' என்றார்கள்.

கௌரவ் பெருமையாக, ''பர்மெனெண்ட். ஷார்ட் ஸ்லீவ் போடும்போது பாதி வெளியில தெரியும். லுக்கா இருக்கும்ல?'' என்றான்.

பொறாமையோடு ஆமோதித்தார்கள். அவர்கள் ஊரில் யார் இந்த மாதிரி பச்சை குத்துகிறார்கள் என்று நினைத்து வியந்தார்கள். சுமந்தா தன் பின்புறத்தில் ஜீன்ஸுக்கும், மேற்சட்டைக்கும் இடைப்பட்ட பகுதியில் பச்சை குத்த எண்ணி, ''டேய், எங்க பண்ணினேன்னு சொல்லுடா? கர்ல்ஸுக்குப் பண்ணி விடுவாங்களா?'' என்றாள்.

கௌரவ் சென்னை சென்றிருந்தபோது பச்சை குத்தியிருக்கிறான். ஒரு வாரமாயிற்று. இன்னும் பெற்றோர்களுக்குக் கூட காட்டாமல் மறைத்து வைத்திருக்கிறான். தெரிந்தால் வீட்டுக்குள் சுனாமிதான் என்றான்.

எல்லாரும் தங்கள் அணிகலன்களைப் புகழ்ந்து உரைக்க ஆரம்பித்து விட்டார்கள். ஆண்கள் உடலில் குத்திக்கொள்கிற விதவிதமான பச்சைகள், காலணிகள், வெயில்கண்ணாடி, கடுக்கன்கள் என்ற ரீதியிலும், பெண்கள் ஒப்பனைப் பொருட்கள், தோடுகள், தொங்கட்டான்கள், ஏன் உள்ளாடைகள் வரை சமீபத்தில் வெளியான விஷயங்கள் பற்றி விவாதித்தனர். இளமையையும், ஒப்பனையையும் பிரிக்கவே இயலாது என்ற முடிவுக்கு வந்தாள் விஜயலட்சுமி என்கிற விஜே.

✶✶✶

தோளுயரம் வளர்ந்து நிற்கிற பூச்செடிகளுக்கு அக்கறையோடு தண்ணீர் வார்த்துக் கொண்டிருந்த கணவனையே பார்த்துக் கொண்டிருந்தாள் லாவண்யா. பூக்களைப் பறிக்க அவர் அனுமதிப்பதில்லை. அவை செடிகளிலேயே வாழ்ந்து கருகுவதே அவர் விருப்பம். காய்ந்த பூக்களையும், இலைகளையும் கிள்ளிப் போட்டுவிட்டு, அந்தக் குட்டித் தோட்டத்தைத் துப்புரவாக

வைத்திருப்பதில் அவருக்கு எப்போதுமே ஈடுபாடு. சமயத்தில் பூத்து நிற்கிற மலர்களைக் கையில் ஏந்தியபடி உற்றுப்பார்ப்பது, அவர் அவைகளோடு உரையாடிக் கொண்டிருப்பது போலவே தோன்றும்.

துண்டால் கைகளைத் துடைத்தபடியே இவளை நோக்கி வந்தார். ''என்ன? அந்தப் பொண்ணு எப்ப வர்றா?'' என்றார்.

''பத்து மணிக்கு வருவான்னு நினைக்கிறேன்,'' என்றாள் லாவண்யா.

''சரி, அவளை ரொம்பப் போட்டுப் படுத்தாதே! இந்த வயசில பொண்ணுங்க தங்களை அழகா காட்டிக்கறதுல என்ன தப்பு?''

''திரும்பவும் ஆரம்பிக்காதீங்க!'' என்றாள் லாவண்யா. இதுபற்றி ஏற்கனவே கணவனுடனும் ஒரு விவாதத்தை நிகழ்த்தியிருந்தாள்.

''சரி, நான் மேலே படிச்சிட்டுருக்கேன். என்னைத் தொந்தரவு செய்யாதே,'' என்று சொல்லிவிட்டு உள்ளே சென்று விட்டார்.

விஜயலட்சுமி வந்தபோது லாவண்யா தயாராக இருந்தாள். இம்முறை தமிழிலேயே உரையாடினாள்.

''விஜயலட்சுமி. உனக்கு ஒரு பிராஜக்ட் தரப்போறேன். உன் இலக்கிய ஆர்வத்தைப் பத்தித் தமிழய்யா சொன்னாங்க. இதை நீ பண்ணினா பொருத்தமா இருக்கும்னு அவர்தான் சொன்னார்.''

விஜயலட்சுமி அவள் கொடுத்த கோப்பை வாங்கிப் புரட்டிப் பார்த்தாள். கல்வி உளவியல் தொடர்பான ஆய்வு அது. தமிழிலக்கியத்தில் கல்வி குறித்த மேற்கோள்களைக் காட்டுவதற்கு ஊக்கமூட்டியிருந்தது ஆய்வு பற்றிய குறிப்பு.

''இது பற்றிப் பேசத்தான் உன்னை வீட்டுக்கு வரச் சொன்னேன். அப்படியே நாம பேசுன விஷயத்தையும் தொடரலாம்,'' என்றாள் லாவண்யா.

விஜயலட்சுமி கோப்பை மேஜை மேல் வைத்து விட்டு அவள் தொடங்குவதற்காகக் காத்திருந்தாள்.

''என்னிக்காவது நான் வளையலோ, செயினோ அணிஞ்சு நீ பார்த்திருக்கியா? இல்ல வேற மேக்கப் சாதனங்களை உபயோகிச்சு நீ பார்த்திருக்கியா?''

விஜயலட்சுமி இல்லையென்று தலையாட்டினாள்.

''எனக்குச் சின்ன வயசிலேர்ந்தே இதுல ஆர்வம் கெடையாது. இவையெல்லாம் அடிமைத்தனத்தின் சின்னங்கள்னு நினைச்சேன். பின்னாடி நான் பெரியாரை வாசிச்சபோது நான் நினைச்சது சரின்னு உறுதியாச்சு.

''இந்த ஒப்பனைகளை அணிஞ்சுக்கிறது மூலமா நீங்கல்லாம் எதை முன் வைக்கறீங்க தெரியுமா? ஆண்களை ஒரு படி மேலே நிறுத்தி, அவங்களுக்கு செக்ஸுவலா பணி செய்யற அடிமைகள் நீங்கள்ங்கறதை நிரூபிக்கிறீங்க. ஆண்களை பாலியல் ரீதியா வசீகரிக்கறதுக்குத்தானே விதவிதமான பொருட்களால் உங்களை அலங்கரிச்சுக்கிறீங்க? உங்களை நீங்களே ஒரு செக்ஸுவல் ஆப்ஜெக்டா புரஜக்ட் பண்ணிக்கிறீங்க என்பதுதான் என் வாதம். உங்கள் தனித்தன்மையை ஆக்கபூர்வமான சிந்தனைகளில்தான் காட்டவேண்டுமே தவிர இதுபோன்ற சீப்பான முறைகளை இளைய சமுதாயம் கையாளக் கூடாதுங்கறதுதான் என் விருப்பம். ஜப்பானில கெய்ஷாக்கள் என்று ஓர் இனம் இருந்தது. தினம்

தன்னை விதம் விதமா அலங்கரிச்சுக்கிட்டு ஊர்ல இருக்குற பெரிய மனுஷங்களைக் குஷிப்படுத்தறதுதான் அவங்க வேலை. அவங்களுக்கும், உங்களுக்கும் எந்த வேறுபாடும் இருக்கற மாதிரித் தோணல.''

விஜயலட்சுமிக்கு ஓங்கி அறை வாங்கிய மாதிரி இருந்தது. இப்படி ஒரு குற்றச்சாட்டை அவள் எதிர்பார்க்கவில்லை. பெண்ணியம் பேசும் லாவண்யாவிடம் ஒப்பனைகள் பெண்விடுதலையின் அடையாளமே என்பதை ஒப்புக்கொள்ள வைக்க முடியும் என்று நம்பியிருந்தாள். இந்தக் குற்றச்சாட்டுக்கும், பழைமையில் ஊறியவர்கள் பெண்களைக் கட்டுப்படுத்தும் முறைகளுக்கும் எந்த வேறுபாடும் இல்லை. தன் வயதுப் பெண்கள் அப்படிப்பட்டவர்கள் இல்லை என்பதை நிரூபித்து விட விரும்பினாள்.

அப்போது பழஞ்சேலையொன்றைக் கட்டிக்கொண்டு ஒரு பெண்மணி வந்து நின்றாள். லாவண்யா நிமிர்ந்து, ''முத்து, ஒரு நிமிஷம் இரு. வந்துடறேன்,'' என்றபடி பக்கத்து அறைக்குச் சென்றாள். ஒரு நிமிடம் கழித்துத் திரும்பி வந்து அவள் கையில் கத்தையாகப் பணத்தைத் திணித்தாள்.

''சரிம்மா. பதினோரு மணிக்கு பஸ்ஸு. நான் கோமுவைக் கூட்டிகிட்டுக் கௌம்பறேன்,'' என்றாள் அந்தப்பெண். ''போறதுக்கு முன்னால அவளைக் கூட்டிட்டு வந்து உங்ககிட்ட ஆசிர்வாதம் வாங்கணும்மா,'' என்றாள்.

லாவண்யா மென்மையாகச் சிரித்தபடி, ''சரி, சரி,'' என்றாள். அந்த அம்மாள் போனபின், ''எங்க வீட்டு வேலைக்காரி.

பொண்ணுக்குக் கல்யாணம் பண்ணப்போறா. அதான் உதவியா இருக்குமேன்னு கொஞ்சம் பணம் கொடுத்தேன்,'' என்றாள்.

விஜயலட்சுமி விவாதத்தைச் சற்று மறந்து, ''அவங்க பொண்ணும் இங்கியேதான் தங்கியிருக்குதா?'' என்றாள்.

''பின்பக்கம் வீடு கட்டிக் கொடுத்திருக்கோம். பொண்ணு இங்கேயே பிளஸ்டூ வரை படிச்சுது. கிராமத்துல அவங்க முறை மாமன் வெயிட் பண்றானாம். அஞ்சு வருஷம் முன்னாடியே நிச்சயம் ஆயிடுச்சாம். இப்ப கல்யாணம். மேல படிக்க வையின்னு எவ்வளவோ சொல்லிப் பார்த்துட்டேன். முடியலை. இவங்கல்லாம் மேல வர்றதுக்கு படிப்புதான் ஒரே வழின்னு நினைச்சேன். ஆனா உங்க மாதிரிப் படிச்சவங்களும் வேற கோணத்துல பார்க்கும்போது ஒரே மாதிரி சிந்தனையிலதான் இருக்கீங்க. படிப்பு காசு சம்பாதிக்க மட்டும்தான் உங்களுக்கு உதவுது. அடிப்படைச் சிந்தனைகளை மாற்ற அல்ல.''

விஜயலட்சுமி ஆரம்பித்தாள். ''மேடம், திரும்பவும் கேட்கிறேன். அப்படி செக்ஸுவல் ஆப்ஜெக்டா எங்களைப் ப்ரொஜக்ட் பண்ணிக்கிறதுல என்ன தப்பு? இதனாலேயே நாங்க அடிமையாயிடுவோன்னு நீங்க எப்படி நினைக்கலாம். சொல்லப்போனா இப்படி ஒரு வசீகரம் எங்களுக்கு வழங்கப்பட்டிருப்பதை நான் ஒரு வெகுமதியாகவே நினைக்கிறேன். ஆணும், பெண்ணும் ஒருவரையொருவர் வசீகரித்துக் கொள்வதிலோ, செக்ஸுக்கு முக்கியத்துவம் கொடுப்பதிலோ என்ன தவறு? செக்ஸ் எல்லாருக்கும் பிடித்த விஷயம்தானே? படிப்பு அடிப்படைச் சிந்தனைகளை மாற்றலன்னு சொல்றீங்க. ஆனா உங்க வாதம் அடிமைத்தனத்தை வேறு

வடிவத்துல எங்களை ஏத்துக்கச் சொல்லி வற்புறுத்துது. ஆனா எழுத்துக்களை அடிப்படையா வச்சு எங்க வாழ்க்கையை அமைச்சுக்க விரும்பல. வாழ்க்கையை ஒரு பரிசோதனையாக எடுத்துக்கறோம். அதில் தப்பு நடக்கும். அடிபட்டு திருந்திக்கறோம். ஆனா இம்முறையில் நாங்க கத்துக்கற கல்வி திணிக்கப்பட்டதா இருக்காது.''

லாவண்யா உறைந்த முகத்துடன் அவளைப் பார்த்துக் கொண்டிருந்தாள். இவளைத் திருத்தமுடியாது என்று சொல்வதைப் போலிருந்தது அவள் பார்வை.

இப்போது அந்த அம்மாள் மகளுடன் வந்து விட்டாள். அந்தப் பெண்ணுக்குப் பதினேழு வயதிருக்கும். அவள் கட்டிக் கொண்டிருந்த தாவணி அந்த அம்மாளின் புடவையாகத்தான் இருக்க வேண்டும். முகம் வியர்வையில் பளபளப்பாக இருந்தது. காதில் தோடுகள் இல்லை. கழுத்தில் கவரிங் செயின். இத்தனைக் குறைகளையும் மீறி அவளது இளமை திமிறிக் கொண்டிருந்தது. விஜயலட்சுமி சில விநாடிகள் அந்தப் பெண்ணின் அழகையே பார்வையால் விழுங்கிக் கொண்டிருந்தாள்.

லாவண்யா, ''ரமேஷ்!, ரமேஷ்!'' என்றாள் மாடியைப் பார்த்து. இறங்கி வந்தபோது அவர் முகத்தில் சலிப்பு தெரிந்தது. ''முத்து ஊருக்குப் போறா. சொல்லிட்டுப் போக வந்திருக்காங்க,'' என்றாள் லாவண்யா.

அந்தப் பெண் லாவண்யாவின் காலில் விழுந்து ஆசி வாங்கிக் கொண்டாள். லாவண்யாவின் கணவர் அந்தப் பெண்ணையே பார்த்துக் கொண்டிருந்தார். இருவரும் சொல்லிக்கொண்டு கிளம்பினார்கள். லாவண்யாவின் கணவர் மீண்டும் தோட்டம்

நோக்கிச் சென்று அங்கிருந்த பூக்களை ஆராய ஆரம்பித்தார். வெளிக்கதவை மூடிவிட்டு அவர்கள் செல்லும்வரை அவர்களையும் அவ்வப்போது ஏறிட்டுப் பார்த்துக் கொண்டிருந்தார்.

விஜயலட்சுமி லாவண்யாவைப் பார்த்தாள். "நல்ல அழகான பெண், இல்லையா மேடம். எந்த மேக்கப்பும் இல்லாமலேயே ராவிஷிங்கா இருக்கறா," என்றாள்.

லாவண்யா விஜயலட்சுமியின் பார்வையைத் தவிர்த்தாள். பின் தோட்டத்தில் பூக்களைக் கொஞ்சிக் கொண்டு நிற்கிற தன் கணவனைப் பார்த்தாள்.

வழியனுப்புதல்

நாகப்பச் செட்டியாருக்கு எவ்வளவு தண்ணீர் குடித்தும் நெஞ்சு எரிச்சல் தீரவில்லை. கொஞ்ச நாட்களாகவே இந்த எரிச்சல் நீங்காமலேயே நெஞ்சில் தேங்கி நிற்கிற மாதிரிதான் இருக்கிறது. குடிச்சதுக்கப்புறம் வயித்துக்கு எதாவது கொடுத்தாத்தானே, அப்புறம் சாராயம் உள்ளே குடலை அரிக்காம என்ன பண்ணும் என்பாள் ரேவதி, ஏதோ புருஷன் மேல் ரொம்ப அக்கறை இருக்கிற மாதிரி. நாசமாய்ப் போனவள். என்னை இப்படி ஆக்கினதே அவள்தானே. ஊருக்குள் ராஜா மாதிரி துதிபாடும் ஆட்கள் புடைசூழ வலம் வந்தாலும், மனசில் விழுந்து விட்ட முடிச்சு மட்டும் அவிழ்க்க மாட்டாமல் நெஞ்சை சதா நிரடிக்கொண்டிருக்கிறது. அந்த முடிச்சு தரும் வலிக்குத்தான் வேளாவேளைக்கு மருந்து தர வேண்டியிருக்கிறது. கூண்டிற்கு வந்து வேலை செய்கிற பசங்கள் எல்லாரும், "வாத்தியாரே, உங்க திறமை யாருக்கு வரும்? ரெண்டு ஆஃப் பாயிலை வச்சுக்கிட்டே ஒரு ஆஃபு, ரெண்டு க்வாட்டரு

உள்ள தள்ளிருவீங்களே,'' என்பார்கள். ''எப்படி வாத்தியாரே ஃபுல்லா ஏத்திட்டு மலை மாதிரி ஸ்டெடியா நிக்கிறீங்க?'' என்று அதிசயிப்பார்கள். ''அது சரிப்பா வாத்தியாரு நம்பள மாதிரியா, இப்பவும் கூண்டுக்கு வந்து வேலை செய்ய ஆரம்பித்தார்னா விடாம இருநூறு தண்டால், நூறு புஷ் அப்பு, பார்ல ஏறி இறங்கிட்டு அப்புறம் வெய்ட்டும் அடிப்பாரு பாரு, ஸ்டீல் பாடிப்பா,'' என்று புகழ்வார்கள். இந்தப் பசங்கள் இப்படி ஏத்தி விட்டு விட்டுத்தான் இந்தக் குடியை நிறுத்த முடியாமல் ஆகி விட்டது. ஆனாலும் இப்படி நாளுக்கு நாள் குடி அதிகரித்துக் கொண்டே போவதுக்கு அது மட்டும் காரணமில்லையே.

நாகப்பச் செட்டியாருக்கு இந்த ஆவணியோடு நாற்பத்தி மூன்று வயது முடிகிறது. இருந்தாலும் இப்பவும் பார்ப்பதற்கு அந்தக் காலத்து ராஜ்குமார் மாதிரி அமைப்பாகத்தான் இருக்கிறார். வீட்டில் எப்போதும் சட்டையில்லாமல் தான் இருப்பார். பனியன் அணிகிற வழக்கம் கிடையாது. பரந்த தோள்களும், புடைத்த புஜங்களும், மயிர் சுருண்டு கிடக்கிற எடுப்பான மார்புமாக கட்டின வேஷ்டியோடு வீட்டு வாசலில் உட்கார்ந்து பேப்பர் படித்துக் கொண்டிருப்பார். அவரைப் பார்ப்பதெற்கென்றே எதிர்வீட்டு கோமதி சர்க்கரை வாங்கவோ, சீட்டுப் பணம் வாங்குகிற சாக்கிலோ வந்து போகிற மாதிரி இருக்கும். வயசுப் பெண்கள் எல்லாருமே அவரிடம் குழைந்து குழைந்துதான் பேசுவார்கள். நாகப்பன் இதையெல்லாம் கண்டு கொள்வதில்லை. அவருக்கு வீடு விட்டால் ஒரே புகலிடம் பெண் வாசனையே படாத ஆஞ்சனேயர் கோயில் கூண்டுதான். அங்கு உடற்பயிற்சி செய்ய வருகிற இளைஞர்கள் எல்லாரும் கூண்டு நடத்தும் பயிற்சியாளர் ஒருவர் இருந்தாலும்

இவரைத்தான் வாத்தியார் என்று கூப்பிடுவார்கள். இவர் என்ன சொன்னாலும் பசங்கள் செய்யத் தயாராகி விடுவார்கள். இவர் தலைமையில்தான் அவர்கள் தெருவில் நற்பணிகள் யாவும் நடந்தேறும். மாசிமாதத்துக் காளியம்மன் கோயில் திருவிழா, பொங்கல் பண்டிகையின்போதெல்லாம், நாகப்பன் தலைமையில் வீடு வீடாகச் சென்று வசூல் செய்து சந்துப் பொங்கல் விழா நடத்துவார்கள். காலையிலேயே தண்ணீர்க் குடம் சுமந்து நதிக்குச் சென்று திரும்புவார்கள். சந்தின் முனையில் வைத்திருக்கிற அம்மனுக்கு அபிஷேகம் செய்து பூஜை செய்வார்கள். பூஜை முடிந்து சிறுவர்களுக்கு போட்டிகள் நடக்கும். பிஸ்கெட் கடித்தல், ஸ்பூன் எலுமிச்சம்பழம் ரேஸ், சாக்கு ரேஸ் என்று விதவிதமான போட்டிகள். எல்லாவற்றுக்கும் நாகப்பன்தான் முன்னிலை. எல்லாரும் போட்ட பணத்தில் வாங்கிய ஆட்டுக்கறியைக் கூறு போட்டு ஒவ்வொரு வீட்டுக்கும் பகிர்ந்து கொடுப்பதும் நாகப்பனின் வேலைதான். அவர் கூறு போட்டுக் கொடுக்கும் போதுதான் தெருப்பெண்கள் முணுமுணுக்காமல், இது குறைகிறது அது குறைகிறது என்று குறை சொல்லாமல் வாங்கிக் கொண்டு போவார்கள்.

தெருவில் எல்லாரும் விரும்புகிற, யார் கூப்பிட்டாலும் ஓடிப்போய் உதவுகிற, எல்லார் மரியாதைக்கும் பாத்திரமானவராக இருந்தார் நாகப்பச் செட்டியார். சின்னச் சின்னக் கடன் வேண்டுமா, நாகப்பச் செட்டியாரிடம் கேட்டால் கிடைத்து விடும். திருப்பதியில் தேவஸ்தானத்தில் தங்க இடம் ஏற்பாடு செய்து தர வேண்டுமா, நாகப்பன் இருக்கிறார். தண்ணீர்க் குழாய்ப் பிரச்னையா நாகப்பன் முடித்துத் தருவார். இப்பேர்ப்பட்ட புகழ் கொண்ட நாகப்பனுக்கு

வீட்டில் மட்டும் ஏன் இப்படி சபிக்கப்பட்ட மாதிரி ஆகி விட்டது.

எல்லாம் நன்றாகத்தான் போய்க்கொண்டிருந்தது. ரேவதியைத் திருமணம் செய்து வந்த புதிதில் மிதப்பாகத்தான் திரிந்தார். தலைவருக்கு புது அண்ணி வந்து விட்டார் என்று பசங்களும் பூரித்துப் போய்த்தான் கிடந்தார்கள். ரேவதி கறுப்புதான் என்றாலும் மினுமினுக்கும் கறுப்பு. பத்தொன்பது வயதில் கறுப்பு தேவதை மாதிரிதான் இருந்தாள். அவர்கள் சனத்தில் கறுப்பு என்பதே அபூர்வம். என்னடா நாகப்பா, கறுத்த பொண்ணுக்குத் தலையாட்டிட்டு வந்திருக்கியே என்று தெருக்கிழவிகள் கூட அங்கலாய்த்துக் கொண்டார்கள். அதென்னவோ நாகப்பனுக்கு ரேவதியைப் பார்த்ததும் இவள்தான் தனக்கு என்று முடிவேற்பட்டுவிட்டது. அவள் கழுத்தோரம் தெரிந்த சின்னத் தேமலைக் கூடப் பொருட்படுத்தவில்லை. அல்லது அதுவும் அவருக்கு அழகாகத் தெரிந்ததோ என்னவோ. ரேவதிக்கும் தன் புருஷனை நினைத்து நினைத்து ஒரே கிறக்கம்தான். இருவரும் சாரைப் பாம்புகள் போலப் பின்னிக் கிடந்தார்கள் திருமணமான புதிதில். நாகப்பன் போகுமிடமெல்லாம் ரேவதியும் இழைந்து கொண்டேதான் போவாள். கடைசியில் எல்லார் கண்ணும் பட்டது போலாகி விட்டது.

இப்படிப் படுக்கையில் விழுந்து இரண்டு மாதமாகி விட்டது. முதலில் அவ்வப்போது எழுந்து நடமாடிக் கொண்டிருந்தவருக்கு இப்போது கழிப்பறை செல்வது கூடக் கடினமாகி விட்டது. ரேவதியைப் பக்கத்தில் விடுவதேயில்லை நாகப்பன். அவள் கண்முன் தெரிந்தாலே எரிந்து விழ ஆரம்பித்தார். வாய் அதிகம் பேசாது. அவர் முகத்தில் தெரியும் வெறுப்பு நெருப்பு மாதிரி

அவளைக் காந்தி அனுப்பி விடும். அவளும் அவர் கண்ணில் படாமலேயே வீட்டுக்குள் உலவப் பழகிக் கொண்டாள். நாகப்பனுக்கு பெட்பேன் மாற்றுவது. அவர் எடுக்கிற வாந்தியை அள்ளுவது. உடை மாற்றி விடுவது எல்லாமே அவர் அம்மாதான். அவள் படுகிற கஷ்டத்தையும், அவள் உடல் முழுக்கப் பரவியிருக்கிற வேதனையையும் பார்த்து நாகப்பனுக்கு 'தான் சீக்கிரம் செத்துப்போய் விட வேண்டும்' என்று தீவிரமான எண்ணம் ஏற்பட்டது. முருகானந்தம் பயல், பெரியாஸ்பத்திரியில் வேலை செய்கிறவன், அவனிடம் கூட சொல்லச் சொல்லி விட்டார். அவன் இன்றைக்கு வருகிறேன், நாளைக்கு வருகிறேன் என்று இழுத்துக் கொண்டு இருக்கிறான். எப்படியும் நாளைக்கு அவன் பிடரியைப் பிடித்து இழுத்து வருமாறு பசங்களிடம் சொல்லியிருக்கிறார் நாகப்பன்.

எல்லாவற்றுக்கும் வரதன்தான் காரணமா என்று தீர்மானமாகச் சொல்ல முடியவில்லை நாகப்பனுக்கு. அவனை நினைத்தால் நெஞ்செரிச்சல் அதிகமாகிவிடுகிறது. எப்படி இருந்தார்கள் இரண்டு பேரும். அண்ணனும், தம்பியும் போல. வரதன் ரேவதிக்கு முறைப்பையன் என்றாலும், அவனுக்குத்தான் முதலில் ரேவதியை முடிப்பதாக இருந்ததும் அவர்கள் உறவு அண்ணன் தம்பி உறவுதான் என்பதை உறுதிப்படுத்தியிருந்தது. தன் எல்லா ஜமாக்களிலும் அவனைக் கூட்டாளியாகச் சேர்த்துக் கொள்வார் நாகப்பன். ரேவதி திருமணம் முடித்துப் போனபிறகு வரதனும் அவர்கள் வீட்டுக்கே குடிபோனதைப் போல அங்கேயே தவம் கிடந்தான். தறியோட்டும் நேரம் போக நாகப்பன் இருக்கும் இடத்தில்தான் அவனும் இருப்பான். சமயத்தில் நாகப்பனுக்கு

மாற்றாகக் கூட விஷயங்களைத் தலைமையேற்று நடத்துவான். ரேவதி மேல் கொள்ளைப் பாசம் அவனுக்கு. அவளையேக் கல்யாணம் செய்து கொள்ள விரும்பியிருந்தான். அவர்கள் வீட்டிலும் அதற்குச் சம்மதம்தான். ஆனால் சொந்த வீடு, தறிப்பட்டறையோடு தங்க நிறத்தில் மாப்பிள்ளை வரும்போது என்ன செய்ய முடியும். ரேவதியின் சந்தோஷம்தானே முக்கியம். வீட்டிலிருப்பவர்கள் நினைத்தது போலவே அவனும் அவளுக்காகவே தான் இந்தத் தியாகத்தைச் செய்ய வேண்டுமென்று முடிவு செய்துவிட்டான். பெரும்பாலான நேரங்களில் நாகப்பன் வீட்டில்தான் வரதனுக்குச் சாப்பாடு. ரேவதியும் மாமா, நல்லா அள்ளிச் சாப்பிடுங்க மாமா என்று அருகிலேயே அமர்ந்து இருவருக்கும் பரிமாறுவாள். சிரிப்பும், கும்மாளமுமாகத்தான் இருந்தது வீடு. ஆனாலும் நாலு வருஷமாகியும் குழந்தை இல்லாமலிருந்தது ஒரு சிறிய உறுத்தலாக இருந்தது நாகப்பனின் மனதில். இப்போது அந்த உறுத்தல் நீங்கி விட்டது. அதைப் பெரிய உறுத்தல் ஒன்று பிரதியிட்டு உள்ளே அரித்துத் தின்ன ஆரம்பித்து விட்டது. இந்தச் சனியன் பிடிச்ச நினைப்பைத் தொலைக்கத்தானே குடிக்கிறேன் என்று நினைத்துக் கொண்டார் நாகப்பன். அப்படியே நான் செத்தாலும் அது குடியால் இருக்காது என்றும் நினைத்துக் கொண்டார்.

எல்லாம் போனவருஷம் அக்கா பெண் வயதுக்கு வந்த விஷேஷத்தின் போது ஆரம்பித்தது. எல்லாரும் மண்டபத்தில் இருந்தார்கள். நாகப்பன் பந்தி விரிக்க ஜமுக்காளம் பற்றவில்லை என்பதற்காக வீட்டில் இருந்து ஜமுக்காளம் எடுப்பதற்காக வந்தார். அடுப்படியில் ரேவதி மாராப்பு விலகி நின்றிருக்க, வரதன்

ஸ்டூலிலிருந்து இறங்கிக் கொண்டிருந்தான். நாகப்பனுக்கு இந்தக் காட்சிக்கு எப்படி எதிர்வினையாற்றுவதென்றே தெரியவில்லை. இருவரும் நாகப்பனைப் பார்த்ததும் சட்டென்று விலகினார்கள். அடுப்படி அட்டாலியில் வைக்கப்பட்டிருந்த பலகாரங்களை எடுப்பதற்காகத்தான் வரதன் வந்ததாகவும், அது எங்கிருக்கிறதென்று தெரியாமல் ரேவதியை வந்து எடுத்துத் தரச்சொல்லி அழைத்தபோது அவள் அவசரமாக வந்ததாகவும், அடுப்படிக் கதவின் தாழ்ப்பாளில் சிக்கித்தான் முந்தானை விலகியதாகவும் அவர்கள் இருவரும் மெதுவாக, நேரம் எடுத்துக்கொண்டு சொல்லியும் சொல்லாமல் அவர் கேட்க விரும்பாவிட்டாலும் விளக்கியிருந்தார்கள். நாகப்பனுக்கு இந்தச் சம்பவம் ஒரு பொருட்டாக இல்லை. அவருக்கு வரதன் மேல் அதீத நம்பிக்கை இருந்தது. ''நானொண்ணும் துரியோதனன் இல்லியே, எடுக்கவோ கோக்கவோன்னு கேட்க,'' என்று கிண்டலடித்துக் கூடச் சிரித்தார். ஆனால் இந்த விஷயத்தில் அவர் துரியோதனன் மாதிரி நடந்து கொண்ட மாதிரிதான் பட்டது.

ஆனால் இரண்டு மாதம் கழித்து ரேவதி உண்டான பிறகுதான் வினை ஆரம்பித்தது. மகிழ்ச்சியில் துள்ளாட்டம் போடமுடியவில்லை நாகப்பனுக்கு. ரேவதி அவரிடம் விஷயத்தைச் சொன்னதும் ஒரு நிமிடம் உறைந்துபோய் நின்றவர் அதற்கப்புறம் சட்டென்று வீட்டை விட்டு வெளியேறினார். நேரே வரதன் வீட்டுக்குப் போய் காரணம் சொல்லாமல் அவனொடு கட்டிப்புரண்டிருக்கிறார். தெருவே நின்று வேடிக்கை பார்க்க இருவரும் தெருவில் உருண்டார்கள். காரணம் சொல்லவில்லை. விளக்கம் ஏதும் தரவில்லை. அன்றிலிருந்து வரதனுக்கு அவர் பரம

வைரியாகிவிட்டார். இவர்கள் திடீர் விரோதத்துக்குக் காரணமாக மக்கள் மத்தியில் பல்வேறு கதைகள் நிலவின. நிலம் வாங்கித் தருவதாக நாகப்பனிடம் காசை வாங்கிக் கொண்டு வரதன் ஏமாற்றி விட்டதாகவோ, நாகப்பன் பட்டறையில் இருந்து வரதன் நூலைத் திருடி விற்று வெகுநாட்கள் பிழைத்து வந்ததாகவோ, நாகப்பன் அடிக்கடி தறிச்சாமான் வாங்கச் செல்கிற வீரப்ப நாயக்கனூரில் வட்டிக்கடைக்காரர் மகள் ஒருத்தியை வைத்துக் கொண்டிருந்து அதை வரதன் தட்டிக் கேட்டதாகவோ பேசிக் கொண்டார்கள். வரதனுக்கும், ரேவதிக்கும் கள்ளத்தொடர்பு இருப்பதை நாகப்பன் கண்டுபிடித்து விட்டதாகவும் கூடப் பேசிக்கொண்டார்கள். முதற்சொன்ன காரணங்களையெல்லாம் கேட்டு நாகப்பன் சிரித்துக் கொண்டாலும், கடைசிக் காரணத்தை அவரால் ஏற்றுக் கொள்ளவும் முடியவில்லை. புறந்தள்ளி விடவும் முடியவில்லை.

ரேவதி கர்ப்பத்துக்கு வரதன்தான் காரணம் என்று அவரால் அவர் மனசுக்கே நம்பவைப்பது கடினமாக இருந்தது. இருந்தாலும் அதுதான் உண்மையாக இருக்கும் என்று அவர் திடமாக நம்பினார். இதற்கு முன்பு நிகழ்ந்த நிகழ்வுகள் எல்லாம் அங்கங்கே கோர்க்கப்பட்டு கோர்வையாக மனதில் ஓர் சித்திரம் தோன்றி அவர் நம்பிக்கைக்கு வலுவூட்டியது. தன்னால் குழந்தைப் பேறு தரமுடியவில்லை என்று நினைக்க நினைக்க தலை தீப்பற்றிக் கொண்டதைப் போல எரிகிறது. அந்த நெருப்பை அணைக்கவே உள்ளே பிராந்தியும், விஸ்கியும் இறங்குகிறது. இப்படியே ஆறுமாதம் அவர் குடித்த குடி பரம்பரைக் குடிகாரன் குடிப்பதற்கு ஐந்து வருஷம் ஆகியிருக்கும். ரேவதியிடம் பேசுவதை நிறுத்தி விட்டார். வீட்டுக்குச் செல்வதே அரிதாகி விட்டது. வீட்டுக்குப்

போனாலும் அம்மாவைத்தான் சமைக்கச் சொல்லி இரண்டு வாய் சாப்பிடுவார். திடீரென்று வெறி வந்தாற்போல் ரேவதி தலைமயிரைப் பிடித்து இழுத்து முகமெல்லாம் அறைவார். அவள் சத்தம் வராமல் அழுவாள். காறித்துப்புவார். எந்த வசைச்சொல்லும் அவர் வாயிலிருந்து வெளிப்படுத்துவதில்லை. எதையும் அவர் யாரிடமும் சொல்வதுமில்லை. இந்த நாகப்பன் இப்படி ஆயிட்டானே என்று தெரு மக்கள் எல்லாரும் வருந்தினார்கள். அவர் நிம்மதியைக் கெடுத்த ரேவதியை வசைபாடினார்கள். வரதன் அந்தத் தெருப்பக்கம் தலைகாட்டுவதைக் கூட நிறுத்தி விட்டான்.

பசங்கள் எல்லாரும் கும்பலாக வந்து விட்டார்கள். தலைவரே, இன்னும் ரெண்டு வாரத்துல நீ எந்திரிச்சு நடமாட ஆரம்பிச்சுடுவே, நீ வந்தாதான் களை கட்டும் என்றான் ஒருத்தன். எல்லாரும் அதை ஆமோதிக்கிற மாதிரி பேசிக்கொண்டார்கள். வரதன் அவர்களைப் பார்த்து பலவீனமாகப் புன்னகைத்தார். இந்தப் பயலுகளுக்குத்தான் நம்ம மேல எவ்வளவு பாசம் என்று நாகப்பன் நினைத்துக் கொண்டார். ''முருகானந்தம் எப்போ வருவான்?'' என்று கேட்டார். பசங்கள் மத்தியில் பேச்சு இல்லை. ''என்னடா?'' என்றார். ''தலைவரே, அவன் வரமாட்டேங்கிறான்,'' என்றார்கள். ''அவனுக்கு ஃபோனைப் போட்டு உடனே வரச் சொல்லுடா!'' என்றார். மனமேயின்றி முருகானந்தத்தைக் கூப்பிட்டார்கள். ''வரும்போது மருந்து கொண்டு வரச் சொல் அவனை!'' என்றார். இன்னைக்குத் திங்கட்கிழமை நல்ல நாள்தான் என்றார். முருகானந்தத்தை அவர்கள் கூப்பிட்டுக் கொண்டிருக்கையில்தான் அவர்கள் மத்தியில் வரதனும் நின்றிருப்பதை நாகப்பன் கவனித்தார். இவன் எதுக்கு இங்கே வந்தான் என்று கேட்க நினைத்துப் பிறகு பேசாமலிருந்துவிட்டார்.

முருகானந்தம் வந்துவிட்டான். ஆனாலும் அவனால் முடியாதென்று பிடிவாதமாக மறுத்துவிட்டான். நாடி பிடித்துத் தருகிறேன், யாராவது போட்டுக் கொள்ளுங்கள், என்னால் இந்த பாவகாரியத்தைச் செய்ய முடியாது. அதுவும் தலைவருக்கு எப்படி என் கையால் ஊசி போடுவதென்று கேட்டான். யாரும் ஊசி போட முன்வரவில்லை. எல்லாரும் தயங்கித் தயங்கி நின்று கொண்டு குமுறினார்கள். ''நாகப்பன், டேய், எவனாவது ஒருத்தன் போடுங்கடா; உங்க கையால போய்ச் சேர்ந்தா எனக்குப் புண்ணியந்தாண்டா,'' என்றார். யாரும் அசையவில்லை. எல்லாரும் பார்த்துக் கொண்டிருக்க வரதன் சட்டென்று முன்னேறி முருகானந்தத்திடமிருந்து ஊசியை வாங்கி நாடி காட்டு என்றான். நாகப்பனின் முகம் பார்க்கவில்லை. நாகப்பன் கத்தப்போகிறார் என்று எல்லாரும் பயந்தார்கள். ஆனால் அவரோ அமைதி காத்தார். முருகானந்தம் கதறிக்கொண்டே நாடி காட்ட வரதன் ஊசியைச் செலுத்தினான். நாகப்பன் அவனையே பார்த்துக் கொண்டிருந்தார். அவர் கண்ணிலிருந்து ஒரு சொட்டுக் கண்ணீர் துளிர்த்து வழிந்து காதை நனைத்தது.

கனவுகளின் உபாசகன்

ஆழ்ந்த உறக்கத்தில் சட்டென்று பிரசன்னமாகி மிதக்கும் சிறுகனவென கடல் நடுவில் அந்தக் கப்பல் பயணித்துக் கொண்டிருந்தது. இருட்டுதான் அடர்ந்து திரவமாகி கப்பலைச் சுமந்து கொண்டிருக்கிறதோ என்று தோன்றியது சிவராமனுக்கு. கடல் இரவில் ஒரு வினோதத் தோற்றம் கொண்டுவிடுகிறது. அதன் பிரம்மாண்டத்தையும், அடியாழங்களில் புதைந்து கிடக்கும் ரகசியங்களையும் ஒடுக்கிக் கொள்கிறது. ஏதோ கருவறைக்குள் மீண்டும் புகுந்து சுருண்டு கொண்ட மாதிரி ஆகிவிடுகிறது இரவில். மேல்தளத்தில் நின்றபடி வானம் பார்த்தால் யாரோ கழட்டி வீசின மோதிரங்கள் போல நட்சத்திரங்கள் தெரிகின்றன. அவற்றோடு உரையாடித் தன் கனவுகளின் விசித்திரங்களைப் பகிர்ந்து கொள்ள முடியுமா என்று ஆசைப்பட்டான் சிவராமன்.

தன் வாழ்நாளில் இதுவரை அனுபவித்த தனிமையிலிருந்து இது வேறுபட்டதாக இருந்தது. இதுவரையிலும் அவன் தனிமையைக் கனவுகள் ஆண்டு கொண்டிருந்தன. தான் வசிக்கும் உலகத்தினின்றும் முற்றிலும் வேறான, கிளர்ச்சியும், மர்மங்களும் கொண்ட கனவுகள் அவனுக்குள் இடையறாது தோன்றி அவனை மகிழ்வித்துக் கொண்டிருந்தன. கனவுலகத்திலிருந்து அவன் பெறும் வாழ்வனுபவங்கள் நனவின் கசப்பிலிருந்து அவனைக் காப்பாற்றி வந்திருக்கின்றன.

இந்தக் கப்பல் பயணம் ஆரம்பத்திலிருந்தே உடம்புக்கு ஒத்துக்கொள்ளவில்லை. சமுத்திரத்தின் உப்புக்காற்று முகத்தில் அறைவதும், கடல்நீர் பட்டு ஊறிக்கிடக்கும் மேல்தளத்தின் மரப்பாளங்களிலிருந்து எழும் வீச்சமும் குமட்டிக் கொண்டு வந்தது சிவராமனுக்கு. தான் சுவாசித்துக் கொண்டிருப்பது கடலின் நாற்றத்தையா, இல்லை கப்பலின் நாற்றத்தையா அல்லது நனவுலகுக்கே உரித்தான நாற்றம் இதுதானா என்பதில் அவனுக்குச் சந்தேகம் இருந்தது. ஒருவேளை அது நனவில் கால் பதித்து தன் கனவின் இழைகளின் மிச்சம் ஏதேனும் தட்டுப்படுகிறதா என்றறியப் புறப்பட்டிருக்கும் தன் உடலின் வீச்சமாகக் கூட இருக்கலாம். இந்தப் பயணம் அவனுக்குச் சுத்தமாகச் சம்மதமில்லை. சமீபத்தில் அவன் கனவுகள் விசித்திரமாகத்தான் நடந்து கொள்கின்றன. அவை அவன் சொல் கேட்டு நடப்பது குறைந்து விட்டது. எங்கோ, ஏதோ ஒரு நூலிழை கையிலிருந்து விடுபட்டு விட்டதைப் போலாகி விட்டது. இனிமேலும் தன் கனவுகளின் எஜமானன் என்று தன்னைச் சொல்லிக் கொள்ள முடியுமா என்று தெரியவில்லை. பயணத்தின் இறுதியில் இந்தப் பிரச்னைக்கு ஒரு முடிவு எப்படியும் வந்து விடும்.

சிறிது நேரத்திலேயே கப்பலின் பயணிகள் கையில் மதுக்கோப்பைகளுடன் மேல்தளத்துக்கு வந்து விட்டார்கள். எல்லாரும் குடிவெறியேறிக் கூச்சலிட்டபடி இருந்தார்கள். ஒருவருக்கொருவர் கிண்டலும், நக்கலுமாய்ப் பேசிக்கொண்டார்கள். வயிற்றிலும், முதுகிலும் செல்லமாய்க் குத்திக்கொண்டார்கள். ஆண்கள் பெண்களைத் துரத்தினார்கள். பெண்கள் பெருங்குரலில் சிரித்தபடி அவர்களிடமிருந்து தப்பி ஓடினார்கள். திடீரென்று தன் அமைதி குலைக்கப்பட்டுவிட்டதைக் கண்டு சிவராமனுக்கு எரிச்சலாக இருந்தது. அவனுக்கு யாரையும் அறிமுகமில்லை. யாரையும் தெரிந்துகொள்ளவும் அவன் விரும்பவில்லை. அவர்கள் அனைவரும் விடுமுறையைக் கழிக்கக் கப்பலில் பயணிக்கிறார்கள் என்று மட்டும் தெரியும். தானும் தன் கனவுகளும் மட்டும் தனியே ஒரு கப்பலில் பயணம் செய்ய வாய்ப்பு கிடைத்திருந்தால் எப்படி இருந்திருக்கும் என்று எண்ணிப் பார்த்துக் கொண்டான்.

நீண்ட தாடியும், தோளில் புரளும் கூந்தலுமாய் இவனது வினோதத் தோற்றம் பயணிகளின் கவனத்தைக் கவர்ந்திருக்க வேண்டும். அவர்களில் நரைத்த பெரிய மீசை கொண்ட ஒருவர் அவனருகில் வந்து இரவு உணவை முடித்துவிட்டீர்களா என்று கேட்டார். இவன் அந்த நட்பு ரீதியிலான உரையாடலை ஆரம்பத்திலேயே தவிர்க்க எண்ணி வேகமாகத் தலையாட்டி இல்லையென்றான்.

"மது அருந்துகிற பழக்கமில்லையோ, இவர்களைப் போல் குதித்து ஆர்ப்பரிக்காமல் அமைதியாக நின்று வானம் பார்க்கிறீர்களே?''

''இல்லை. தவிரவும் கொண்டாடுவதற்கு எனக்கு மது தேவையில்லை. எனக்குள் ஒரு கொண்டாட்டம் சதா நிகழ்ந்துகொண்டே இருக்கிறது,'' என்றான் வலிய வரவழைத்த புன்னகையுடன்.

அவர் ஒரு வினாடி அவனைப் பார்த்து, ''நான் ஆல்டர்டன். குதிரை வியாபாரி. விடுமுறையைக் கழிப்பதற்காக இந்தக் கப்பலில் பயணிக்கிறேன். உங்களைப் பார்த்தால் ஏதோ கவிஞர் அல்லது தத்துவ அறிஞர் போல் தெரிகிறது,'' என்றார்.

''சிவராமன் சுப்பிரமணியம். நான் ஒரு சாதாரணப் பிரயாணி. ஆனால் என் முதல் கடற்பயணம் இதுதான்.''

அவர் மீண்டும் அவனைப் புதிர்போலப் பார்த்து, ''வாருங்கள், இன்னும் சற்று நேரத்தில் ஆட்டம் நின்று விடும். எல்லாரும் அமர்ந்து வாயார உரையாடுவோம். ஒருவருக்கொருவர் அறிமுகம் செய்து கொள்வோம். உங்களைப்போன்ற ஒரு நபர் எல்லாருடைய ஆர்வத்தையும் தூண்டிவிடுவார். குறிப்பாகப் பெண்களின் ஆர்வத்தை,'' என்றார்.

சிவராமனுக்கு அவரை எப்படித் தவிர்ப்பது என்று தெரியவில்லை. கிட்டத்தட்டப் பத்து பேர் ஒரு பெரிய மரமேஜையின் மீது சுற்றி அமர்ந்திருந்தார்கள். மேஜை மேல் விதவிதமான வடிவங்களில் மதுக்குடுவைகளும், கோப்பைகளும் அணிவகுத்திருந்தன. வறுத்த முந்திரிப்பருப்பும், ஃபிரெஞ்சு உருளைக்கிழங்கு பொறியலும், நெருப்பில் வாட்டப்பட்ட சலமாண்டர் மீன்களும், எண்ணெயில் பொறிக்கப்பட்ட முழுக்கோழி இறைச்சியும் குவித்து வைக்கப்பட்டிருந்தன.

எல்லாவற்றிலிருந்தும் எழுந்த கலவையான வாசனை வயிற்றுக்குப் பசியை நினைவூட்டி விட்டது. அவர்கள் முதல் சுற்று மதுவை முடிக்கும் வரை காத்திருந்து விட்டு வேகமாக உண்ண ஆரம்பித்தான். வழக்கத்துக்கும் அதிகமாக உட்கொண்டு ஆரம்பித்த வேகத்தில் முடித்தும் விட்டான். மற்ற அனைவரும் உண்டு முடிக்க ஒரு மணிநேரமானது.

பயணிகளின் அறிமுகப்படலம் ஆரம்பமானது. இங்கிலாந்திலிருந்து வந்திருக்கும் பத்திரிகைத்துறையில் பணிபுரியும் காலின்ஸ் தம்பதியர், தேன் நிறக்கண்களும், அதே நிறத்தில் கேசமும் கொண்ட, ஜமைக்காவில் வசிக்கும் அமெரிக்கப் பெண் எழுத்தாளர் கோண்டலீசா, ரஷ்யாவிலிருந்து ஆழ்கடல் உயிரினங்களைப் புகைப்படம் எடுக்க வந்திருக்கும் பெட்ரோவிட்ச், தென் கொரியாவிலிருந்து ஒரே அச்சில் வார்த்த மாதிரியான தன் மூன்று குழந்தைகளுடன் வந்திருக்கும் திருமதி கிம் யூனா (அவளும் அந்தக் குழந்தைகளைப் பெரிதுபடுத்திய பெண் வடிவம் போலவே இருந்தாள்). தொடர்ந்து அறிமுகப்படுத்தப் பட்டவர்களை சிவராமனால் நினைவில் வைத்துக் கொள்ள முடியவில்லை. ஒவ்வொருவரும் தங்கள் வாழ்வின் அனுபவங்களை சாகசங்களை விவரிப்பதைப் போல விரித்துச் சொல்லிக் கொண்டிருந்தார்கள். எல்லாரும் பணத்தை துரத்தும் முயற்சியில் தங்கள் வாழ்வைக் கழித்த மாதிரிதான் தோன்றியது. தங்களைச் சுற்றி வரைந்து கொண்ட சிறு வட்டத்துக்குள் நிலவும் சவால்களையும், சிக்கல்களையும் வெற்றி கொண்டு விட்ட ஒரே காரணத்தினால் உலகையே தங்கள் காலடியில் கொண்டு வந்து விட்டதாய் பெருமை பேசிக்கொண்டார்கள். எவருக்குமே

கனவுகளின் வசீகரம் புரிய வாய்ப்பே இல்லையோ என்று நினைத்தான். ஒருத்தராவது தன் வாழ்நாளில் ஒழுங்காக உறங்கியிருப்பார்களா என்று யோசித்தான்.

ஆல்டர்டன் தன் குதிரை வியாபாரம் பற்றிச் சொல்லிக்கொண்டிருந்தார். ''எண்பத்து ஐந்தில் நான் ஒரு குறிப்பிடத்தக்க போலோ விளையாட்டு வீரன். போலோ வீரர்களின் தரத்தை ஹேண்டிகேப்களில் குறிப்பார்கள். டென்னிஸ் வீரர்களுக்கு சீட் மாதிரி. எனக்குத் தரப்பட்ட ஹேண்டிகேப் நிலை ஆறு. பத்துதான் அதிகபட்ச அளவு. இளவரசர் சார்லஸுடன் ஆடியிருக்கிறேன். என் குதிரை மீது அவருக்குக் காதல். என்னிடமிருந்து அதை விலைக்கு வாங்கி விட்டார். அதற்கு அவர் கொடுத்த விலைக்கு இந்தக் குட்டிக் கப்பலை வாங்கி விடலாம். அப்போதிருந்தே ஒரு பக்கம் விளையாடிக்கொண்டே இன்னொரு பக்கம் குதிரைகளை விற்க ஆரம்பித்து விட்டேன். அர்ஜென்டீனாவிலிருந்து தருவிக்கப்படும் குதிரைகளுக்கு மவுசு அதிகம். எளிதில் பழக்கி விடலாம். பழகினால் காற்றைப் போல் நம்மைச் சுமந்து ஆடுகளத்தில் மின்னல் போல நகரும். முரட்டுக் குதிரைகளைக் கூட எளிதில் பழக்கி விடுவேன். அதற்கு நான் கையாளும் முறைகளைச் சொன்னால் ப்ளூ க்ராஸ் இயக்கத்தினர் போர்க்கொடி தூக்கி விடுவார்கள். இதோ இரண்டாயிரம் குதிரைகளை விற்று விட்டேன். எனக்குப் பழக்கப்படாத ஒரே குதிரை என் மனைவி மட்டும்தான்,'' என்றார் பலத்த சிரிப்போடு.

சிவராமனால் அவர் சொல்வதை முழுமையாகக் கவனிக்க முடியவில்லை. உப்பு கலந்த கடல் காற்று அவன் முகத்தில்

அறைந்து பிசுபிசுப்பேற்றிக் கொண்டிருந்தது. கப்பல் மேலும் கீழுமாக பலமாக ஏறித்தாழ்ந்து கொண்டிருந்தது. தலைவலி ஆரம்பித்து கிறுகிறுவென்று வர ஆரம்பித்தது. தான் அளவுக்கு அதிகமாக சாப்பிட்டிருப்பதை அப்போதுதான் உணர்ந்தான். கொஞ்சம் கவனமாக இருந்திருக்க வேண்டும். சற்றே வயிறு குமட்டி நெஞ்சிலிருந்து தொண்டை வரை ஏதோ குமிழியிட்டுக் கொண்டிருந்த மாதிரி இருந்தது. எழுந்து உடனே அறைக்குப் போய்விட வேண்டும் என்று நினைத்தான்.

"இப்போது உங்கள் முறை. உங்களைப் பற்றிச் சொல்லுங்கள். இரண்டு நாட்களாகவே உங்களைக் கவனிக்கிறேன். அறையை விட்டு வெளிவருவதில்லை. யாருடனும் பழகுவதும் இல்லை. பிழைப்புக்கு நீங்கள் என்ன செய்கிறீர்கள்?" என்றார் ஆல்டர்டன்.

தன்னைப்பற்றியும், வாழ்வு குறித்த தனது தேர்வுகள் பற்றியும் இவர்களிடம் தெளிவாகச் சொல்லிவிட வேண்டும் என்று முடிவு செய்து கொண்டான். இல்லையெனில் இந்தப்பயணம் முடியும் நாட்கள் வரையும் அவன் தன் தனிமையைக் காத்துக்கொள்ள மிகுந்த பிரயத்தனம் எடுக்க வேண்டியிருக்கும்.

"நான் எதுவும் செய்வதில்லை. கனவு காண்கிறேன். கனவுகளால் பீடிக்கப்படுவதற்காகவே உறங்கப்போகிறேன். உறங்கப்போவதற்கென்றே அந்த நேரம் வரும் வரை விழித்திருக்கிறேன். இந்த உலகம் எனக்குள் எந்தக் கிளர்ச்சியையும் ஏற்படுத்துவதில்லை. இதற்குள் இந்த அழியும் உடலை வளர்ப்பதற்காகவும், சுகமாக வைத்துக்கொள்வதற்காகவும் எடுக்கப்படும் சகல முயற்சிகளும் அர்த்தமற்றவையாகவே தெரிகின்றன. கனவுகள் என்னை ஆள்கின்றன. நான் என்

கனவுகளை ஆள்கிறேன். இந்த அடிமைத்தனமும், ஆளும் மனோபாவமும் எனக்குள் மாறி மாறி நிகழ்ந்து கொண்டிருக்கின்றன. கனவில் நான் சிருஷ்டிக்கும் உலகம் எனக்குள்ளே லயமடைந்து விடுகிறது. மீண்டும் வேறு உருக்கொள்கிறது. மீண்டும் கரைகிறது. மீண்டும் மற்றொரு உருக்கொள்கிறது. இந்தச் சக்கரம் நில்லாது சுழன்று கொண்டே இருக்கிறது. சக்கரத்தின் மைய அச்சாணியாக நானிருக்கிறேன். தன் உமிழ்நீரிலிருந்து வலையென்னும் வசிப்பிடத்தை உருவாக்கி அதற்குள்ளேயே சிறைப்பட்டுக் கிடக்கும் சிலந்தியைப் போல என் ஊற்றுக்கண்ணிலிருந்து கனவுகளை பொழிந்துகொண்டே அவைகளின் மத்தியில் சிக்குண்டு கிறங்கிக் கிடக்கிறேன்..."

சட்டென்று பேச்சை நிறுத்தி விட்டான். எதுக்களித்துக் கொண்டு வந்தது. எந்நேரமும் வாந்தி வந்து விடும் போலிருந்தது. தலை கிறுகிறுப்பு அதிகமாகி விட்டது. ஆனால் பேச்சை நிறுத்திய காரணம் அதுவல்ல. பேச்சு திடீரென்று நின்றதால்தான் உடல் மீது கவனம் சென்றிருக்கிறது. மதுக்குடுவைகளோடு பரிமாற வந்தவனைப் பார்த்துத்தான் பேச்சு நின்றிருந்தது. மெலிந்து, கருத்த தேகத்துடனிருந்தான் அவன். அகன்ற தோள்களும், ஓநாயைப் போன்ற வயிறும். முகம் கிரேக்கச் சிற்பத்தைப் போலிருந்தது. ஒடுங்கின கன்னங்களும், நேர்த்தியான மூக்கும், கச்சிதமான உதடுகளும் சிவராமனை அவன் பக்கம் இழுத்தன. அவன் கண்களின் தூண்டிலில் சிக்கிய புழுவைப் போல உணர்ந்தான். அவன் வசீகரத்தில் லயித்துவிட்ட சிவராமனுக்கு மற்றவர்கள் தன்னைக் கவனித்துக் கொண்டிருக்கக்கூடும் என்பது உறைக்கவில்லை.

வந்தவன் மெதுவாக அவர்களின் மேஜையை நெருங்கி எல்லாரையும் பார்த்து மென்மையாகப் புன்னகைத்தான். கைகளிலிருந்த கோப்பைகளை மென்மையாக மேஜை மீது வைத்தான். சிவராமனுக்குச் சட்டென்று இருட்டிக்கொண்டு வந்தது. வந்தவனது பார்வை இவன் மீது ஆணி அடித்தாற்போலப் பதிந்திருந்தது. புன்னகை உதட்டில் அப்படியே உறைந்திருந்தது. மேஜையைச் சுற்றி அமர்ந்திருப்பவர்கள் அனைவரும் உண்மையறியாத பைத்தியக்காரர்கள் என்று குறிப்பதைப் போலிருந்தது அந்தப் புன்னகை.

வந்தவன் சட்டென்று அங்கிருந்து விலகிச் சென்றுவிட்டான். தன் தோள் மேல் திடீரென்று விழுந்த கைக்கு திடுக்கிட்டுத் திரும்பினான் சிவராமன். மீசைக்காரர் அவனைப் பார்த்து, 'சொல்லுங்க, இந்தப் பயணம் எதற்காக?' என்றார். சிவராமன் வந்தவன் மீதிருந்து கண்களை விலக்க முடியாமல் ஏதோ குழறினான். அவன் வருகை தனக்குள் ஏன் இத்தனை அதிர்வுகளை ஏற்படுத்துகிறது என்று சிவராமனுக்குள் கேள்விகள் எழுந்தவண்ணம் இருந்தன. சுவாசத்தை ஆழமாக இழுத்து விட்டுக் கொண்டான். மெதுவாகத் தன்னைச் சுதாரித்துக் கொண்டு விளக்க ஆரம்பித்தான்.

"நான் முன்பே சொன்னது போல் என் வாழ்க்கை முழுவதுமே கனவுகளைச் சார்ந்துதான் இயங்கிக்கொண்டிருந்தது. கனவுகளை இயக்கும் சூத்திரதாரியாகவே நான் இருந்து வந்திருக்கிறேன். கனவுகளில் கிறங்கிக்கிடக்கும் போதுகூட நான் அவற்றின் இறைவன் என்ற நிலையிலிருந்து வழுவியதில்லை. காட்சிகளும், காலமும், பாத்திரங்களும் மாறிமாறித் தோற்றம் கொடுத்தாலும், எல்லாமாகவும் நானேதான் உருக்கொண்டு கூத்தாடிகொண்டு

வந்திருக்கிறேன் என்பதில் எனக்கு எந்தச் சந்தேகமும் இருந்திருக்கவில்லை. ஆனால் சமீபகாலமாக என் கனவுகள் சற்று வினோதமாக நடந்து கொள்ள ஆரம்பித்திருக்கின்றன. அவை என் பேச்சைக் கேட்பதை நிறுத்திவிட்டனவோ என்று எனக்குள் ஒரு கேள்வி எழுந்து அரிக்க ஆரம்பித்து விட்டது. ஆழ்கடலில் பயணிக்கும் ஒரு கப்பல். அதில் பயணிக்கும் ஒரு பயணி. திரும்பத் திரும்ப இவற்றின் காட்சிகளே தோன்றுகின்றன. இந்தக் காட்சிகளை நானேதான் உருவாக்கினேனா என்று சந்தேகம் கொள்ளுமளவுக்கு அவை மீண்டும் மீண்டும் தோன்றுகின்றன. இந்தச் சிறு கப்பலும் கனவில் வந்த கப்பலின் தோற்றமே கொண்டிருக்கிறது. திடீரென்று என் கை விட்டுப்போய்விட்ட சர்வாதிகாரத்துவம் மீண்டும் கிடைப்பதற்கான வழி இந்தப் பயணத்தில் தென்படக்கூடும் என்பதாலேயே நான் இந்தப்பயணத்தை மேற்கொண்டிருக்கிறேன். நான் சற்றுக் குழப்பும்படியாகப் பேசியிருந்தால் மன்னிக்கவும். என் வாழ்க்கையில் மனிதர்களுடன் தொடர்பு என்பது மிகச்சிறு அளவில்தான். . .''

மேற்கொண்டு தொடர இயலாதவாறு எதுக்களித்துக் கொண்டு வந்தது. குபுக்கென்று வாந்தி எடுத்துவிட்டான். தலையை இருகைகளாலும் பிடித்துக்கொண்டு நாற்காலியிலிருந்து சரிந்தான். உலகம் இருண்டது. காதுகள் இரண்டும் பயங்கரமாக வலிக்க ஆரம்பித்துவிட்டன. காதுகளைத் தடவிப்பார்த்தான். நெறிகட்டியதைப்போல வீங்கத்தொடங்கியிருந்தன. வலது காதுக்குள்ளிருந்து எதுவோ புடைத்துகொண்டு வெளியே வர எத்தனிப்பதைப் போலிருந்தது. எழுந்து உட்கார்ந்துகொண்டு விரலை காதுக்குள் விட்டான். எதுவோ தட்டுப்பட்டது. காதே

வெடித்து விடும் போல் ஒரு அதீதமான வலியோடு காதைப்பிளந்துகொண்டு ஒரு பீன்ஸ் விதை வெளிவந்தது. அதை உள்ளங்கையில் வைத்து ஆச்சரியத்தோடு பார்த்தான். அடர் மரூன் நிறத்தில் சுண்டுவிரலில் கால்வாசி நீளத்தில் இருந்தது. அடுத்து இன்னொரு பீன்ஸ் விதை பெரும் வலியைக்கொடுத்தபடி வெளிவந்தது. அடுத்தடுத்து பீன்ஸ் விதைகள் இரண்டு காதுகளிலிருந்தும் வெளிவந்தவண்ணமிருந்தன. காதுகள் கிழிந்துவிடும்போலிருந்தது. தலைசுற்றி கிறுகிறுவென்று வர மிகுந்த பிரயத்தனப்பட்டு எழுந்தான். எழுந்தவுடனேயே தடுமாறி விழுந்தான். அவன் விழுந்தது கப்பலின் மேல்தளத்தில் இருந்த ஒரு துளையினூடாக. விழுந்த இடம் நல்ல புல்வெளியாய் இருந்தது. மெத்தென்று அடிபடாமல் விழுந்திருந்தான். மெல்ல எழுந்தான். மண்டைக்குள் பீன்ஸ் விதைகள் தீர்ந்து போயிருந்தன போலும். காது வலியும் நின்றிருந்தது. தலைசுற்றல் நின்று தெளிவாக உணர்ந்தான். மெல்ல எழுந்து நின்றான். தலையில் எதுவோ இடித்தது. தாழ்வாகக் கிளை பரப்பியிருந்த மரம் ஒன்று அங்கு நின்றிருந்தது. குனிந்து கிளைதாண்டி வெளிவந்தான். நிறைய மரங்கள் அங்கிருந்தன. எல்லாமே குட்டை மரங்கள்தான். ஏதோ தோட்டம் போலிருந்தது. சுற்றிப் பார்த்துக்கொண்டே நடந்தான். ஒரு மரத்துக்கடியில் பழனிச்சாமி நின்றிருந்தான். இவனைப் பார்த்ததும் புன்னகைத்தபடி இவனருகில் வந்தான். இவன் தோள்மேல் கைபோட்டு, 'சிவா, அப்பாவுக்கு உடம்பு சரியில்ல. ஆஸ்பத்திரியில சேர்த்திருக்கோம். ரொம்ப முடியாம இருக்காருடா. இருவது வருஷம் அம்மா இல்லாமத் தனியாவே கஷ்டப்பட்டாரு. எனக்கென்னவோ அவரு போய்ச் சேர்ந்துடுவாரு போல இருக்குடா,' என்றான். பழனிச்சாமியின் அப்பாவை

இவனும் அப்பா என்றுதான் கூப்பிடுவான். அவருக்கென்ன இப்போது எழுபது, எழுபத்தைந்து இருக்குமா? ஒரு நோய், நொடியென்று படுத்ததில்லை இதுவரை. சுறுசுறுப்பான மனிதர். மனைவி போனதிலிருந்து தனியாகவே வாழ்ந்து வருபவர். மகன் திரைகடல் ஓடித் திரவியம் சேர்த்து அங்கேயே அதைச் செலவழித்துக் கொண்டுமிருந்தான். மகன் அனுப்பும் பணத்தை அவன் பெயரிலேயே வங்கியில் போட்டுவிட்டு, தன் பென்ஷன் பணத்திலேயே சமைத்து உண்டு வாழ்ந்து வருபவர். தம்பீ என்று அவர் கூப்பிடும்போது குரலில் குழைந்திருக்கிற பரிவு நினைவுக்கு வந்தது. துக்கம் பொங்கிக்கொண்டு வந்தது. நடந்து கொண்டே வந்ததில் ஒரு மரத்தடியில் அம்மா உட்கார்ந்திருந்தாள். ஓடிப்போய் அவள் காலடியில் விழுந்தான். அவளைப் பார்த்ததும் உள்ளுக்குள் பொங்கிய துக்கம் பீறிட்டுக்கொண்டு வந்தது. அவள் மடியில் தலை சாய்த்து, குமுறிக் குமுறி அழுதான். அவள் அவன் தலையைத் தடவி, 'அழாதேடா, இப்போ என்ன ஆயிடுச்சு, அதான் அம்மா இருக்கேன்ல,' என்றாள். அவள் குரலைக் கேட்டதும் இவனுக்கு அழுகை திமிறியது. 'சரி, சரி, அழாதே. கண்ணைத் துடைச்சிட்டு எந்திரி. ரூமுல தாம்பாளத்தில தண்ணி வச்சிருக்கு. போய் குடிச்சிட்டு வா,' என்றாள்.

குமுறல் மெல்லத் தேய்ந்து தேம்பலானது. உடனே நிறுத்திவிடவேண்டும் என்று நினைத்தும் முடியவில்லை அவனால். விக்கிக்கொண்டே அம்மாவை விட்டு எழுந்தான். தண்ணீர் குடித்தால் நன்றாகத்தானிருக்கும். நிமிர்ந்து பார்த்தபோது மரங்களினூடே ஒரு கதவு தெரிந்தது. சருகுகளை மிதித்துக்கொண்டே கதவு நோக்கிச் சென்றான். கதவைத் திறக்க

சிரமம் ஏதும் இருக்கவில்லை. உள்ளே நுழைந்ததும் அது ஒரு மதுபான விடுதியைப் போலிருந்தது. நீளமான மரமேஜைக்குப் பின்னால் மரஅலமாரிகளில் பல்வேறு நிறங்கள் கொண்ட விதவிதமான மதுக் குடுவைகள் அடுக்கப்பட்டிருந்தன. ஆனால் எல்லாம் காலியாக இருந்தன. விடுதியில் யாரும் இருந்தமாதிரித் தெரியவில்லை. மேஜைகளின் மேல் நாற்காலிகள் கவிழ்த்து வைக்கப்பட்டிருந்தன. அங்கொன்றும் இங்கொன்றுமாக மெழுகுவர்த்திகள் அலங்காரமான கண்ணாடிக் குடுவைகளுக்குள் எரிந்து கொண்டிருந்தன. மது பரிமாறப்படும் மேஜைக்குப் பின்னாலிருந்து சட்டென்று பிரசன்னமானவனைப் பார்த்ததும் சிவராமனுக்கு வயிற்றுக்குள் பிசைந்தது. கப்பலின் மேல்தளத்தில் பார்த்த அதே மனிதன். அவன் இவனைப் பார்த்துப் புன்னகைத்தான். இவன் பதட்டத்தை அந்தப் புன்னகை அதிகப்படுத்தியது. ''தண்ணீர் வேண்டும்,'' என்றான். தண்ணீர் இல்லை. வேண்டுமானால் மதுவகை ஏதாவதொன்றை ஊற்றித் தருகிறேன் என்றான் அவன். இவன் இல்லை, தனக்குப் பழக்கமில்லை என்று மறுக்க, அவன் பரவாயில்லை, இங்குள்ள அனைவரும் தான் கொடுத்தால் மறுக்க மாட்டார்கள் என்றான். இந்தக் கப்பலின் தலைவன் ரஜினிகாந்த் கூடத் தான் ஊற்றிக் கொடுக்கிற மதுவகையைத் தட்டாது ஏற்றுக் கொள்வார் என்றான். சொல்லப் போனால் என்னிடம் இருக்கிற இரண்டே மதுக் குடுவைகளிலிருந்து கப்பலில் இருக்கிற அனைவருக்கும் மது பரிமாறிவிட முடியும் என்றான். அதெப்படி என்று சிவராமனுக்கு ஆச்சரியமாக இருந்தது. அவர் சொல்வது உண்மைதான் என்று அவன் தோளுக்குப் பின்னாலிருந்து ஒரு குரல் கேட்டது. மீசைக்காரக் குதிரை வியாபாரி. இவர் எப்போது வந்தார் என்று

திகைத்தான். திடீரென்று குளிர் அதிகமான மாதிரி இருந்தது. தன் கனவுகள் போலவே நனவும் விசித்திரமாக இருந்து அனுபவிப்பது இதுவே முதல் முறை. ரஜினிகாந்த் எப்படி கப்பல் தலைவராக இருக்க முடியும். அது சரி அவரால் எதுவும் முடியும். சட்டையில்லாத ரஜினிகாந்த் கப்பலைப் புயல்காற்றினூடே சாகசமாக இயக்கிக் கொண்டிருக்கும் சித்திரம் அந்த நேரத்தில் சம்பந்தமில்லாமல் தோன்றியது. தொடர்ந்து யோசிக்க முடியாமல் குளிர் மூளைக்குள் புகுந்து உறையச் செய்வதாய் இருந்தது. விடுதிக்காரனிடம் தன் கனவுகளின் ராஜாங்கம் பற்றிப் பீற்றிக் கொள்ள வேண்டும் என்று தாங்கமுடியாத அவா மனசுக்குள் ஏற்பட்டது. அவன் மனதில் நினைத்ததை உடனே அறிந்ததைப் போல மீசைக்காரர், "எல்லாவற்றும் நீதான் சர்வாதிகாரி என்று நினைப்போ? முட்டாளே, பல்லாங்குழி விளையாடிக்கொண்டு இருப்பதாய்க் கற்பனையில் மிதக்கிறாய். நீயே ஒரு புளியங்கொட்டைதான் என்று உனக்குத் தெரியவில்லையா? ஏதோ ஒரு மாயக்கரம் உன்னை விசிறிப்போட்டு விளையாடிக்கொண்டிருக்கிறது என்பது தெரியவில்லையா? இன்னுமா இறுமாப்பில் இருக்கிறாய். லூசுப்பயலே," என்று கடகடவென்று சிரித்தார்.

விடுதியிலிருந்தவன் இவனைப் பார்த்து மீண்டும் புன்னகைத்தான். இவனுக்கு ஏனோ மறுபுன்னகை செய்ய முடியாமல் உள்ளத்தில் திகில் ஏறிக்கொண்டே போனது. செத்து விடுவோமோ என்று தோன்றியது. நடுங்கிக் கொண்டே திரும்பிப் பார்த்தான். குதிரை வியாபாரியின் முகம் திராவகம் ஊற்றப்பட்டது போலக் கரைந்து கொண்டிருந்தது. அதிர்ந்துபோய்த் திரும்பினான்.

விடுதிக்காரன் அதே புன்னகையுடன் நின்றிருந்தான். கை எரிந்தது. பார்த்த போது அதுவும் கரைந்து கொண்டிருந்தது. அங்கிருக்கிற எல்லாமே கரைந்து வழிய ஆரம்பித்ததை அப்போதுதான் உணர்ந்தான். தன் உடலில் பாதி அழிந்துவிட்டது. சரி, இது ஏதோ சூனியக்கார வேலைதான். எதிரில் நிற்பவன் ஒரு மகா சூனியக்காரன்தான் என்ற முடிவுடன் அவனைப் பார்த்தான். அவன் தன் கையில் மாமிசம் வெட்டும் பெரிய கத்தி ஒன்றை வைத்திருந்தான். சிவராமன் பார்த்துக் கொண்டிருக்கையிலேயே தன் நெற்றில் ஆழமாகக் குத்தி சமச்சீர்க் கோடாக மேலிருந்து அடிவயிறு வரை கிழித்துக் கொண்டான். அவன் மாறாத புன்னகை இரண்டு துண்டுகளானது. விடுதியில் இருந்த நாற்காலிகள், மேஜைகள், மதுக்குடுவைகள் எல்லாம் கரைந்து வழிய ஆரம்பித்தன. அந்தக் கப்பலும் பொசுங்கிக் கரைந்து உருகி வழிந்து கடலில் கலந்ததைப் பார்க்க அங்கு சிவராமன் இல்லை.

ஜி.எச்

எனக்குக் கடவுள் நம்பிக்கை இருக்கிறதா என்று கேட்டால் அதற்கான பதிலைக் கொஞ்சம் குழப்பமாகத்தான் சொல்ல முடியும். கடவுள் இருக்கிறார் என்றோ, இல்லை என்றோ என்னால் உறுதியாகச் சொல்லி விட முடியாது. இதே பதில்தான் காதல் இருக்கிறதா என்ற கேள்விக்கும். இளமைப் பருவத்தின் ஆரம்ப நாட்களில் அது இருப்பது போலவும் தோன்றுகிறது. மத்திம மற்றும் இறுதி நாட்களில் அது இருக்கிறது என்று நிரூபிப்பதற்குச் சிரமப்பட வேண்டியிருக்கிறது.

ஆனால் ஆவிகள் இருக்கிறதா என்ற கேள்வி வந்தால் அதற்கான பதில் என்னைப் பொறுத்தவரை எளிது. என் காரண அறிவும், நான் கற்றுத் தேர்ந்த கல்வி எனக்குக் கொடுத்திருக்கிற பின்புலமும் ஆவிகள் இல்லை என்று நான் அறுதியிட்டுக் கூற உதவி செய்யும். ஆவிகளில் எனக்கு இதுவரை

நம்பிக்கையிருந்ததில்லை. சிறுவயதில் பார்த்த திகில் திரைப்படங்கள் கூட பயமுறுத்தினதில்லை. ஒரு முறை மதியம் தூங்கி எழுந்திருந்த போது, காயப்போடப்பட்டிருந்த தாத்தாவின் வேஷ்டியில் ஏற்பட்ட அலைவுகள் ஆவிகள் அசைவது போலவே இருந்தது. நீண்ட நேரம் அதன் அசைவுகளையே பார்த்துக் கொண்டிருந்தேன். என்னைச் சிந்தனைச் சிற்பி போல பாவித்துக் கொண்டு அதைப் பற்றியே சிந்தித்துக் கொண்டிருந்தேனே தவிர பயமெதுவும் ஏற்படவில்லை. ஆவிகளை விட அறியாமைதான் அதிக அச்சத்தை ஏற்படுத்துகிறது. நம்மை மீறிய கடவுள் என்ற ஒரு சக்தி உண்டா என்ற முடியாத விவாதத்தைப் போல, ஆவிகள் இருக்கின்றனவா இல்லையா என்பதும் ஒரு தீராத சர்ச்சைக்குரிய கேள்விதான்.

ஆவிகள் மீதான நம்பிக்கையின்மை என் முனைவர் பட்ட ஆய்வுக்குத் தடையாக நின்றது. முதுகலையில் உளவியல் எடுத்துப் படித்த பின்பு, முனைவர் பட்டத்துக்கு விண்ணப்பித்த போது எனக்கு வழிகாட்டியாகக் கிடைத்த பேராசிரியர் என்னைத் தேர்ந்தெடுக்கச் சொன்ன தலைப்பு பாரா நார்மல் பிஹேவியர் மற்றும் பாரா சைக்காலஜி. அதிலும் கடைசியாக நான் சமர்ப்பிக்க வேண்டிய ஆய்வுக் கட்டுரை ஆவிகள் பற்றியதாக இருந்தது. ஆவிகளை நேரில் கண்டதாகச் சொல்கிறவர்கள், ஆவிகளோடு தொடர்பு கொள்வதாகச் சொல்கிறவர்கள் இந்த மாதிரியான நபர்கள் தங்களுக்கு ஏற்பட்ட அந்தக் குறிப்பிட்ட அனுபவத்திற்குப் பின் அவர்களது உளவியலில் ஏற்பட்டிருக்கிற பாதிப்பு குறித்துத்தான் ஆய்வு செய்து சமர்ப்பிக்க வேண்டும். இணையத்திலும், புத்தகங்களிலும் நான் தேடின ஆவிகள் பற்றிய

அனுபவங்கள் காதுகளுக்குள் குரல் கேட்டல், நிழல் மனிதன் ஒருவன் தொடர்ந்து வருவது, படுக்கையில் தினமும் அருகில் உறங்கும் பெண் என விசித்திரமானவையும், வினோதமானவையுமான நிகழ்வுகளாக இருந்தன. என்னதான் இணையத்திலும், நூல்களிலும் இது சம்பந்தமான தகவல்கள் குவிந்து கிடப்பினும், நம்மைச் சுற்றி வாழ்ந்து கொண்டிருக்கும் நபர்களிடமிருந்து ஆவிகள் சம்பந்தப்பட்ட அனுபவங்களைத் திரட்டி அவற்றின் அடிப்படையில் மேற்கொள்ளப்பட்ட ஆய்வு குறைந்த பட்சம் எழுபது சதவீதமாவது இருக்க வேண்டும் என்று என் வழிகாட்டிப் பேராசிரியர் கண்டிப்பாகச் சொல்லி விட்டார்.

முப்பது சதவீதத்தை முடித்து விட்டு மீதி எழுபது சதவீதத்துக்குத் திணறிக் கொண்டிருந்தேன். சேந்தமங்கலம் அருகே ஒரு கிராமத்தில் ஓர் இளம்பெண்ணுக்கு ஆவி பீடித்திருப்பதாகவும், நாற்பது வருடங்களுக்கு முன் சாதி மாறித் திருமணம் செய்து கொண்டதால் ஊர் மக்களால் அடித்துக் கொல்லப்பட்ட ஓர் இளைஞனின் ஆவிதான் அவள் மீது இறங்கியிருக்கிறதென்றும் நாமக்கல்லில் இருக்கிற என் சித்தப்பா தகவல் கொடுத்தார். ஆவி பீடிக்கும் சமயங்களில் ஆண்குரலில் பேசுகிறாளாம். நாற்பது வருடங்களுக்கு முன் நிகழ்ந்த நிகழ்வுகளை அட்சரம் பிசகாமல் ஒப்பிக்கிறாளாம். தன்னைக் கொன்றவர்களின் தலைமுறை தழைக்கக் கூடாது என்பதற்காகவே அந்தப் பெண்ணின் மீது இறங்கியிருப்பதாகவும், அவர்களை வேரறுக்காமல் விடமாட்டேன் என்றும் நடுத்தெருவில் வந்து வெறியாட்டம் போடுகிறாளாம். எல்லை முனியப்பன் கோயில் பூசாரியைக் கொண்டு அவளுக்குப் பேயோட்டும் வேலை ஜரூராக நடந்து

கொண்டிருக்கிறது. இப்போது போனால் நிறையத் தகவல்கள் சேகரிக்க முடியும் என்று என் சித்தப்பா சொன்னார்.

சேந்தமங்கலத்திற்குப் போவதற்காக மனதளவில் என்னைத் தயார் செய்து கொண்டிருக்கும் போதுதான் நவநி மாமா அலைபேசியில் கூப்பிட்டார்.

''மாமா எத்தனை வருஷம் ஆச்சு? லோக்கல் நம்பரா இருக்கு. எப்ப இந்தியா வந்தீங்க?'' என்றேன்.

''நாலு நாளாச்சு. இப்போ ஏற்காட்டில் தங்கியிருக்கேன். உன்னைப் பாக்கணும். வர்றியா?''

மாமாவை வீட்டுக்கு வாங்க என்று சொல்லத் தயக்கமாக இருந்தது. ''மாமா, நாளைக்கு எனக்குக் கொஞ்சம் வேலை இருக்கு. சேந்தமங்கலம் வரைக்கும் போகணும். நாளான்னிக்கு வரட்டுமா?''

''இல்லை. நான் இன்னும் ரெண்டு நாள்ல கௌம்பறேன். நீ அந்த வேலையை அப்புறம் பண்ணக் கூடாதா? நான் உன்னைப் பாக்கறது கூட அவ்வளவு சிரமமா?'' என்றார். அவரது குரலில் குற்றம் சாட்டும் தொனி இருந்தது.

அவரைப் பார்க்க வேண்டும் என்ற ஆவல் எனக்கும் மிகுந்துதான் இருந்தது. சேந்தமங்கலம் பயணத்தை இன்னொரு நாள் ஒத்திப் போட்டு விடலாம். முதலில் நவநி மாமாவைப் பார்க்கலாம். பத்து வருடங்களிருக்குமா அவரைப் பார்த்து?

ஏற்காட்டில் அவரைப் பார்த்து விட்டு அங்கிருந்து சேந்தமங்கலம் சென்று விடலாம் என்ற திட்டத்துடன் என் ஆய்வுக்குறிப்புகளை ஒரு பையில் எடுத்துப் போட்டுக் கொண்டு,

மறுநாள் காலை கிளம்பிப் பேருந்தில் ஏற்காடு பயணமானேன். வீட்டில் யாரிடமும் சொல்லிக் கொள்ளவில்லை. தெரிந்தால் நிச்சயம் போகவிட மாட்டார்கள்.

என் அத்தை பையன் நவநி மாமா என்கிற நவநீத கிருஷ்ணன் பத்து வருடங்களுக்கு முன் என் வாழ்வின் கதாநாயகன். அவர் உடையணிகிற நேர்த்தியும், நடையின் கம்பீரமும், மென்மையான அதே நேரம் அழுத்தமான பேச்சும், நான் இருக்கிறேன் ஆதரவாய் என்று சொல்லும், உதட்டில் நிரந்தரமாகவே தங்கியிருக்கிற புன்னகையும் எவரையும் பார்த்ததும் வசீகரித்து விடும். நான் அவரைப் பார்த்துப் பார்த்து, பெரியவனானால் இவரைப் போலவே நானும் இருக்க வேண்டும் என்று நினைத்துக் கொள்வேன். இப்போது கூட தொண்ணூறு சதவீதம் அவரைப் போலவேதான் என்னைப் பாவித்துக் கொண்டு நடந்து கொள்கிறேன்.

அவரது வசீகரம் என்னைக் கவர்ந்தது போலவே என் அக்காவையும் கவர்ந்தது. நவநி மாமாவுக்கும் அக்காவைப் பிடித்திருந்தது. அக்கா பனிரெண்டாவது முடிக்கும் வரை, நவநி மாமாவும், அவளும் பழகிக் கொள்வதையும், நெருங்கிப் பேசுவதையும் எங்கள் வீட்டில் யாரும் அவ்வளவாகக் கண்டு கொள்ளவில்லை. நவநி மாமாவின் பெற்றோர் அவருடைய சிறு வயதிலேயே ஒருவர் பின் ஒருவராகப் போய்ச் சேர்ந்து விட்டார்கள். அவரது பாட்டியின் ஆதரவில்தான் படித்து வந்தார். எங்கள் குடும்பம் கொஞ்சம் வசதி கூடின குடும்பமாக இருந்த படியால் நவநி மாமா எங்களோடு நெருங்கி வருவது என் அப்பாவுக்குப் பிடிக்கவில்லை. கையில் காசு இல்லாவிட்டால் கவர்ச்சி, வசீகரம் எல்லாம் இருந்து என்ன பிரயோஜனம்?

குறிப்பாக எங்கே இவன் தன் பெண்ணைத் திருமணம் செய்து கொண்டு போய் விடுவானோ என்று அவருக்கு பயமிருந்தது. அந்த பயத்தாலேயே அக்கா கல்லூரி செல்ல ஆரம்பித்த பிறகு நவநி மாமா வீட்டுக்கு வரும்போதெல்லாம் என் பெற்றோர் அவரிடம் கடுமையாக நடந்து கொள்ள ஆரம்பித்தனர். நவநி மாமாவும் புரிந்து கொண்டு எங்கள் வீட்டுக்கு வருவதை நிறுத்திக் கொண்டார்.

அந்த நாட்களில்தான் நான் நவநி மாமாவுக்கு நெருக்கமானேன். அக்காவுக்கும், அவருக்குமிடையே கடிதப் பரிமாற்றத்துக்கும், பரிசுப் பொருட்களைப் பரிமாறிக் கொள்வதற்கும் நான்தான் உதவினேன். மாமா கொலுசு, மெட்டி, கைக்கடிகாரம், கைப்பை என்று விதவிதமாக என்னிடம் கொடுத்து அனுப்புவார். அக்காவிடமிருந்து இதுவரை ஒரே ஒரு பரிசுதான் அவருக்குச் சென்றிருக்கிறது.. ஒரு வெள்ளிக் குத்து விளக்கு. இதென்ன எண்பதுகளின் திரைப்படக் காதலர்கள் போல நடந்து கொள்கிறீர்கள் என்று நான் கிண்டலடித்தது ஞாபகம் வருகிறது. அக்காவுக்குக் கல்லூரி முடிந்ததும் இருவரும் வீட்டுக்குத் தெரியாமல் திருமணம் செய்து கொள்ளலாம் என்றும் திட்டமிட்டிருந்தனர்.

இந்த நேரத்தில் நவநி மாமாவுக்கு துபாயில் மென்பொருள் துறையில் வேலை கிடைத்தது. அவருக்கு ஒரே மகிழ்ச்சி. வெளிநாட்டு வேலை என்றால் என் அப்பா நிச்சயம் மனமுவந்து தன் பெண்ணைக் கொடுப்பார். பிரச்னை ஏதுமின்றி அக்காவைத் திருமணம் செய்து கொள்ளலாம். பூரிப்பாகவும், துள்ளலாகவும் துபாய் புறப்பட்டுப் போனார்.

அவர் போனபின் அப்பாவுக்கு வசதியாகப் போயிற்று. அமெரிக்காவிலிருந்து வந்த வரனை அக்காவுக்கு முடித்து அனுப்பி வைத்து விட்டார். துபாயை விட அமெரிக்கா பெரிய இடமாயிற்றே! தகவல் நிச்சயம் மாமாவுக்குப் போய்ச் சேர்ந்திருக்கும். ஆனால் அக்கா திருமணத்திலிருந்து அவர் எங்கிருக்கிறார், என்ன ஆனார் என்ற தகவலே இல்லை, இப்போது என்னைக் கூப்பிடும் வரைக்கும்.

மாலையில் ஏற்காடு சென்று சேர்ந்ததும் அவர் அலைபேசியில் வழிகாட்டியபடி அவர் இருக்குமிடம் சென்று சேர்ந்தேன். மான் பூங்காவுக்கு எதிரில் உள்ள ஓர் ஒற்றையடிபாதையில் சென்றால் மரங்கள் சூழ்ந்த ஓர் ஆடம்பரமான வில்லா வீடு. ஏதோ பயணியர் விடுதி போலிருந்தது. வாசலிலேயே மாமா நின்றிருந்தார். என்னை பார்த்து அதே ஆதரவுப் புன்னகையைக் காட்டி, "உள்ளே வா," என்றார்.

இத்தனை வருடங்கள் மாமாவிடம் எந்த மாற்றத்தையும் ஏற்படுத்தின மாதிரித் தெரியவில்லை. அப்படியேதான் இருந்தார். கன்னங்கள் கொஞ்சம் சதை போட்டிருந்தன; தொந்தி கொஞ்சம் போட்டிருந்தது. ஆனால் முகத்தில் இப்போது நிரந்தரமாக ஒரு சோகக்களை தங்கி விட்டிருந்தது.

"இத்தனை நாள் எங்கே போனீங்க மாமா?" என்றேன்.

"அயர்லாந்திலே இருக்கேன்", என்றார். "உன் அக்காவுக்குக் கல்யாணம் ஆனதும் ரொம்ப நொந்து போயிட்டேன். பணம் இல்லாததுனாலதான் உங்க அக்கா எனக்குக் கிடைக்கலங்கற வெறியில, நிறையப் பணம் சம்பாதிக்கணும்னு தோணிச்சு. அயர்லாந்தில டப்ளினுக்கு ஒரு சாஃப்ட்வேர் டிசைனராப்

போனேன். அங்கு நான் தயாரிச்ச வர்ச்சுவல் சிட்டி சாஃப்ட்வேர் இன்னிக்கு யு.கே முழுக்கப் பிரபலம். மாசம் பத்தாயிரம் டாலர் சம்பளம் குடுத்தான். இன்னிக்கு நேஷனல் பண்டுகள்ல மட்டும் என் பேரில எண்பது லட்சம் ரூபாய் இருக்கு. ஆனால் என்ன பண்றது? இன்னும் தனியாத்தான் இருக்கேன்,'' என்றார்.

''கல்யாணம் பண்ணிக்கலயா, மாமா?''

''முடியலடா. மறக்க முடியல உங்க அக்காவை. அவளோட எல்லா நினைவுகளையும் தூக்கிப் போட்டுரணும்னுதான் நினைக்கிறேன். ஆனால் முடியல. நான் தயாரிச்ச சாஃப்ட்வேர் பேர் என்ன தெரியுமா? அகல் விசி.'' என்றார்.

நான் புன்னகைத்தேன். அக்கா பெயர் அகல்யா. அவரால் இன்னும் மறக்க முடியவில்லைதான்.

பச்சை நிறத்தில் உருண்டையான ஒரு பாட்டிலை எடுத்து அதிலிருந்த திரவத்தைக் கோப்பையொன்றில் ஊற்றினார். ''நீ குடிப்பியா? காலேஜெல்லாம் முடிச்சிட்டே,'' என்றார்.

''சேச்சே அந்தப் பழக்கமெல்லாம் இல்லை,'' என்றேன். நான் நண்பர்களோடு பியர் குடித்ததுண்டு. ஆனால் இது பிராந்தியோ விஸ்கியோ (இந்த இரண்டு பெயர்கள்தான் எனக்குப் பொதுவாகத் தெரிந்தவை) தெரியவில்லை. அவர் முன்னிலையில் இன்னும் அதே பதினாலு வயதுச் சிறுவனாகத்தான் உணர்ந்தேன். அவர் ஒரு கோப்பை முடித்து விட்டு இன்னொரு கோப்பை என்று தொடர்ந்து கொண்டே இருந்தார். சரிதான். தமிழ் சூழலில் காதல் தோல்விக்கு அடுத்த கட்டம் எப்படி இருக்க வேண்டுமோ, அந்தப் பாதையில்தான் இது செல்கிறது என்று நினைத்துக் கொண்டேன்.

"இது வாடகை வீடா?" என்றேன். அப்போதுதான் அந்த வீட்டைக் கவனித்திருந்தேன். வீடு தூய்மையாக இருந்தது. தரையும் மரத்தாலானது. அங்கங்கே மலர் ஜாடிகள் வைக்கப்பட்டு, சுவர்களில் நவீன ஓவியங்கள் தொங்கவிடப்பட்டு, உயர்ரக தேக்கு நாற்காலிகளும், மேஜையும் கட்டிலுமாகத் திருத்தமாக இருந்தது.

"இதுவா, இதை நான் வாங்கி ஏழு வருஷமாச்சு. இந்தியா வரும் போதெல்லாம் இங்கதான் தங்குவேன்."

"ஏன் மாமா, ஒரு தடவை கூட எங்களை வந்து பாக்கணும்னு தோணல இல்ல?" என்றேன்.

தான் பலமுறை பார்க்க வேண்டும் என்று விரும்பி அதற்கு முயற்சித்ததாகவும், ஆனால் அதற்கான மனவலிமையைத் தான் இதுவரை பெறவில்லை என்றும் கூறினார். அங்கே தான் வந்தால் வீணாகத் தகராறுதான் ஏற்படும் என்பதாலயே, எங்கள் உறவினர்களைப் பொறுத்தவரை தான் இறந்து போய்விட்டவராகவே இருக்க விரும்பியதாகவும் தெரிவித்தார். அதற்குப் பிறகு தான் அயர்லாந்தில் நிலைபெறுவதற்காகப் பட்ட சிரமங்களையும், அங்கு தான் நிகழ்த்திய சாதனைகளையும் விவரித்துக் கொண்டே போனார்.

அதிகாலை மூன்று மணி ஆகி விட்டிருந்தது. இதுவரையிலும் இரண்டு பாட்டில்களை முடித்திருந்தார். என்னால் என்னவென்று புரிந்து கிரகித்துக் கொள்ள முடியாத புலம்பல் ஒன்று அவரிடமிருந்து வெளிப்பட்ட வண்ணமே இருந்தது. இதற்கு மேல் போனால் அவர் மயங்கி விழுவதற்கோ, வாந்தி எடுத்து விடுவதற்கோ அபாயம் இருந்த போதிலும், இத்தோடு போதும்

நிறுத்திக் கொள்ளுங்கள் என்று அவரிடம் கூறுவதற்குத் தயக்கமாகத்தானிருந்தது.

''நான் காலையில சில டெலிகேட்ஸைப் பார்க்க வேண்டியிருக்கு. காலை ஐந்து மணிக்கெல்லாம் கிளம்பிப் போய்விட்டுப் பத்துப் பதினோரு மணிக்கெல்லாம் திரும்பி வந்துடுவேன். நீ இங்கேயே தூங்கிட்டிரு. நான் வந்ததும் ரெண்டு பேரும் ஏற்காடு சுத்திப் பார்க்கலாம்,'' என்றார். பிறகு என் அருகில் பார்வையைச் செலுத்தி, ''அதென்ன பையில?'' என்றார்.

அதில் என் ஆய்வுக்கான குறிப்புகள் இருக்கின்றன என்று சொல்லி, என் ஆய்வு பற்றியும், ஆவிகள் பற்றியதான என் தேடுதல் பற்றியும் அவரிடம் விளக்கினேன்.

அவர் சிரித்துக் கொண்டார். ''சரி. நீ அந்த சோஃபாவில படுத்துக்கோ. கம்பளி இருக்கு. நான் உள்ள கட்டில்ல படுத்துக்கறேன். காலையில எந்திரிச்சிட்டீன்னா குளிச்சு ரெடியாயிரு. கெய்சர்ல சுடுதண்ணி போட்டுக்க. ஃப்ரிட்ஜ்ல இருந்து ஏதாவது சாப்பிடு,'' என்றபடி உள்ளே போனவர் திரும்பி, ''அந்தப் பையைக் கொடு,'' என்று என்னிடமிருந்து வாங்கி மேஜை மேல் வைத்தார்.

படுத்ததுக்குப்பிறகும் மாமாவின் புலம்பல் அறைக்குள்ளிருந்து கேட்டபடியே இருந்தது. சிறிது நேரத்திலேயே ஆழ்ந்து உறங்கி விட்டேன். காலையில் விழிப்பு வந்தபோது மணி ஏழரையாகியிருந்தது. மாமா உள்ளே இல்லை. வெளியே போயிருக்க வேண்டும். அவரது படுக்கைக்கு அருகில் பாட்டில்கள் சிதறிக் கிடந்தன. நான் குளித்து விட்டுச் சிறிது நேரம் உள்ளேயே இருந்து அந்த வீட்டை வேடிக்கை பார்த்தபடி அமர்ந்திருந்தேன்.

பிறகு சலிப்பு மேலிட வெளியே கிளம்பலாம் என்று முடிவெடுத்தேன்.

ஒரு உணவகத்தில் சிற்றுண்டியை முடித்து விட்டு, சற்று நேரம் ஊர் சுற்றிப் பார்க்கலாம் என்ற எண்ணத்தில் ஆட்டோ பிடித்தேன். அதன் ஓட்டுனர் இருநூறு ரூபாய் கொடுத்தால் ஏற்காடு முழுக்க சுத்திக் காட்டுகிறேனென்றான். லேடீஸ் சீட், பட்டுப் பண்ணை, கரடிக்குகை என்று சுற்றினோம். ஒவ்வொரு இடத்திலும் சார் போலாமா, சார் போலாமா என்று ஓட்டுனர் அவசரப்படுத்தியபடியே இருந்தான். இறுதியில் நான் பொறுமையிழந்து என்னைக் கொண்டு போய் மான் பூங்காவுக்கு அருகில் விட்டு விடுமாறு கேட்டுக் கொண்டேன்.

போகும் வழியில் ஓட்டுனர் என்னிடம், ''பாஸ், என்ன படிக்கிறீங்களா?'' என்றான்.

''ஆமாம். பாரா சைக்காலஜி.''

''நான் கூட யெம்மேங்க பாஸ். சோசியாலஜி. அண்ணாமலைல பண்ணியிருக்கேன். அதென்னங்க பாஸ் பாரா சைக்காலஜி?''

நான் விளக்கினேன்.

''அட! அப்ப நீங்க ஜி.எச். பத்தித் தெரிஞ்சிகிட்டா உதவியா இருக்குமே!''

''ஜி. எச்சா? ஏன் அங்க யாராவது ஆவி பார்த்த மன நோயாளிங்க இருக்காங்களா?'' என்றேன்.

''அதில்லிங்க பாஸ். இங்க ஏற்காட்டில ஜி.எச்னா கோஸ்ட் ஹவுஸ். பேய் வீடு. உள்ள போக முடியாது. போலீஸ் தடுப்பு போட்டிருக்கு. தூர நின்னு வேணா பார்த்துக்கலாம்.''

''அதென்னது அது? சொல்லுங்களேன்,'' என்றேன்.

''அதிருக்கும் பாஸ், ஏழெட்டு வருஷம். இங்கிலாந்தோ, அயர்லாந்தோ ஒரு ஃபாரின் நாட்டில இருந்து. நம்ம ஆள்தான். பெரிய கை பார்ட்டின்னு நினைக்கிறேன். இங்க வந்து அந்த வீட்டை வாங்கினான். வாங்கி ஒரு மாசத்துக்கு ஆளு வீட்டை விட்டே வெளிய வரல. பெருங்குடிகாரன். வீட்டுக்குள்ள இருந்தே பாட்டில் பாட்டிலா குடிச்சே தீர்த்துருக்கான். அப்புறம் ஒரு நாள் தொண்டையில சுட்டுகிட்டுச் செத்துப் போயிட்டான். அப்ப அது பெரிய ந்யூசு. நான் அப்ப ஸ்கூல்ல படிச்சிட்டிருந்தேன். நம்மூர் ஆளு ஒருத்தன் கையில துப்பாக்கி இருக்கறதே பெரிய ந்யூசு இல்லையா?.''

அவன் தொடர்வதற்காகக் காத்திருந்தேன்.

''அப்புறம் போலீஸ் வந்து கேசெல்லாம் எழுதி அவன் எந்த நாட்டில இருந்து வந்தானோ அங்க விசாரிச்சா இவனப் பத்தி ஒண்ணுமே தெரியல. கொஞ்ச நாள் காத்திருந்து பார்த்துட்டு, அநாதைப் பொணமாத்தான் எரிச்சாங்க. அப்பலேர்ந்து வீடு பூட்டித்தாங்கெடக்கு.''

''ஆனா கொஞ்ச நாள்ல ஊருக்குள்ள ஒரு வதந்தி பரவ ஆரம்பிச்சுச்சு. தினம் சரியா பனிரெண்டு மணிக்கு பெட்ரூம்ல தானா விளக்கு எரியற மாதிரி. விளக்குன்னா, ஏதோ அகல் விளக்கு, நெய் விளக்கு மாதிரி. ஒவ்வொரு ராத்திரியும் சின்னதா தீபம் எரியறது ஜன்னல் வழியா தெரியறது. கூடவே விடாது அழுகைக் குரல். கேவல் சத்தம். ஒரு ஆம்பளை அழுதுகிட்டே புலம்பற மாதிரி. ரெண்டு, மூணு பேரு யதேச்சையா இதப் பார்க்கப் போய் ஜுரம் கண்டு படுத்த படுக்கையாயிட்டாங்க. இப்போ புதுசா அந்த

ஆளோட ஆவி வெளிய வந்து உலாத்துறதாகவும் பேசிக்கறாங்க,'' என்றான்.

மான் பூங்கா வந்து விட்டது. ''அந்த வீடு எங்க இருக்கு?'' என்றேன். அவன் என்ன சொல்லப் போகிறான் என்பதை முற்றிலும் உணர்ந்தவனாக.

''இங்கதாங்க. எதுத்தாப்பில ஒத்தயடிப்பாதை போகுதுல்ல. அதுக்கப்புறம் நிறைய மரம், வீடே தெரியாது. கொஞ்சம் உத்துப் பார்த்தாத்தான் தெரியும். உள்ளே போயிராதீங்க. உயிருக்கு நான் கேரண்டி இல்ல. அந்த கேஸ் டீடெய்ல்ஸ் வேணும்னா சொல்லுங்க. எஸ்.ஐ நம்ம ஆளுதான். அறிமுகப்படுத்தி வைக்கிறேன். வரட்டுமா பாஸ்!'' என்றான்.

நான் மான் பூங்காவுக்கு அருகில் இறங்கி எதிரில் தெரிந்த ஒற்றையடிப்பாதையையே உற்றுப் பார்த்துக் கொண்டிருந்தேன்.

ஆட்டோ ஓட்டுனர் முக்கு திரும்பப்போனவன் வண்டியைத் திருப்பிக் கொண்டு வந்து என்னருகில் நிறுத்தினான். ''என்ன பாஸ் பேக்கை மறந்து ஆட்டோவிலேயே வுட்டுட்டீங்க. இந்தாங்க பாஸ்,'' என்றான். நான் என் பையை வாங்கிக் கொண்டு அவனுக்கு நன்றி சொல்லி வழியனுப்பினேன்.

எனக்கு ஏதோ புரிந்த மாதிரித் தெரிந்தது. சட்டென்று என் பையைத் தூக்கி ஜிப்பைத் திறந்து பார்த்தேன். உள்ளே பளபளவென்று வெள்ளிக் குத்து விளக்கு ஒன்று படுத்துக் கிடந்தது.

மூன்று குறுங்கதைகள்

சொல்லப்படாத கதை

நெடுநாட்களாகச் சொல்லப்படாத கதையொன்று நினைவின் புதர்களுக்குள் சிக்கிக்கிடந்தது. கதைசொல்லி பதவிக்கு ஆசைப்பட்ட ஒருவன் அப்புதர்களுக்குள் கைகள் விட்டுத் துழாவியபடி அக்கதையைத் தேடிக்கொண்டேயிருந்தான்.

கைகளில் நினைவுப்புதரின் இழைகள் சிக்கிக் கொண்டனவேயன்றி சொல்லப்படாத கதையின் நுனி அகப்படவேயில்லை. ஆனமட்டும் முயன்று பார்த்தபின், நினைவின் இழைளை அறுத்து அதற்குள் சிக்கிக்கிடந்த கதையைப் பந்தாகச் சுருட்டிக்கொண்டு கிளம்பினான்.

எண்ணற்றவர் பயணம் போன பாதை இவன் செல்லும் போது மட்டும் ஆளரவமின்றி இருந்தது. துணைக்கு யாருமில்லாதிருப்பினும், வழிகாட்ட எவரும் கூட

வராதிருப்பினும் கூட, அந்தப் பயணம் அவனுக்குள் ஒரு கிளர்ச்சியை ஏற்படுத்தியிருந்தது. சொல்லப்படாத கதையைச் சுற்றிப் பின்னிக்கிடக்கும் நினைவுச்சிக்கல்களை பிரித்தெடுத்து, கதையை விடுவிக்க உதவும் ஒருவரேனும் தன் போக்கிலோ எதிரிலோ தட்டுப்பட மாட்டார்களா என்ற நப்பாசையுடனேயே அவன் நடந்தான்.

எங்கோ வெகுதொலைவில் இதுவரையிலும் சொல்லப்படாத கதையை எங்ஙனமாவது கேட்டு விடவேண்டும் என்ற துடிப்போடு நீண்ட பயணம் ஒன்றை மேற்கொண்டான் மற்றொருவன். ஏற்கனவே சொல்லப்பட்டிருந்த கதைகள் அவனுள் ஊறிக்கிடந்தாலும், சொல்லப்பட்ட கதைகளில் சொல்லப்படாது விடுபட்ட விஷயங்கள் அதிகமிருப்பதால் அவை முழுமையடையாதிருப்பதாக அவன் கருதினான். விடுபட்ட இடங்களின் இடைவெளிகளை தன்னாலேயே நிரப்பி விட முடியும்போது சொல்லப்பட்ட எந்தக் கதைக்கும் தனித்துவமிருப்பதாக அவன் கருதுவதில்லை.

இருப்பினும் தன் யூகங்களுக்கு அப்பாற்பட்டு கதையொன்று நிலவுவதற்கான சாத்தியக்கூறுகள் உள்ளன என்று அவன் திடமாக நம்பினான். அந்த நம்பிக்கையே அவனை அந்தப் பயணத்தை மேற்கொள்ளத் தூண்டிற்று.

கதை சொல்லியாக ஆசைப்பட்டவனும், கதை கேட்கக் கிளம்பியவனும் ஒரே பாதையில் நேருக்கு நேர் சந்தித்துக் கொண்டார்கள். பரஸ்பரம் அறிமுகம் செய்து நலம் விசாரித்துக் கொண்டபின், தங்கள் பயணத்துக்கான காரணத்தை அவர்கள் ஒருவருக்கொருவர் விளக்கிக் கொண்டபோது இருவருக்கும்

ஆச்சரியம் தாளவில்லை. கதை கேட்கப் புறப்பட்டவன் தேடி வந்த கதை தன்னிடம் இருக்கக் கூடும் என்று கதை சொல்ல வந்தவன் கூறினான்.

அதை நினைவின் இழைகளினின்றும் சிக்கவிழ்த்து வெளியேற உதவி செய்தால் அக்கதையைத் தன்னால் அவனுக்குக் கூறமுடியும் என்று கூறினான். கதை கேட்க வந்தவனும் அந்தக் கூற்றை ஏற்றுக் கொண்டான். இருவரும் சேர்ந்து சிக்கலைப் பிரிக்க ஆரம்பித்தார்கள். வெகுநேரம் கழித்தும் சிக்கல் மீண்டும் மீண்டும் சிக்கலானதே தவிர, கதை விடுதலையாகிற வழியே தெரியவில்லை. கதை கேட்க வந்தவன் பொறுமையிழந்து, கதை சொல்ல வந்தவனின் சிக்கல் நிரம்பிய நினைவுகளைப் பழிக்க ஆரம்பித்தான்.

உன் நினைவுகளை ஒழுங்குபடுத்தவே இன்னொருவர் தேவைப்படுகிறதே, நீ எப்படி பிறருக்குக் கதை சொல்லிப் புகழெய்த முடியும்? என்றெல்லாம் கேட்டு அவனைப் பரிகாசம் செய்தான். அதற்குக் கதை சொல்ல வந்தவன் கதை சொல்லும் திறன் ஒரு சிலருக்கு மட்டுமே சித்திக்கும் என்றும், அந்த வரம் தனக்கு வாய்த்திருப்பதால்தான் யாருக்குமே சொல்லப்படாத கதை தனக்குக் கிடைத்திருப்பதாகவும் இறுமாப்புடன் சொல்லி கதை கேட்க வந்தவனைப் பழி தீர்த்துக் கொண்டான்.

கதை கேட்க வந்தவன் இந்தக் கதை விடுதலையாவதில் தன் பங்கும் தானே இருக்கிறது. கதை சொல்ல வந்தவனை அழித்து அந்தக் கதையை தனக்குச் சொந்தமாக்கிக் கொண்டால் கதை சொல்லி பட்டம் தனக்குக் கிடைத்து விடுமே என்று மனத்திற்குள் திட்டம் போட்டான்.

கதை சொல்ல வந்தவனிடமிருந்து வெடுக்கென்று கதையைப் பிடுங்கினான். அவன் இவன் மேல் பாய்ந்து தாக்கினான். இருவரும் கட்டிப்பிடித்து உருண்டு ஓர் உக்கிரமான யுத்தத்தை நிகழ்த்த ஆரம்பித்தார்கள்.

கதை இருவர் பிடியிலிருந்தும் விடுபட்டு தரையில் உருண்டு ஓடியது. இருவருமே கதையைப் பொருட்படுத்தாமல் சண்டையில் மும்முரமாகி விட்டிருந்தனர்.

சண்டை ஓயாது நடந்து கொண்டே இருந்தது.

நீண்ட பொருதுதலுக்குப் பிறகு, ஒரு நாள், ஒரு கணம் செயலிழந்து இருவரும் ஒருவரையொருவர் பார்த்துக் கொண்டனர். இருவருக்குமே தன்னை மற்றவரில் பார்ப்பது மாதிரியான பிரமை ஏற்பட்டது. ஒருசேர இருவருமே அந்தப் பிரமையை ஒத்தி வைத்து விட்டு, சண்டையைத் தொடர்ந்தனர்.

யாராலும் சொல்லப்படாத கதை கேட்பாரற்றுத் தரையிலேயே கிடந்தது.

ஜெகதீஷ் குமார்

தேங்காய்ச் சில்லு

மணி எனக்கு குரு மாதிரி. அவனிடமிருந்து முறையாக எதையும் கற்றுக்கொள்ளவில்லை; என்றாலும் அவனைப் பார்த்து எப்பவும் எனக்கொரு குட்டி பிரமிப்பு உண்டு. பள்ளி முடிந்தவுடன் நான் அவனுடன் ஊர் சுற்றக் கிளம்பி விடுவேன். தாத்தாவுக்கு நான் அவனுடன் பழகுவது பிடிக்காது. "பொறுக்கிப் பசங்களோட என்ன ஊர் சுத்தறது? அவனோட உன்னப் பார்த்தேன், தொலைச்சுப்புடுவேன் படுவா," என்பார். ஆனாலும் தாத்தா இல்லாத சமயம் பார்த்து, தப்பித்து எப்படியும் அவனோடு இணைந்து விடுவேன். இருவரும் சேர்ந்து ஆற்றங்கரைக்குப் போய் நாவல் பழங்கள் பொறுக்கித் தின்போம். மணி ஆற்றில் குதித்து கறுத்த வாளை மீன் மாதிரி நீந்துவான். நான் கரையில் அமர்ந்து அவனை வேடிக்கைப் பார்ப்பேன். கடம்பர் கோவில் வாசலில் நிறுத்தி வைக்கப்பட்டிருக்கும் தேரில் சிற்பங்களை ஆராய்வோம். கோவிலின் பின்பக்கச் சுவரில் கரிக்கோடு கிழித்து மற்ற

சிறுவர்களுடன் கிரிக்கெட் விளையாடுவோம். பிறகு சீஸனுக்குத் தகுந்த மாதிரி கில்லி, பம்பரம், கோலிகுண்டு, ஏன், நாங்கள் குடியிருந்த வீட்டுக்காரப் பெண்களோடு சேர்ந்து சில்லு கூட விளையாடுவோம்.

வீட்டுக்காரப் பெண்கள் எல்லாருக்குமே நான் என்றால் பிரியம். பேபி அக்கா, ரமணி அக்கா, அப்புறம் என் வயதுள்ள பிரியா. இதில் ரமணி அக்காவுடன்தான் நாங்கள் சில்லு விளையாடுவோம். அவர்களோடு எங்கள் பழக்கம் வீட்டுக்கு வெளியில்தான். அவர்கள் வீட்டுக்குள் மணி மட்டுமல்ல, நானும் சென்றதில்லை. நாங்கள் அவர்கள் வீட்டு மாடியில் குடியிருந்தோம். மொட்டை மாடியிலிருந்து உடைந்த வென்டிலேட்டர் வழியாக அவர்கள் வீட்டைப் பார்த்திருக்கிறேன். நாங்கள் என்றாவது ரகசியமாக மீன் எடுத்து வறுக்கும்போது வாசம் பிடித்து, ''என்ன பிரகாசம்மா? இன்னிக்கு நான்வெஜ்ஜா?'' வென்டிலேட்டர் வழியாக முகச்சுழிப்போடு கேட்பாள் வீட்டுக்கார பங்கஜம் மாமி.

நான் குறிப்பாக அந்த வீட்டுக்குள் நுழையாமல் இருந்ததற்கு பங்கஜம்மாமியும் ஒரு காரணம். பங்கஜம் மாமிக்குத் திடீர் திடீரென்று பைத்தியம் பிடித்து விடும். ஒவ்வொரு குழந்தை பிறந்தவுடனும் பைத்தியம் பிடித்து மூன்று மாதம் கழித்துதான் தெளியும் என்று பாட்டி சொல்லியிருக்கிறாள். பங்கஜம் மாமிக்கு மூன்று பெண்கள், நாலு பையன்கள். குடும்ப உறுப்பினர்களை அதிகப்படுத்துவதற்கான முயற்சி தொடர்ந்து கொண்டுதானிருந்தது.

அவளுக்குப் பைத்தியம் பிடித்த நாட்களில் தெருவே ரகளையாக இருக்கும். திடீரென்று வீட்டுக்குள்ளிருந்து ஓடிவந்து

தெரு நடுவில் நின்று, "மகமாயி மணி குருக்கள், மனசு வச்சா மரிக்கொழுந்து," என்று கும்மியடித்து வலம் வந்து பாடுவாள். மணி குருக்கள் அவளது கணவன். இந்தப் பைத்தியக்கார நாட்களில் அவருக்குத்தான் வேலை அதிகம். பங்கஜம்மாமியைப் பாய்ந்து முடியைப் பிடித்துத் தரதரவென்று இழுத்து வந்து உள்ளே பழைய சாமான் அறையில் தள்ளிப் பூட்டிவிடுவார். அப்போதுதான் நாங்களெல்லாம் நிம்மதிப் பெருமூச்சு விடுவோம். அதுவரையில் எனக்கு நடுக்கம் நிற்காது. ஒருமுறை என்னைப் பார்த்து, "என்னடா கிருஷ்ணா, இங்க வாடா, உன் கழுத்தை நெறிச்சுக் கொல்லணும்," என்றாள். நான் திடுதிடுவென்று ஓடிவிட்டேன். இன்னொருமுறை மொட்டை மாடியில் படுத்திருந்த சித்தப்பாவின் தலையில் தேங்காயைப் போட்டு உடைக்கப் பார்த்தாள். தேங்காய் உடையவில்லை. ஆனால் அதற்கப்புறம் மொட்டை மாடியில் யாரும் படுப்பதில்லை.

இந்த நாட்களில் மணி எங்கள் வீட்டுப்பக்கமே வர மாட்டான். நான்தான் அவனைத் தேடிக்கொண்டு போவேன். ஆனால் எங்கள் வீட்டு மொட்டை மாடியில் காய்கிற தேங்காய்ச் சில்லுகள் தின்பதற்காக மணி எப்படியும் என்னுடன் வந்து விடுவான். இருவரும் வெளிப்புறப் படிகளில் பூனைகள் போல் ஏறி யாருக்கும் தெரியாமல் தேங்காய்ச் சில்லுகளை கால்சட்டைப் பைகளில் நிரப்பிக் கொள்வோம். மொட்டை மாடியில் இருக்கும் அறைக்கு பங்கஜம்மாமி வீட்டுக்குள்ளிருந்து ஒரு மாடிப்படி உண்டு. அதன் வழியே பங்கஜம் மாமி ஏறிவந்து பார்த்துவிட்டால் அவ்வளவுதான். பைத்தியம் இல்லாவிட்டாலும் உதைப்பாள். இருந்தும் எங்கள் தேங்காய்ச் சில்லு திருட்டு பெரும்பாலான நாட்கள் தொடரும்.

பொற்குகை ரகசியம்

ஆனால் சில நாட்கள் மட்டும் திருடத்தேவையில்லை. அந்த நாட்களில் பேபி அக்கா மொட்டை மாடியில் உட்கார்ந்திருக்கும். (மூன்று நாட்கள் என்று ஞாபகம்). நானும் மணியும் அங்கு சென்றால் வேண்டும் வரை தேங்காய்ச் சில்லு எடுத்துக்கொள்ள அனுமதிக்கும். முறுக்கு, பணியாரம் மாதிரி நிறையப் பலகாரங்கள் எல்லாம் தரும். மணியை அறைக்குள் அழைத்துப்போய் வேறு என்னவோ கொடுக்கும். என்ன என்று கேட்டால், "இந்தா!" என்று இன்னொரு முறுக்கை எடுத்து நீட்டுவான். போனவாரம் நாங்கள் தேங்காய்ச்சில்லு பொறுக்கப் போனபோது பேபி அக்கா இருந்தது. நாங்கள் பலகாரங்களை வாங்கிக்கொண்டவுடன் மணியை உள்ளே அழைத்துச் சென்றுவிட்டது. நான் அதிரசத்தைக் கடித்துக்கொண்டு மாடித்திட்டில் உட்கார்ந்திருந்தேன். திடீரென்று பங்கஜம் மாமி வந்து விட்டாள். எனக்கு அதிரசம் வாயிலிருந்து விழுந்துவிட்டது. அப்போது அவளுக்குக் குழந்தைகள் எதுவும் பிறந்திருக்கவில்லை. அதுதான் அபாயமே. விடுவிடுவென்று நேரே பேபி அக்கா இருந்த அறைக்குப் போய் விட்டாள். அங்கு நிலவிய சற்றுநேர அமைதிக்கு எனக்கு மாடியில் இருந்து குதித்து விடலாமா என்றிருந்தது. பொத்து பொத்தென்று அடி விழும் சத்தம் கேட்டது. பேபி அக்கா "அப்பா! அப்பா!" என்று கத்திக்கொண்டே பங்கஜம் மாமி தலைமுடியைப் பிடித்துத் தரதரவென்று இழுத்துக் கொண்டு வெளியே வந்தாள். சத்தம் கேட்டு மணிகுருக்கள் மேலே ஓடிவந்து விட்டார். "பீடை, முண்டை, அடிச்சு இழுத்துட்டு போங்கோப்பா இந்தச் சனியனை, திரும்பவும் மண்டை கலங்கிருச்சு," என்றாள் பேபி அக்கா.

ஜெகதீஷ் குமார்

மணி குருக்கள் ஒரு நிமிடம் நின்று எல்லாரையும் உற்றுப் பார்த்துவிட்டு, பெருங்குரலெடுத்து உளறிக்கொண்டிருந்த பங்கஜம் மாமியைப் பிடித்து இழுத்துக்கொண்டு, உள்வழியாகக் கீழே இறங்கிவிட்டார். மணி என் தோளில் அவசரமாய் இடித்து, ''வா, போலாம்,'' என்று இன்னொரு அதிரசம் கொடுத்தான்.

பேசும் மலர்

பாழடைந்த கட்டிடமொன்றின் சுவர்களோரம் வளர்ந்து நிற்கிற செடிகளினூடே பேசும் மலரொன்றைச் சந்தித்தேன். மற்ற செடிகளைவிட உயர்ந்து வளர்ந்திருந்த செடி ஒன்றின் காம்பின் நுனியில் சிறு குழந்தையின் மூடின கையளவில், மென் மஞ்சள் நிறத்தில் ஒளிர்ந்து கொண்டிருந்தது அந்த மலர். முதலில் அதன் பொலிவால் கவரப்பட்டுத்தான் அதனருகில் சென்றேன். திடீரென்று அது பேச ஆரம்பித்ததும் அதிர்ச்சியில் பின்வாங்கி விட்டேன். மலரோ என் அதிர்ச்சியைக் கவனியாததைப் போல தன் உள்ளத்தில் இருந்ததையெல்லாம் இதழ்கள் குவித்துப் பேசிக்கொண்டேயிருந்தது. ஆரம்பத்தில் திட்டம் செய்து வைக்கப்பட்டிருக்கும் ஒரு கணிப்பொறியைப் போலத்தான் அது தனக்குள் பதிவு செய்யப்பட்டிருந்தவற்றைச் சொல்லிக் கொண்டிருக்கிறதோ என்ற ஐயம் எனக்கு ஏற்பட்டது. அந்த மலர்

என்னை விளித்துத்தான் பேசிக் கொண்டிருந்ததென்றும், அது முதலில் ஆரம்பித்து ஆற்றிய அர்த்தமற்ற சொற்பொழிவு என்னை வரவேற்கத்தான் என்பதும் எனக்குப் பின்னர்தான் தெரியவந்தது.

அது முதலில் பேசிய பேச்சின் தொனியும், ஒலியும் எனக்குப் புரியாததால் அதன் பேச்சைப் பொருள் கொள்வது சிரமமாக இருந்தது. ஆனால் நேரம் செல்லச் செல்ல அதன் பேச்சுப் பாணி எனக்குப் புரிய ஆரம்பித்து விட்டது. அதன் தலைமுறைகளில் அது சந்திக்கிற முதல் பேசும் மிருகம் நான்தான் என்று தன் முன்னோர்கள் சொன்னதை வைத்துப் புரிந்து கொண்டதாக அது சொன்னது. தான் அன்று காலையில்தான் மலர்ந்ததாகவும், அந்தக் கட்டிடத்தின் சுவர்களோரம் வளர்ந்து நிற்கிற செடிகளில் ஏதாவது ஒன்றில் ஒரு நாளைக்கு ஒரே பூதான் பூக்குமென்றும், பூக்கிற ஒற்றைப் பூவுக்கும் ஒருநாள்தான் ஆயுள் என்றும் சொன்னது. அந்த ஒருநாள் வாழ்வில் பேசும் மிருகமான மனிதர்களைச் சந்தித்துவிட வேண்டும் என்பதே அதன் தலைமுறைகளின் லட்சியமாக இருந்தது. அதன் காரணம் என்ன என்று கேட்டேன். ஏதோ ஒரு மனிதனைத் தன் வாழ்நாளில் ஒருமுறை சந்தித்து, அவனுக்குத் தங்கள் உலகத்தைக் காட்டித் தரவேண்டுமென்பதே தங்களுக்கு இடப்பட்டிருக்கிற பணி என்று சொன்னது அந்த மலர். எதற்கு மனிதன் அவர்கள் உலகத்தைக் காண வேண்டும் என்ற கேள்வியைவிட, எனக்கு அவர்கள் உலகத்துக்குள் நுழைந்து பார்த்துவிட வேண்டுமென்ற ஆவல் அதிகமாகி விட்டது. ''என்னை உடனே கூட்டிச் செல், நான் உன்னோடு வருகிறேன். உன்னை பறித்து என் கைகளில் வைத்துக் கொள்ளட்டுமா? நீ எனக்கு வழிகாட்ட ஏதுவாக இருக்கும்,'' என்றேன். மலர் சொன்னது: ''என்னைப் பறித்தால், பேசும் சக்தியை

இழந்து விடுவேன். செடியோடு பிணைந்திருக்கையில்தான் எனக்குப் பேசும் சக்தி உண்டு.'' ''அப்படியெனில் உன்னை வேரோடு பறித்து ஒரு தொட்டிக்குள் பதித்து, எடுத்துக் கொள்கிறேன்,'' என்றேன். ''சீக்கிரம் செய், மாலைக்குள் நான் வாடி விடுவேன். அதற்குள் உனக்கு எங்கள் உலகைக் காட்ட வேண்டும்,'' என்றது மலர். ''நீ வாடி விட்டால் நான் எவ்வாறு என்னுலகுக்குத் திரும்புவது?'' என்றேன் நான். ''அது பற்றி நீ கவலை கொள்ளத் தேவையில்லை. இங்கு நான் ஒருத்திதான் பேசும் சக்தி கொண்டவள். என்னுலகில் என் சகோதரிகள் அனைவரும் பேசும் சக்தியும், சிந்திக்கும் திறனும் பெற்றவர்கள். அவர்களில் ஒருவர் இந்த உலகுக்கு நீ வந்து சேர வழி காட்டுவார்கள்,'' என்றது மலர்.

அவசரமாக ஒரு தொட்டியைக் கண்டு பிடித்து, அந்த மலர்ச்செடியைப் பறித்து அதற்குள் பதித்தேன். ''அந்தக் கதவைத் திற!'' என்றது. கதவைத் தொட்டதும் திறந்து கொண்டது. அட இவ்வளவு சுலபத்தில் திறந்து கொண்டதே என்று வியந்தேன். மலரோ, ''திறந்தது உன் தொடுகையல்ல. என் இருப்பே. எங்கள் அனுமதியின்றி எங்கள் உலகத்தில் யாரும் பிரவேசித்து விட முடியாது,'' என்றது. கதவுக்கு அப்பால் மிக நீண்ட ஒற்றையடிப்பாதை தெரிந்தது. அதன் வழியே என்னை நடக்க உத்தரவிட்டது மலர். மலர்ச்செடியைக் கையில் பற்றியபடி ஒற்றையடிப் பாதைவழி நடந்தேன். வெகுதொலைவு நடந்தபின்னும் வினோதமாக எதுவும் தட்டுப்படவில்லை. கால்கள் வலிக்க ஆரம்பித்தன. ''இன்னும் சிறிது தூரம்தான்,'' என்றது மலர். இன்னொரு பதினைந்து நிமிட நடைக்குப் பின்னர், ஒரு சிறிய ஓடையை வந்தடைந்தோம். பிறந்த குழந்தைகள் பலநூறு மெல்லிய

குரலில் சிரிப்பதைப் போல சப்தம் விடாது கேட்டுக் கொண்டிருந்தது. என் முகத்தில் தொக்கிய கேள்விக்குறியைப் பார்த்து விட்டு மலர், ''அந்த ஒலி ஓடையிலிருந்துதான் வருகிறது. பளிங்குக்கற்களில் நடைபயிலும் ஓடை கிச்சுகிச்சு மூட்டப்படுவதால் அவ்வாறு சிரித்துக் கொண்டே நகர்கிறது,'' என்று விளக்கியது.

சற்று நேரத்தில் நீண்ட கோரைப்புற்களால் பின்னப்பட்ட ஒரு தெப்பம் மிதந்தபடி வந்தது. ''அதில் ஏறிக்கொள், நம் உலகத்துக்கு இந்தத் தெப்பம் இட்டுச் செல்லும். துடுப்புப் போடத் தேவையில்லை. அதுவே நாம் சேர வேண்டிய இடத்துக்குக் கொண்டு சேர்த்துவிடும்,'' என்றது மலர். இருவரும் அதில் ஏறினோம். தெப்பம் ஓடையின் நீரோட்டத்தோடே மென்மையாக நகர்ந்தது. பயணம் எவ்வளவு நேரம் தொடர்ந்தது என்று எனக்குப் பிடிபடவில்லை. ஆனால் ஓடையில் இருகரைகளிலும் எங்கும் நான் மனித முகம் பார்க்கவில்லை. புல்வெளியும் மலர்ச்செடிகளுமே நிறைந்திருந்தன. வேறெந்த விலங்குகளையும் கூட என்னால் பார்க்க இயலவில்லை. பயணத்தின் போது மலர் என்னிடம் பேசவேயில்லை. அதன் பொலிவு மங்கிக்கொண்டே வந்திருந்தது.

தெப்பம் நின்ற போது மரங்கள் அடர்ந்த ஒரு கரையில் இருந்தோம். தெப்பத்தினின்றும் இறங்கி நடந்தோம். மரங்கள் வழக்கத்துக்கும் மாறான உயரத்தில் இருந்தன. மேலிருந்து சலசலப்பொலி கேட்டுக் கொண்டிருந்தது. ''நமது வருகையைப் பற்றித்தான் அவை பேசிக் கொண்டிருக்கக் கூடும்,'' என்றது மலர். அதன் குரல் மிகவும் பலவீனமடைந்திருந்தது. இதழ்கள் அவற்றின்

நிறத்தை இழக்க ஆரம்பித்திருந்தன. மரங்களினூடே நுழைந்து வெளி வந்தபோது, ஒரு பிரம்மாண்டமான புல்வெளி தென்பட்டது. ஒரு லட்சம் வயலின்கள் காதுக்கு இதமாக மென்மையாக மீட்டிக் கொண்டிருந்ததை போன்ற இசை கேட்டுக் கொண்டிருந்தது. இந்தக் கிறங்கடிக்கும் இசை எங்கிருந்து வருகின்றது என்று கேட்டேன். ''அது புல்வெளியிலிருந்துதான். அத்தனைப் புற்களும் சேர்ந்து தங்கள் இருப்பை இசையாக வெளிப்படுத்திக் கொண்டிருக்கின்றன. தங்கள் உலகுக்கு வந்திருக்கிற விருந்தினரின் வரவேற்பு சங்கீதமாகவும் இதைக் கொள்ளலாம்,'' என்றது மலர். நான் அந்த இசையில் லயித்துக் கிடந்த கணத்தில் காலம் நின்று விட்டது.

''சரி புல்வெளி தாண்டிப் போகலாம். அங்கு என்னைப் போன்ற பல பேசும் மலர்கள் இருக்கின்றன. அவற்றிடமெல்லாம் நீ நெடுநேரம் பேசலாம். நான் இன்னும் கொஞ்சம் நேரத்தில் இறந்து விடுவேன். உனக்குப் பயன்பட மாட்டேன்,'' என்றது. ''நீ செத்துப்போவது பற்றி உனக்கு வருத்தமாயில்லையா? என்னால் சோகம் தாங்க முடியவில்லை,'' என்றேன். ''வருத்தமும், சோகமும் மனிதர்களுக்குத்தான். எங்கள் வாழ்வின் நியதி எங்களுக்குத் தெரிந்தே இருக்கிறது. மீற முடியாத ஒன்றை வெல்ல எதற்காக முயலவேண்டும். மேலும் இந்த ஒரு நாள் வாழ்வின் நோக்கமே எனக்கு என்னவென்று தெரியவில்லை. இந்த உலகிற்குள் எப்படி வந்தேன் என்று தெரியவில்லை. எப்படி இருக்க வேண்டும் என்ற திட்டமுமில்லை. வெறும் ஒரு மலராக இருப்பதே எனக்குப் போதுமானதாக இருக்கிறது. இதற்கு எனக்கு எந்த எதிர்பார்ப்புமில்லாததால், மரணம் பற்றிய கவலையுமில்லை,'' என்றது.

"மரணம் தீராத வலியில்லையா?" என்றேன்.

"அப்படியா? இதற்கு முன்னால் இறந்திருக்கிறாயா?" என்றது மலர். "என் ஞாபகத்தில் அந்த அனுபவம் இல்லை. பலவேளைகளில் வாழ்வு தரும் அனுபவம்தான் வலி மிகுந்ததாக இருந்திருக்கிறது," என்றது.

"வலியிலிருந்து விடபட வேண்டும் என்ற எண்ணம் உனக்கு ஏற்பட்டதேயில்லையா?" என்றேன்.

"வலியும் ஒரு அனுபவம்தானே," என்றது மலர். "அதை சாட்சியாகப் பார்த்துக் கொண்டிருக்கும் போதே வலி விலகி விடுகிறது. அடுத்த அனுபவம் வந்து சேர்கிறது. நாம் அதற்கு சாட்சியாகிறோம். அடுக்குகளாய் நகர்ந்து கொண்டிருக்கும் அனுபவக் காட்சிகளை அமைதியாய் நின்றபடி கூர்ந்து நோக்கும் இடையறாத இருப்பே எங்கள் வாழ்வென்று நாங்கள் புரிந்து கொண்டிருக்கிறோம்."

"இந்த அனுபவங்கள் தொடர வேண்டும். நமக்குரியதாக வேண்டும், அல்லது இந்த அனுபவங்கள் விலக வேண்டும். நாம் அதை விட்டு விடுதலையாக வேண்டும் என்ற ஆவல் உனக்குள் எழுவதில்லையா?" என்றேன். பூவின் உலகம் பார்க்க வேண்டும் என்ற என் ஆவல் பின்னுக்குத் தள்ளப்பட்டு விட்டது. சில நிமிடங்களே என்னோடு இருக்கப் போகும் மலருடன் பேசித் தீர்த்து விட வேண்டும் என்ற உந்துதலே மேலெழுந்திருந்தது.

"அனுபவங்கள் என் தேர்வல்ல. அவை என் முன்னிலையில் நிகழ்கின்றன. என் தேர்வு அல்லாத ஒன்றை எப்படி நான் எனக்குரியதாக ஆக்கிக் கொள்ளவோ, என்னிலிருந்து

பொற்குகை ரகசியம்

விலக்கிவிடவோ இயலும்? என் இருப்பு பற்றிய பிரக்ஞையை நான் எதனோடும் பிணைத்துக் கொள்வதில்லை. இருத்தல் என் விருப்பம் அல்ல. நான் இருக்கிறேன்; அதனாலேயே நான் இருக்கிறேன்,'' என்றது மலர். அதற்குள் புதைந்திருந்த மீதமிருந்த ஒளியும் இப்போது வெளிப்பட்டிருந்தது. ஏறிட்டுப் பார்த்த போது அதற்கான காரணம் புரிந்தது. புல்வெளி தாண்டி மிகப் பெரும் பூந்தோட்டம் ஒன்று மலர்ந்திருந்தது கண்ணுக்குப் பட்டது. எண்ணற்ற மலர்ச்செடிகள்; ஒவ்வொரு செடியிலும் ஒற்றை மலர். ஒவ்வொரு மலரும் பேசும் என்று யூகித்தபோது என்னுள் கிளர்ச்சி ஏற்பட்டது.

''நண்பனே! நான் உனக்கு நன்றி கூற வேண்டும். என் சகோதரிகள் மத்தியில் நான் மடியும் வண்ணம் என்னை இங்கு கொண்டு சேர்த்தது நீதான். வா, அங்கு போகலாம்,'' என்றது.

எனக்குப் புற்களின் மீது நடக்க விருப்பமின்றி இருந்தது. மலரோ, ''கவலையுறாதே. மென்மையாக நடந்தாயென்றால் அவற்றுக்கு உன்னைத் தாங்கும் சக்தி உண்டு. ஆயிரக்கணக்கான புற்கள் சேர்ந்துதான் உன் ஒரு பாதத்தைத் தாங்கிப் பிடிக்கும். அவற்றுக்கு உன்னைத் தாங்குவதில் மகிழ்ச்சியே,'' என்றது.

புல்வெளி மீது நடந்து, மலர்களினருகில் சென்றோம். மலர்களனைத்தும் கூடி இனிய குரலில் பாடி எங்களை வரவேற்றன. அவற்றின் இசை காதுகளுக்குப் பூக்களால் ஒத்தடம் தருவதைப் போலிருந்தது. பிறகு என்னோடு வந்த மலருடன் உற்சாகமாக உரையாட ஆரம்பித்து விட்டன. என்னைப் பற்றி நிறைய விசாரித்தன. பிறகு என் பக்கம் திரும்பி மென்மையாய் இசைத்தன. அவை என்னை நோக்கிப் புன்னகைப்பதாய்ப் புரிந்து

கொண்டேன். பிறகு அவைகளை நோக்கி, அவர்கள் உலகிற்குள் என்னை அனுமதித்ததற்கு என் நன்றியையும், அவர்கள் உலகில் நுழைந்ததற்கு என் மகிழ்ச்சியையும் தெரிவித்தேன். யாருக்குமே கிடைக்காத வாய்ப்பு எனக்குக் கிடைத்திருப்பதால் நான் மிகுந்த அதிர்ஷ்டசாலி என்று குறிப்பிட்டேன். இந்த நாள் என் வாழ்நாளில் ஓர் மறக்க முடியாத நாளென்றும், என்னோடு நட்பான மலரைப் பிரிவதில் உள்ள என் துக்கம் ஈடு செய்யமுடியாததென்றும் கூறினேன்.

அங்கிருந்த மலர்களிலேயே பெரியதும், ஒளி மிகுந்ததுமான ஒரு மலர் என்னைப் பார்த்துக் கூறிற்று: ''நீ எங்கள் உலகில் இப்போதுதான் நுழைந்திருப்பதாக எண்ணுகிறாயா? எப்போதுமே நீ எங்கள் உலகில்தான் சஞ்சரித்துக் கொண்டிருக்கிறாய். மலர்களாகிய நாங்கள் மட்டுமல்ல. உன்னைச் சுற்றியுள்ள அனைத்துமே உன்னுடன் ஏதோ ஒரு வகையில் தொடர்பு கொண்டபடிதான் இருக்கின்றன. தேவை அதற்குத் தயாரான காதுகளும், மனமுமே. இன்று அவை உனக்கு வாய்த்திருக்கின்றன. அதனால் எங்கள் உலகில் பிரவேசிக்க முடிந்தது,'' என்றது.

எனக்கு ஏற்பட்டிருந்த அதிர்ச்சியை அந்த மலர்கள் கவனியாமல், பாட ஆரம்பித்துவிட்டன. நான் என் கையிலிருந்த மலரைக் கவனித்தேன். அது தன் கடைசி கணத்தில் இருந்தது. ஒரு மலரின் மரணத்தை அருகிருந்து கவனிப்பது எனக்கு இதுவே முதல் முறை. பிற மலர்கள் பாடிய பாடல், என் நட்பு மலரை வழியனுப்புவதற்காகவே என்று எனக்குப் புரிந்தது. மலர் இறுதியாக காம்பிலிருந்து கவிழ்ந்த போது என் நெஞ்சில் நிரந்தரமாகப் பூத்து விட்டதைப் போலிருந்தது.